ஆபரேஷன் நோவா

தமிழ்மகன்

விலை : ரூ.250/-

மின்னங்காடி

பதிப்பக வெளியீடு - 19

ஆபரேஷன் நோவா / அறிவியல் புனைகதை

ஆசிரியர் : தமிழ்மகன் ©

முதல் பதிப்பு : 2014, செப்டம்பர்

இரண்டாம் பதிப்பு : 2022, ஜனவரி.

வெளியீடு : மின்னங்காடி பதிப்பகம்
24, அண்ணா 3-வது குறுக்குத் தெரு,
அவ்வை நகர், பாடி, சென்னை - 50.

Rs.250/-

Opration Nova / Science Fiction

Author : Tamilmagan ©

First Edition : 2014, September

Second Edition : 2022, January

Published by : Minnangadi Publications
24, Anna 3rd Cross Street,
Avvai Nagar, Padi, Chennai - 50

Website : www.minnangadi.com

Mail : minnangadipublications@gmail.com

Phone : 72992 41264

ISBN : 978-93-92973-09-3

ஆசிரியர் குறிப்பு

பிறப்பு, படிப்பு, பணி

- தமிழ்மகன் என்கிற பா.வெங்கடேசன் சென்னையில் 1964-ல் பிறந்தவர்.
- படிப்பு; B.Sc., M.A. மாநிலக் கல்லூரி, சென்னைப் பல்கலைக்கழகம்.
- 1989 தொடங்கி போலீஸ் செய்தி, தமிழன் நாளிதழ், வண்ணத்திரை, தினமணி, குமுதம், குங்குமம், ஆனந்த விகடன் இதழ்களில் 2019 வரை பணியாற்றியவர்.
- மாநிலக் கல்லூரியில் படித்தபோது 'பூமிக்குப் புரியவைப்போம்', 'ஆறறிவு மரங்கள்' என இரண்டு கவிதைத் தொகுதிகள் வெளியாகின.
- இளைஞர் ஆண்டையொட்டி, 1984-ல் டி.வி.எஸ். நிறுவனமும் இதயம் பேசுகிறது இதழும் இணைந்து நடத்திய போட்டியில் இவரது வெள்ளை நிறத்தில் ஒரு காதல் புதினம் முதல் பரிசு பெற்றது. இதயம் பேசிறது இதழில் தொடராக வெளியானது. அரசியல் விமர்சகர் சின்னக்குத்தூசி தேர்வு செய்தார். இதுவும் கல்லூரி படிக்கும்போதே நிகழ்ந்தது. பேராசிரியர்கள் இரா.இளவரசு, கவிஞர் மு.மேத்தா, பொன். செல்வகணபதி, இ.மறைமலை, பி.சிவகுமார் போன்றோர் ஆசிரியர்களாக - வழிகாட்டிகளாக- அமைந்தனர்.

விருதுகள்

- 1984-ல் இதயம் பேசுகிறது - டி.வி.எஸ் நிறுவனம் நடத்திய போட்டியில் வெள்ளை நிறத்தில் ஒரு காதல் நாவலுக்கு விருது.
- மொத்தத்தில் சுமாரான வாரம் குறுநாவல் தி.ஜானகிராமன் நினைவு போட்டியில் தேர்வு செய்யப்பட்டது. 1986-ல் தேர்வு செய்தவர் எழுத்தாளர் அசோகமித்திரன்.
- இவர் எழுதிய மானுடப் பண்ணை நாவல் 1996இல் தமிழக அரசின் விருது பெற்றது.
- எட்டாயிரம் தலைமுறை சிறுகதைத் தொகுப்பு 2008-ம் ஆண்டுக்கான தமிழக அரசின் விருது பெற்றது.
- எழுத்தாளர் சுஜாதா நினைவு அறிவியல் புனைகதை விருது (2008).
- வெட்டுப்புலி நாவல் (2009) கோவை ரங்கம்மாள் நினைவு விருது, ஜெயந்தன் அறக்கட்டளை விருது பெற்றது.

- ஆண்பால் பெண்பால் நாவலுக்கு (2011) விகடன் விருதும் ஜி.எஸ். மணி நினைவு விருதும் கிடைத்துள்ளன.
- வனசாட்சி நாவல் (2012) சுஜாதா அறக்கட்டளை விருது, மலைச்சொல் விருதுகள், அமுதன் அடிகள் விருது ஆகியன பெற்றது.
- வேங்கை நங்கூரத்தின் ஜீன் குறிப்புகள் நாவலுக்கு கனடா இலக்கியத் தோட்ட புனைவு இலைக்கிய விருது (2017) பெற்றார்.
- திராவிடர் கழகத்தின் பெரியார் விருது (2014), விஜய் டி.வி நீயா? நானா? வழங்கிய இலக்கிய விருது (2016), நெருஞ்சி இலக்கிய வட்டத்தின் க.நா.சு விருது உள்ளிட்ட பல விருதுகள் பெற்றவர்.
- படைவீடு நாவல் (2021) வென்றுமண்கொண்டார் விருது, சௌமா விருது, வள்ளுவப் பண்பாட்டு விருது, உலகத் தமிழ்ப் பண்பாட்டு மையம் விருது ஆகியன பெற்றது.
- படைவீடு நாவலுக்காக மலேசிய நாட்டின் கே.ஆர்.சோமா நில நல வாரியத்தின் இலக்கிய விருது பெற்றவர். (பத்தாயிரம் அமெரிக்க டாலர் தொகை பரிசு.)
- தென்னிந்தியப் புத்தகக் கண்காட்சியின் 2024-ஆம் ஆண்டுடின் சிறந்த நாவலுக்கான கலைஞர் பொற்கிழி விருது பெற்றவர்.

எழுதிய நூல்கள்

- பூமிக்குப் புரியவைப்போம், ஆறறிவு மரங்கள் இரண்டும் கவிதைத் தொகுப்புகள்.
- வெள்ளை நிறத்தில் ஒரு காதல் (1984), மானுடப் பண்ணை நாவல் (1996), சொல்லித் தந்த பூமி (1997), ஏவி. எம். ஸ்டூடியோ ஏழாவது தளம் (2007), வெட்டுப்புலி (2009),ஆண்பால் பெண்பால் (2011), வனசாட்சி (2012), ஆபரேஷன் நோவா (2014), தாரகை (2016), நான் ரம்யாவாக இருக்கிறேன் (2018), படைவீடு (2020), பிரம்மராட்சஷ் (2021), ஞாலம் (2024) ஆகியவை இவரது நாவல்கள்.
- எட்டாயிரம் தலைமுறை (2008), மீன்மலர் (2008), அமரர் சுஜாதா (2013), மஞ்சு அக்காவின் மூன்று முகங்கள் (2014), சாலை ஓரத்திலே வேலையற்றதுகள் (2021), தமிழ்மகன் 100 சிறுகதைகள் இவரது சிறுகதைத் தொகுப்புகள்.
- இவருடைய நூல்கள் பலவும் முனைவர் பட்டத்துக்கும் ஆய்வு

பட்டயங்களுக்கும் எடுத்தாளப்பட்டுள்ளன. கல்லூரிகளில் பாடமாக வைக்கப்பட்டுள்ளன.

- திரைப் பிரமுகர்கள் பற்றிய அரிய செய்திகளைச் சொல்லும் செல்லுலாயிட் சித்திரங்கள் (திரை) (2009), நூற்றாண்டு கண்ட தமிழ்ச் சிறுகதைகளை அறிமுகப்படுத்தும் தமிழ்ச் சிறுகதைக் களஞ்சியம் - (2013) ஆகிய கட்டுரைத் தொகுப்புகளும் இவர் படைப்புகள். சென்னையின் வரலாற்றை மெட்ராஸ் நல்ல மெட்ராஸ் (2016) என்ற பெயரில் எழுதியிருக்கிறார். விகடன் இணைய இதழில் வெளிவந்து பெரும் வரவேற்பைப் பெற்றது.

- ஆனந்த விகடனில் வெளியான ஆபரேஷன் நோவா (2014), ஜூனியர் விகடனில் வெளியான 'நான் ரம்யாவாக இருக்கிறேன்' (2018) ஆகிய அறிவியல் புனைகதைகள் பெரும் வாசக வரவேற்பைப் பெற்றன. திரையுலகைப் பின்னணியாகக் கொண்டு தாரகை என்ற நாவலை எழுதியுள்ளார்.

திரைத்துறை பணிகள்

- உள்ளக்கடத்தல், ரசிகர் மன்றம், பீட்ஸா மம்மி -3, கொற்றவை உள்ளிட்ட திரைப்படங்களுக்கு வசனம் எழுதியுள்ளார். நான் ரம்யாவாக இருக்கிறேன், ஆபரேஷன் நோவா நாவல்கள் சினிமாவுக்காக ஒப்பந்தமாகியுள்ளன.

குடும்பம்

தந்தை க.பாலகிருஷ்ணன் - தாய் பார்வதி. மனைவி திலகவதி.

மகன் மாக்ஸிம் - மருமகள் த.சந்தியா. பேத்தி அகல்விழி.

மகள் அஞ்சலி - மருமகன் ஸ்ரீதர். பேரன்கள் அதியமான், அகிலன்.

தொடர்புக்கு:
writertamilmagan@gmail.com
7824049160

எழுத்துச் சிற்பி அ.முத்துலிங்கம்
அணிந்துரை

சில வருடங்களுக்கு முன்னர் கனடாவில் நான் அலிஸ் மன்றோவை நேர்காணல் செய்ய நேரிட்டது. அப்போது அவர் நோபல் பரிசு பெற்றிருக்கவில்லை. ஆனால் அவர் பெயர் பலதடவை பரிந்துரை செய்யப்பட்டு இருந்து. நான் பலவருடங்களாக என் மனதில் இருந்த கேள்வியை கேட்டேன். 'நோபல் பரிசு புனைவு இலக்கியத்துக்கு மட்டும்தானே கொடுக்கப்படுகிறது. அது ஏன்?'

'நான் புனைவு இலக்கியத்தைத்தான் படிப்பேன். அது முக்கியமானது. நல்ல இலக்கியத்தை திரும்பத் திரும்ப படிக்கத் தயங்க மாட்டேன். அவற்றிலே கற்றுக்கொள்ள எவ்வளவோ இருக்கின்றன. செக்கோவை நான் எப்பொழுது வேண்டுமானாலும் படிப்பேன். சமீபத்தில் தோல்ஸ்தோயுடைய போரும் சமாதானமும் நூலை மறுபடி ஆரம்பத்தில் இருந்து ஆற அமரப் படித்து முடித்தேன். புனைவு மட்டும்தான் என்னுடைய மூளைக்கு வேலை கொடுக்கிறது. ஆதி காலத்தில் இருந்து இன்றுவரை மனிதன் புனைவு இலக்கியத்தில்தானே நாட்டம் செலுத்தியிருக்கிறான். தலைமுறை தலைமுறைகளாக புனைவுக் கதைகள்தானே சொல்லியிருக்கிறான். இதிகாசங்கள் எல்லாம் புனைவுதாமே.'

அவர் சொன்னது உண்மைதான். எங்கள் இதிகாசங்களான மகாபாரதம், ராமாயணம் ஆகட்டும், ஹோமரின் இலியட், ஒடிஸி ஆகட்டும், அதற்கும் முந்திய கில்காமேஷ் ஆகட்டும் எல்லாமே ஆதி மனிதனின் புனைவுக் கதைகள்தான். மனிதனின் நாட்டம் புனைவுகளில் இருந்ததால் அவன் மனதில் தோன்றக்கூடிய எல்லாவிதமான அறக்கேள்விகளுக்கும் அவை விடை அளிக்க முயன்றன. அவனுக்கு அவை வாழ்வியலை கற்றுக்கொடுத்தன. அவனுடைய இருப்புக்கான அர்த்தத்தையும் அவனால் தெரிந்துகொள்ள முடிந்தது. சரித்திர நாவல்களை

படிக்கும்போது சரித்திரத்தைப் பற்றி அறிந்து கொள்கிறோம். அறிவியல் நாவல்கள் எங்களுக்கு அறிவியலை கற்றுத் தருகிறது. கல்கியின் பொன்னியின் செல்வன், சிவகாமியின் சபதம் நாவல்கள் மூலம் வரலாற்றைக் கற்றுக்கொள்ளலாம். அமெரிக்காவின் உள்நாட்டு போர் பற்றி தெரிந்துகொள்வதற்கு இலகுவான வழி அதைப் பின்புலமாக வைத்து படைக்கப்பட்ட Gone With the Wind நாவலைப் படிப்பதுதான்.

அன்றிலிருந்து இன்றுவரை புனைவுகள் மூலம்தான் மனிதன் தன்னை மேம்படுத்தியிருக்கிறான். அவை சரித்திரக் கதைகளாகவோ, சமூகக் கதைகளாகவோ, விஞ்ஞானக் கதைகளாகவோ என எதுவாகவும் இருக்கலாம். தமிழில் விஞ்ஞானக் கதைகளை அறிமுகம் செய்ததில் பெரும் பங்கு சுஜாதா அவர்களுக்கு உண்டு. அவர் திரும்பத் திரும்ப சொன்ன விசயம் என்னவென்றால் விஞ்ஞானக் கதை ஒன்று எழுதுவதற்கு விஞ்ஞான அறிவு அத்தனை முக்கியமில்லை, கற்பனைதான் தேவை என்பதுதான். உலகத்திலே எழுதப்பட்ட ஆகச் சிறிய விஞ்ஞானக் கதை பற்றியும் அவர் குறிப்பிட்டிருக்கிறார். ஒருவன் பிரபஞ்சத்தின் முடிவைக் கண்டுபிடிக்க வேண்டுமென்று தீர்மானித்தான். பலநாட்கள் இரவும் பகலுமாக அவன் பயணம் செய்து ஒருநாள் பிரபஞ்சத்தின் எல்லையை வந்தடைந்தான். அவன் காலடியில் இப்படி எழுதியிருந்தது. 'இதுதான் பிரபஞ்சத்தின் எல்லை.' ஆனால் எழுத்துக்கள் தலைகீழாக இருந்தன.

விஞ்ஞானக் கதைகளின் மும்மூர்த்திகள் என்று அறியப்படுபவர்களில் ஒருவர் ஐஸாக் அசிமோவ். இவர் பல நூறு சிறுகதைகளும் 500 புத்தகங்களும் எழுதியவர். இவரைப்போல புதுவிதமாகச் சிந்தித்த ஒருவரோ வேகமாக எழுதியவரோ இல்லை என்று சொல்லலாம். இவருடைய 21வது வயதிலே இவர் எழுதிய விஞ்ஞானச் சிறுகதை Nightfall, (இரவு கவிதல்) ஆகும். உலகத்திலே எழுதப்பட்ட அத்தனை விஞ்ஞானச் சிறுகதைகளிலும் அதிசிறந்தது என்று இன்றுவரை பரவலாக ஏற்கப்பட்டது. இந்தக் கதையில் விஞ்ஞானம் குறைவு, கற்பனை அதிகம்.

ஒரு கிரகம் இருக்கிறது. அங்கே ஆறு சூரியன்கள் இருப்பதால் எந்நேரமும் பகலாகவே இருக்கும். ஆனால் 2049 வருடங்களுக்கு ஒருமுறை அங்கே இரவு தோன்றும். இரவு கவிந்தபோது மக்கள் நடுநடுங்கினார்கள். லட்சக்கணக்காக மின்னும் நட்சத்திரங்களை முதன்முறையாகக் கண்டபோது அவர்களுக்கு கிலி பிடித்தது. இருளை அறியாத மக்கள் அதிலிருந்து விடுபட அனைத்தையும் கொளுத்தி எரித்தார்கள். அவர்களுக்கு பைத்தியம் பிடித்து மனித நாகரிகம் அழிந்தது. உலகம் மறுபடி ஆரம்பித்தது. இதுதான் கதை.

யோசித்துப் பார்த்தால் இந்தக் கதையில் விஞ்ஞானம் எங்கே இருக்கிறது? முழுக்க முழுக்க கற்பனைதான்.

தமிழ்மகனுடைய ஆபரேஷன் நோவா நாவலைப் படித்தபோது கற்பனையை ஒருவர் எத்தனை தூரத்துக்கு பெருக்கலாம் என்ற பெருவியப்பே எனக்கு ஏற்பட்டது. பிரமிப்பு அலை ஒன்றன்பின் ஒன்றாக எழுந்தது. ஓர் அத்தியாயத்தை படிக்கும்போது அதில் சொல்லப்படும் ஒரு நிகழ்ச்சி மலைப்பை ஏற்படுத்தும். அதையும் மீறி வேறு ஒன்று இருக்க முடியாது என்று தோன்றும். அடுத்த அத்தியாயத்தை படிக்கும்போது 'ஓ இப்படியும் இருக்குமா?' என்று இன்னும் கூடிய வியப்பு வந்து தாக்கும். இப்படியாக நாவலின் எல்லைவரை வாசகர்களுக்கு முடிவில்லாத ஆச்சரியங்கள் எழுந்த வண்ணமே இருக்கும். இவ்வளவும் அடிப்படையான சில விஞ்ஞான உண்மைகளின் மேல் கட்டிய புனைவு. கற்பனைப் பின்னல்களின் வலுவின்மேல் நாவல் நிற்கிறது. புள்ளிகளைத் தொடுத்தால் குதிரை வருமே, அதுபோல.

நான் ஒருமுறை ஒரு *topiarist* ஐ சந்தித்தேன். ரோப்பியரிஸ்ட் என்றால் செடிகளில் வேண்டிய உருவங்களைச் செதுக்குபவர். அன்னப்பட்சி, சிங்கம், கழுகு என்று வித விதமான உருவங்களை செடிகளில் உண்டாக்குவார். ஒருமுறை கென்னடியின் உருவத்தை செடியிலே கொண்டுவந்திருந்தார். அற்புதமாக அது அமைந்திருந்தது. 'எப்படி அவரால் திட்டமிட்டு இப்படி செய்யமுடிந்தது?' என்று கேட்டேன். அவர் 'நோ நோ. திட்டமெல்லாம் கிடையாது. கென்னடியின் உருவம் செடியின் உள்ளே ஏற்கனவே இருந்தது. நான் செய்ததெல்லாம் வேண்டாத கிளைகளை வெட்டிவிட்டதுதான்' என்றார். ஆபரேஷன் நோவாவில் தமிழ்மகன் செய்தது அதுதான். அவரிடம் போதிய விஞ்ஞானத் தரவுகள் இருந்தன. அதனுள்ளே இருந்த கதை அவர் கண்களுக்கு மட்டுமே தெரிந்தது. அவர் செய்ததெல்லாம் வேண்டாத தரவுகளை அகற்றியதுதான். நாவல் வளர வளர வாசகர் தன்னுடைய கற்பனையில் ஆசிரியரின் கற்பனையை முந்தவே நினைப்பார். வாசகர் எப்படியெல்லாம் சிந்திப்பார் என்பதை முன்கூட்டியே உணர்ந்து பிடிகொடுக்காதவாறு நாவலை நகர்த்திச் சென்று முடித்திருப்பதுதான் தமிழ்மகனின் பெரும் வெற்றி.

பைபிளில் வரும் நோவா பற்றிய கதை எல்லோருக்கும் தெரிந்தது. கடவுள் நோவாவிடம் 'பெரும் ஜலப்பிரளயம் ஒன்று ஏற்பட்டு உலகம் அழியப்போகிறது. நீ ஒரு பெரிய கப்பல் செய்து உலகத்து அனைத்து ஜீவராசிகளில் ஒவ்வொரு ஆண் பெண் ஜோடி சேர்த்து கப்பலில் ஏற்றிப்போய் தப்பிவிடுவாயாக' என்று சொல்வார். வானம் பிளந்து 40 நாட்கள் பகலும் இரவும் மழை கொட்டியது. நோவா

கடவுளின் கட்டளைப்படி கப்பலை செலுத்தினார். நோவாவின் முயற்சியால் கப்பல் அனைத்து ஜீவராசிகளுடன் அரராத் மலையை அடைந்தது. புதுப்பூமியில் மீண்டும் உயிர் தழைக்க ஆரம்பித்தது.

அதேதான் ஆபரேஷன் நோவா நாவலிலும் நடக்கிறது. 70,000 வருடங்களுக்கு முன்னர் டோபா எரிமலை வெடித்து பூமிக்கு பெரும் சேதம் விளைவித்தது. அதே போல ஒரு பிரம்மாண்டமான இன்னொரு வெடிப்பு பூமியில் 10 வருடங்களில் ஏற்படப் போகிறது. பூமி இரண்டாகப் பிளந்து உருகி ஓடப்போவதாக விஞ்ஞானிகள் கணித்தார்கள். உலக மனித மேம்பாட்டுக் குழு ஒன்றுகூடி நோவா செய்ததுபோல இன்னொரு கோளில் சென்று குடியேறி பூமியின் உயிர்களை இயன்றமட்டும் காக்கவேண்டும் என திட்டம் தீட்டுகிறது. ஒவ்வொரு நாட்டிலிருந்து பல்வேறு துறை நிபுணர்களை அவர்கள் அறியாமலே புதுக்கோளுக்கு கடத்தி புதுப்பூமியை உருவாக்குவதுதான் திட்டம். பூமி அழிந்தாலும் புதுக் கிரகத்தில் மனிதன் தொடர்ந்து வாழுவான்.

இந்த திட்டம் செயலாக்கப்படுகிறது. தமிழ்நாட்டிலே இருந்து அகிலன் எனும் விவசாய நிபுணரும் கடத்தப்படுகிறார். புதுக் கிரகத்தில் மனிதருக்கு தேவையான உணவை உற்பத்தி செய்யும் குழுவில் அவருக்கு பொறுப்பு கொடுக்கப்படுகிறது. சகல செயல்பாடுகளும் ஒருவாறு வெற்றியை நோக்கி நகரும்போது ஒருவன் இந்தக் குழுவுக்கு எதிராக வேலை செய்கிறான். இறுதியில் என்ன நடந்தது. பூமி அழிந்ததா? புதுக்கிரகம் எதிர்பார்த்ததுபோல பலனைத் தந்ததா? பூமியிலிருந்து குடி பெயர்ந்தவர்களுக்கு என்ன ஆனது? இவற்றை வாசகர்களின் ஆர்வத்தை தூண்டியவாறு சொல்வதுதான் நாவல்.

இதில் காணப்பட்ட சில விஞ்ஞானத் தகவல்கள் சுவாரஸ்யமாக இருக்கின்றன. பல நாடுகளிலிருந்து துறைசார் வல்லுனர்கள் புதுக்கோளுக்கு கடத்தப்பட்டிருக்கிறார்கள். ஒருவர் பேசுவது மற்றவருக்கு அவரவர் மொழியில் மொழிபெயர்க்கப்பட்டு கேட்கும். ஜப்பானியர் பேசினாலும், பிரெஞ்சுக்காரர் பேசினாலும் அது தமிழருக்கு தமிழில்தான் கேட்கும். விண்கலங்களில் பயணம் செய்வோருக்கு உணவு என்பது கிடையாது. பசிக்கும்போது ஒரு பட்டனை அமுக்கி, ஒரு நாளுக்கு அல்லது இரண்டு மூன்று நாட்களுக்கு தேவையான உணவை நிரப்பிக்கொள்ளலாம். டெர்பி என்ற வேற்றுக் கிரக பறவை 400 ஒளி ஆண்டுகள் தூரத்திலிருக்கும் கெப்ளர் 78பி கோளிலிருந்து பறந்து வந்து புதுக்கிரக வாசிகளை அழிக்க முயல்கிறது. இவற்றில் ஆண் பெண் பேதமில்லை. ஒன்று இரண்டாகப் பிரிந்து இனப்பெருக்கம் செய்யும். இதன் உணவான நைட்ரஜன் புதுக்கிரகத்தில் தாராளமாகக் கிடைப்பதால் அந்தக்

கோளை கைப்பற்றவேண்டும் என்பது அவற்றின் நோக்கம். நைட்ரஜன் வயிற்றில் உண்டாக்கும் ஒருவித மின்னல்கள்தான் அவற்றின் உயிரின் ஆதாரம். டெர்பிகளை அழிப்பதற்கு புதுக்கிரக விஞ்ஞானிகள் பல வழிகளை ஆராய்கிறார்கள். ஒரு விஞ்ஞானி எளிதான வழியை கண்டுபிடிக்கிறார். அவற்றை பிடித்து தண்ணீரில் முக்கினால் வயிற்றில் ஓடும் மின்னல்களில் தண்ணீர் பட்டு அவை எரிந்து சாம்பலாகிவிடும். அப்பொழுது இன்னொரு விஞ்ஞானி கேட்பார் 'இந்த ஜீவன்கள் தண்ணீர் குடிப்பதில்லையா?' என்று. அவர் சொல்வார் 'குடிக்கும். ஆனால் பருகும்போது மின்னல்கள் சற்று நிற்கும். தண்ணீர் குடிக்கும்போது நாங்கள் சுவாசத்தை நிறுத்திக்கொள்கிறோமே. அது போல. அதனால் டெர்பிகளை தண்ணீரில் முக்கும்போது அவை எரிந்து போய்விடும்.' ஒரு விஞ்ஞானக் கதையை எழுதும்போது எத்தனை விசயங்களை அவை உண்மையுடன் ஒத்துப்போகின்றனவா என்பதை சிந்திக்கவேண்டும்.

விஞ்ஞானக் கதை ஒன்றில் நிசத்தன்மையை கொண்டுவருவது ஆசிரியருக்கு சவாலான விசயம். இப்படியும் நடக்குமா என்று வாசகர் மனதில் சந்தேகம் எழுந்த வண்ணமே இருக்கும். எத்தனை லாவகமாகவும் நிசத்தன்மையுடனும் ஆசிரியரின் வர்ணனை இருக்கிறது என்பதற்கு கீழே வரும் பத்தி சான்று. 'ரோபோ இருவரையும் கடந்து முன்னே நடந்தது. தலையை மட்டும் 180 டிகிரிக்குப் பின்பக்கமாகத் திருப்பி, 'என் பின்னால் வாருங்கள்' என்றபோது பின்னால் என்பதில் சிறு குழப்பம் ஏற்பட்டதை இருவரும் காட்டிக்கொள்ளாமல் பின் தொடர்ந்தனர். அது மேலே செல்கிறதா கீழே இறங்கிச் செல்கிறதா என்பதை மூளையின் மேல் கீழ் அடையாளங்களை வைத்துக் கண்டுபிடிக்க முடியவில்லை. மேலா, கீழா, இடமா, வலமா என்பதைச் சார்பு படுத்திப் பார்க்க முடியாத வழிகள். சில இடங்களில் நடக்க வேண்டியது கூட இல்லை. வழியே கடந்து சென்றது.'

படித்துக்கொண்டு போகும்போது சுவாரஸ்யமான தகவல்கள் நிறையக் கிடைக்கின்றன. ஈகியம் என்று ஒரு தமிழ் வார்த்தை இருக்கிறது. ஒன்று எழுதி அதன் பின்னால் 12 சைபர்கள் எழுதினால் வரும் எண்ணின் பெயர்தான் ஈகியம். புதுக்கோளில் உண்டாகிய குழந்தைக்கு மார்கஸ் அரேலியஸ் என்று பெயர் சூட்டப்படுகிறது. 2000 ஆண்டுகளுக்கு முன்னால் வாழ்ந்த ரோம் அரசனின் பெயர் அது. அதற்கு சொன்ன காரணம் மார்க்கஸ் அரசனின் புகழ்பெற்ற வாக்கியம்தான். 'மரம் பலனை எதிர்பாராமல் கனி தருவதுபோல ஒருவர் பலனை எதிர்பாராமல் உதவவேண்டும்.' இன்னோர் இடத்தில் பெரும் உண்மை ஒன்று போகிறபோக்கில் சொல்லப்படுகிறது. 'மனிதன் பரிணாம வளர்ச்சியில் உச்சத்தில்

இருக்கிறான். மனிதன் இல்லாமல் மற்ற உயிரினம் வாழும். ஆனால் அவை இல்லாமல் மனிதனால் வாழமுடியாது.'

புதுக் கிரகத்துக்கு கடத்தப்பட்ட பிரெஞ்சு விஞ்ஞானி ழீன் பல உண்மைகளை எடுத்துரைக்கிறார். '2,300 வருஷத்துக்கு முன் ரோமானியர்களின் செனட்டில் ஒரு விவாதம். 'டமெரிகாவின் மொள்குக்கும் பர்த்திக்கும் நாம் அடிமையாகிவிட்டோம்... நம்முடைய தங்கத்தை அவர்கள் காலடியில் கொண்டுபோய் கொட்டுகிறோம்... இது நல்லதுக்கு அல்ல' என்ற அந்த விவாதம் வரலாற்றில் பதிவாகியுள்ளது. தமிழ்நாட்டிலிருந்து ஏற்றுமதியான மிளகு, பருத்தி பற்றிய விவாதம்தான் அது. "எனக்கு தெரிந்து உலகிலேயே தமிழ்தான் முதலில் தோன்றியிருக்க வேண்டும். ஐரோப்பிய மொழிகள் எல்லாம் ஆயிரம் வருஷ சரித்திரத்தை தாண்டவில்லை. உலக அளவில் கிரேக்கம், சீனம் என்று 4,000 வருஷ சரித்திரம்தான் இருக்கிறது. தமிழில்தான் 10 ஆயிரம் 20 ஆயிரம் வருஷ ஆதிச்சநல்லூர் ஆவணங்கள் இருக்கின்றன.'

எளிய வசனங்களும், பேச்சு நடையும் அங்கங்கே ஒளிரும் நகைச்சுவையும் கனமான அறிவியல் விசயங்களையும் இலகுவில் புரியவைத்துவிடுகின்றன. முழு நாவலையும் சுருக்கி அதன் சாராம்சத்தை சொன்னதுபோல ஒரு வசனம் வரும். 'உலகம் செயல்படுவது விலகிச் சிந்தித்த சிலரால்தான்.' பல விஞ்ஞான உண்மைகள் ஆச்சரியத்தை தருவதுடன் ஆழ்ந்து சிந்திக்கவும் வைக்கின்றன. இந்த நாவல் சற்றும் எதிர்பாராத நேரத்தில் எதிர்பாராத விதத்தில் முடிந்தது. ரோபர்ட் கால்டுவெல் என்ற அயர்லாந்து நாட்டு தமிழ் அறிஞர் மனிதப் பண்பாடு முற்றிலும் ஒழிந்துவிட்டால் திருக்குறள் என்ற நூலை வைத்து அதை மீட்டுவிடலாம் என்று சொன்னதை நாவலாசிரியர் மேற்கோள் காட்டுகிறார். நாவல் முடிவுக்கு வரும்போது அதிலே கூறிய ஒரு திருக்குறளும் பொருத்தமாக அமைந்துவிடுகிறது.

கூத்தாட்டு அவைக்குழாத் தற்றே பெருஞ்செல்வம்

போக்கும் அது விளிந்தற்று.

நாடகம் பார்க்க வருகிறவர்கள் ஒன்று இரண்டாக வந்து சேருவார்கள். நாடகம் முடிந்து போகும்போது ஒரே கூட்டமாய் போய்விடுவார்கள். செல்வமும் அப்படித்தான்.

தமிழ்மகன் எழுதிய நாவலுக்கும் இந்தக் குறள் பொருந்தும். கதை மாந்தர்கள் ஒவ்வொருவராக கதையில் வந்து சேர்ந்தார்கள். எல்லை வரை ஒன்றாகப் பயணித்தார்கள். நாவல் முடிந்தபோது அனைவருமே ஒன்றாக மறைந்துவிட்டார்கள். கல்யாண வீட்டில் சொந்தக்காரர்கள் எல்லாம் சூழ்ந்து கொண்டாடிவிட்டு ஒரே

நாளில் அவர்கள் திரும்பிப் போனதும் வெறுமை ஒன்று சூழுமே, அப்படி நாவல் முடிந்தபோது இருந்தது. ஒரு நல்ல நாவலின் அடையாளம் அது.

தமிழ்மகனை நான் சந்தித்தது கிடையாது. அவ்வப்போது அவர் எழுதுவதை தொடராகப் படித்தேன். சிலவேளைகளில் கனடாவில் ஆனந்த விகடன் கிடைக்காது. 60 களில் யாழ்ப்பாணக் கிராமங்களில் ஓர் ஆனந்த விகடன் பத்து வீடுகளுக்கு சுற்றுப் போனதுபோல இங்கேயும் நடந்தது. இந்த நாவல் தொடராக வெளிவரத் தொடங்கிய பிறகு சுற்று இருபதாக உயர்ந்துவிட்டது. இப்போது முழுநாவலையும் ஒருமுறை முழுதாகப் படிக்கும் வாய்ப்பு கிடைத்தது. அறிவியல் தமிழ் நாவல் வரிசையில் இந்த நாவலுக்கொரு மதிப்பான இடம் உண்டு. தமிழ்மகன் இன்னும் பல படைப்புகளை தரவேண்டும்.

அ.முத்துலிங்கம்

ரொறொன்ரோ, 19 ஜூன் 2014

ஸ்டீபன் ஹாக்கின்ஸுக்கு நன்றி!

விஞ்ஞானக் கதைகள் இரண்டு விஷயங்களுக்காகப் போற்றப்படும்.

ஒன்று, எதிர்காலத்தைத் திறந்துபார்க்கிற மனிதனின் ஆதி ஆர்வத்துக்கு அது தீனி போடுகிறது; இரண்டாவது, அதில் நிறைய விஞ்ஞான விஷயங்கள் இடம்பெறுகின்றன.

ஒரு குடும்பக்கதையை செவ்வாய் கிரகத்துக்கு ஏற்றுமதி செய்வதோ, ஒரு க்ரைம் கதை 2086-ல் நிகழ்த்துவதோ நிச்சயம் விஞ்ஞானக் கதை ஆகாது. கதையில் அறிவியல் இருக்க வேண்டும். அது கதையாகவும் சொல்லப்பட வேண்டும். எழுது பவருக்கும் படிப்பவருக்கும் அந்த சயின்ஸ் பிடிபட வில்லை என்றால், இரண்டே வார்த்தையில் உதறி விடுவார்கள். (புரியவே இல்லை). ஆக, எழுத, படிக்கத் தெரிந்த இரண்டு பேரின் கூட்டு முயற்சி இது. கம்பியரிங் 'தமிழில்' சொல்ல வேண்டுமானால் இரண்டு தரப்புக்கும் கெமிஸ்ட்ரி ஒர்க் அவுட் ஆக வேண்டும்.

ஒரு சயின்ஸ் கதை முழுக்க முழுக்கக் கற்பனையில் உருவாகிவிட முடியாது. சரித்திரக் கதையைவிட அதிக ஆதாரங்கள் வேண்டும். எப்படி சோழ சாம்ராஜ்ஜிய கதைக்கு சரித்திர ஆதாரங்கள் தேவையோ அதைப் போல.

கதை அறிவியிலின் மீது பயணிக்க வேண்டும். ஆபரேஷன் நோவா அப்படி பயணித்தது. உலகம் அழியப் போவதற்கான சாத்தியம் என்ன, காலத்தைச் சாகடிக்கும் தியரி என்ன, புதிய கோள் எப்படி இருக்கும், அதில் ஜீவராஸி எப்படி இருக்கும் எல்லாமே சவாலான ஆராய்ச்சிதான்.

ஒரு அறிவியல் கதையை இன்று... இந்தத் தேதியில் நடப்பதாக முயற்சி செய்தேன். இதில் ஒபாமா, ரஜினி, பில்கேட்ஸ், முன்னாள் மத்திய அமைச்சர் நாராயணசாமி, (கதையில் அவர் 'முன்னாள்' இல்லை)

தேனாம்பேட்டை போலீஸ் ஸ்டேஷன், மீர்சாகிப் பேட்டை மார்க்கெட்... எல்லாமே வருகிறது. பில்கேட்ஸ் கிளைமாக்ஸில் முக்கியமான பங்கு வகிக்கிறார். அத்தனை நெருக்கமான நிகழ்கால விஞ்ஞானக் கதை.

சர்வதேச அரசியலை நையாண்டி செய்வதற்கு எனக்கு இந்தக் கதைக்களம் மிகவும் பயன்பட்டது.

இந்த நாவல் உருவாக்கத்தில் எனக்கு உதவிய பலருக்கும் நன்றி சொல்ல வேண்டியிருக்கிறது.

ஆனந்த விகடனை இளம் எழுத்தாளர்களின் ராஜபாட்டை ஆக்கிய பெருமை, என் பெருமைக்குரிய ஆசிரியர் கண்ணன் சாரையே சாரும். 'ஆபரேஷன் நோவா' மூலம் எனக்கும் அந்த ராஜபாட்டை வழிவிட்டது. அதுவும் விஞ்ஞானத் தொடர். படைப்பாளிகளை எழுதவைத்து சந்தோஷப்படும் பெரும் பக்குவம் வாய்த்தவர் அவர். எழுதுபவனுக்கு நம்பிக்கை அளிக்கும் அசாதாரண ஆசிரியர். அவருக்கு நன்றி.

32 வார சவால். தவறில்லாத விஞ்ஞானம் வேண்டும் என்று ஒரு தடவைக்கு நான்கு தடவை புத்தகங்களையும் இணையத்தையும் அணுக வேண்டியிருந்தது. சில நெருக்கடியான அவசரங்களில் இவை இரண்டையும்விட நம்பகமான ஒரு தகவல் களஞ்சியமாக எனக்கு உதவியவர் நண்பர் ஆர்.கோவர்தன். எத்தனைப் பணிச் சுமையிலும் இணையத்தைவிட வேகமாக எனக்குத் தகவல்கள் தந்தவர். அவருக்கு நன்றி.

தொடர் வெளிவந்த நேரத்தில் மிகுந்த ஊக்கம் தந்து பேசிய எழுத்தாளர்கள் அ.முத்துலிங்கம், எஸ்.ராமகிருஷ்ணன், ராஜு முருகன், மதுமிதா, பிர்தௌஸ் ராஜகுமாரன், மனுஷ்ய புத்திரன், புகழேந்தி தங்கராஜ்... சொல்லிக்கொண்டே போகலாம் அத்தனை நண்பர்களுக்கும் நன்றி.

மிகச் சிறப்பான முன்னுரை ஒன்றை எழுதியிருக்கும் என் மதிப்புகுரிய எழுத்தாளர் அ.முத்துலிங்கம் அவர்கள், தொடரைப் படித்துவிட்டு வாரம்தோறும் வியந்தார். வியத்தலும் இலமே என்று நூல் எழுதியவர் ஆயிற்றே?

வாரம்தோறும் தொடருக்கு வண்ணங்களால் உயிரூட்டிய ஓவியர்கள் ஷ்யாம், பாலா ஆகியோருக்கும் வடிவமைப்பில் அற்புதங்கள் நிகழ்த்திய அன்பு நண்பர் பாண்டியனுக்கும் நன்றி. உற்சாகம் தந்து ஆதரித்த ஆசிரியர் குழுவினர், வடிவமைப்பினர் அனைவருக்கும் விகடன் பிரசுர நண்பர்கள் அனைவருக்கும் நன்றி.

எழுத்தாளர்களைக் கொண்டாடாத சமுதாயம் மொழியையும்

இனத்தையும் வரலாற்றையும் தொலைத்துவிட்டு நிற்கும். விகடன் எழுத்துப் பறவைகளின் வலசை. எங்கள் நிர்வாக இயக்குநர் பா.சீனிவாசன் தொடர் வந்த நேரத்தில், வித்தியாசமான முயற்சி என்று பாராட்டியவர். அவருக்கு நன்றி.

உயிர்மை பதிப்பகம் சார்பில் நூலை வெளியிடும் கவிஞர் மனுஷ்ய புத்திரன் அவர்களுக்கும் உயிர்மை நிர்வாக ஆசிரியர் செல்வி அவர்களுக்கும் நன்றி... நன்றி.

ஸ்டீபன் ஹாக்கின்ஸுக்கு நன்றி. அவருக்கு எதற்கு? டிஸ்கவரி தமிழ் சேனல் மூலம் இந்தக் கதைக்கான கருவைச் சொன்னது அவர்தான்.

அன்புடன்,
தமிழ்மகன்
17.12.14
(முதல் பதிப்பின் முன்னுரை)

அஸிமோவ், பிராட்பரி, கார்ல் சேகன் எல்லோரையும் எனக்குப் புரியும்விதமாக அறிமுகம் செய்த எழுத்தாளர் சுஜாதாவுக்கு...

1

அகிலன் கண் விழித்தான்; மீண்டும் விழித்தான். இந்த முறை எங்கு இருக்கிறோம் என்பதற்காக. எல்லா நினைவுகளையும் துடைத்து எடுத்துவிட்ட மாதிரி பளிச்சென இருந்தது. எழுதப்படாத வெள்ளைக் காகிதம், பதியாத டி.வி.டி., க்ளீன் ஸ்லேட்.... அப்படி ஒரு சுத்தம். மூளைக்குள் ஏதோ இணைப்புக் கோளாறு. சிந்திக்க அவதிப்படுவது அப்பட்டமாகத் தெரிந்தது.

'சேஃப் மோடில்' வேலை செய்கிறதா மூளை?

இரும்பில் செய்த இன்குபேட்டருக்குள் அடைக்கப் பட்டு இருப்பதாகத் திடுக்கிட்டான். அதனுள் எதற்கு வந்தோம், ஏன் வந்தோம் என நினைவில்லை. நிலக்கடலைக்குள் பருப்பு போல முற்றிலுமாக மூடப் பட்டிருந்தான். எட்டி ஓர் உதைவிட்டால் திறக்குமா? காலை அசைக்க முடியவில்லை. எல்லா பக்கங்களும் எப்படி மூடினார்கள்? படுக்கப்போட்டு ஃபைபரில் மோல்டு செய்துவிட்டார்களா?

தலைக்குள் 'கிர்ர்' அடித்தது. எதை நினைக்கிறானோ அதுவே நினைவில் நிற்காமல் நழுவியது. ஜீரோ பெர்சென்ட் விருப்பத்தோடு அவனுடைய சுற்றுப் புறத்தை வெறித்தான்.

அவன் பப்பரப்பா என்று படுத்திருந்தான். அவனுடைய நீளம், உயரம், அகலம் என்று அவனுக்காகவே செய்யப்பட்ட மூடி. பக்கவாட்டில் நீல ஒளிர்வில் சில ஃபெதர் டச் ஸ்விட்ச்கள். ஏதோ ஒரு சர்வர் கம்ப்யூட்டருக்குள் தவறுதலாக வைத்துப் பூட்டிவிட்டார்களா? உட்புறத்தில் இருந்த உபகரணங்களை வர்ணிப்பது கஷ்டம். ஸ்கேனிங் மெஷினின் வயிற்றுக்குள் இருப்பதுபோல. தலைக்கு நேர் மேலே சில குமிழ்கள். அயர்ன் பாக்ஸில் சில்க், உல்லன் என்று அம்புக்குறி போட்டிருக்குமே அப்படி.

'இது என்ன இடம்? ஏன் இங்கு வந்தேன்? கடத்தி வந்தார்களா? கண்ணாமூச்சி ஆடுகிறார்களா?'

‘ஏய்..!’ என்று குரல் கொடுத்தான் குத்துமதிப்பாக. குரல் அந்தப் பெட்டியைக் கடந்து போயிருக்க முடியாது என அவனுக்கே தெரிந்தது. ‘என்ன இம்சை... ச்சே.’

ரீவைண்டு செய்து பார்த்தான். நேற்று வினோதினிக்குப் பிறந்த நாள். நல்ல பிள்ளையாக, ஞாபகமாக நள்ளிரவு 12 மணிக்கே ‘ஹேப்பி பர்த்டே செல்லம்...’ என செல்போனில் செய்தி அனுப்பினான். ஃபேஸ்புக்கில் ‘இந்நாள் ஒரு பொன்னாள்... வினோதமாக எனக்கு விடிந்த நாள்..’ என்று மொக்கையாக ‘சாட்’டியதற்குப் பதிலாக... ஒரு ஸ்மைல் ஸ்டிக்கர்.

‘தீம் பார்க் போகலாம்’ என்ற எளிமையான விண்ணப்பம் வைத்தாள். தீம் பார்க்கில், பெப்பர் பாப்கார்ன், கோக், ஃபிங்கர் சிப்ஸ், இட்டாலியன் டிலைட் ஐஸ்க்ரீம் என்று வயிற்றுக்குள் கதம்ப கலாட்டா. போதாததற்கு அங்கிருந்த பிரமாண்ட சக்கரங்களில் மனிதர்களை முரட்டுத்தனமாக உருட்டி இளமையைச் சோதித்தனர். மஞ்சள் சுடிதார், மஞ்சள் ஸ்டிக்கர் பொட்டு, மஞ்சள் ரிப்பன்... என மஞ்சமஞ்சேல் வினோ. ஜிவ் ஜிவ் என சுழன்றடித்த ரோலர் கோஸ்டரில் உற்சாகமாக அலறினாள். அடிவயிற்றைக் கவ்வும் ஊசலாட்டம். பயப்படுவதற்கான சகல வாய்ப்புகளும் இருக்கவே, அவளே அவனை இறுக்கிப் பிடித்துக்கொண்டாள். அவளுடைய தலைமுடி அகிலனின் முகத்தைப் போர்த்தியிருந்தது. இருவரின் உதடுகளும் மீச்சிறு இடைவெளியில் இருந்தன. இதைவிட ஒரு சந்தர்ப்பம் கிடைக்காது. அதைப் பயன்படுத்தினான். அவள் முகத்தில் சிறிய அதிர்ச்சி. அதை அவள் சீரியஸாக எடுத்துக்கொள்ளவில்லை. இனிமேல் அடிக்கடி அதிர்ச்சி கொடுக்கலாம்.

காலையில் அவளுடன் தீம் பார்க், மாலையில் நண்பர்களுடன் பார். எல்லாம் மெதுவாக ஊறி ஊறித்தான் நினைவு வந்தன.

இரவு கொஞ்சம் ஓவராகிவிட்டதோ? பாரிலா? ஃப்ரண்டோட அறையிலா? மட்டையானதும் இங்கே மூடிவைத்து விளையாடுகிறார்களா? கிர்ர்ருக்கு அதுதான் காரணமா?

பீர் அடித்த பிறகு வோட்கா வேண்டாம் என்றால், மோகன் கேட்கவில்லை. இப்போது தலைவலி பின்னுகிறது.

‘அந்த சேகரின் விளையாட்டுதான் இதெல்லாம். திறந்ததும் உதைக்கலாம்.’

அடித்துப்போட்டது மாதிரி இருந்தது. இருக்கும் கலோரியை வைத்து எங்கே இருக்கிறோம் என்பதைத் தீர்மானிக்க நினைத்தான். இது அவனுடைய வீடோ, அலுவலகமோ இல்லை. இதுவரை அவன் இருந்திடாத இடம். லாட்ஜ்? இருக்கவே முடியாது. மேன்ஷன்?

மிகக் குறுகிய அறை... சாஸ்திரத்துக்கு ஒரு லுங்கியோ, ஜட்டியோ இல்லை.

கண் விழித்த நேரத்தில் இருந்த சோர்வு இப்போது ஓரளவுக்கு ஆவியாகியிருந்தது.

விபத்து ஏதும் நடந்து மருத்துவமனையில் சேர்க்கப்பட்டோமா? கையையும் காலையும் உயர்த்திப் பார்த்தான். அவை எப்போதும்போல இருந்தாலும் உயர்த்துவதில் சிரமம் இருந்தது. அணிந்திருக்கும் ஆடை ஏன் ப்ளாஸ்டிக்கில் செய்ததுபோல உடம்போடு ஒட்டியிருக்கிறது? அவனுடைய உடம்பு அவனுடையது போல இல்லை. ஏதோ பிழை; வினோதம்; விபரீதம். இயல்பு தப்பி... தவறாக இருக்கிறோம் என நினைத்தான். ஏன் அப்படி நினைத்தோம் என்று மிரண்டான்.

கையையும் காலையும் உயர்த்திப் பார்த்தபோது, அளவுக்கு மீறிய நிதானம். மிதப்பதுபோல இருந்தது. இன்னுமா தெளியவில்லை? வெகுநாள் கழித்து எழுந்ததுபோல இருந்தது. 'தெரியாத பாரில் இனி சரக்கு அடிக்கக் கூடாது!' சாயங்காலம் வரை தாக்குப்பிடிக்காத சபதம்.

அந்தச் சிறிய மூடியை எத்தனை முறைதான் சுழன்று சுழன்று பார்ப்பது? கொஞ்சம் நிமிர்ந்து உட்காரலாம் என தலையை உயர்த்தினான். இடமிருந்தது. கையையும் காலையும் உதறினான். சிறிய விடுதலை. ஜன்னல்? அப்படி எதுவும் இல்லை. 'பரிசோதனை எலியாக்கிட்டானுங்களே பாவிங்க' இது சந்தோஷ் வேலையா? ஏரோனாடிக்ஸ் படிக்கிறான். காலேஜில் டம்மி ஃப்ளைட் செஞ்சு காட்டுற புராஜெக்ட். யெஸ் அவன்தான்.'

விடுதலைக்கான உத்தேசத்தோடு கதவைத் தேடினான். ம்ஹூம். 'எல்லாப் பக்கமும் மூடியிருக்கே... எந்தப் பக்கமா உள்ளே அடைச்சான்?'

படுத்திருந்த இடம், மெத்தை இல்லை. அது ஒரு ஃபைபர் பலகை. ஆனால், மனிதர் ஒருவர் படுத்து இருந்த இம்ப்ரெஷன் அதில் இருந்தது. அதனுள் அப்படியே பதிந்திருப்பது சுகமாக இருந்தது.

செல்போன் எங்கே? அங்குலம் அங்குலமாக நோட்டம்விட்டான். ஏதாவது கேமரா தென்படுகிறதா? இருக்கிற பட்டன்களில் ஒன்றை அழுத்தினால்? நீல நிறமாக ஒளிர்ந்த பட்டன்கள் கவனம் ஈர்த்தன. அழுத்தினான். 'காலை மணி 5:10' என்றது ஒரு திடீர் பெண் குரல். திடுக்கிட்டுத்தான் போனான். டிஜிட்டல் குரல். புரோகிராம் செய்யப்பட்டது. அதன் பிறகு ஓர் ஓசையும் இல்லை. தனியாக ஓர் இடத்தில் எத்தனை மணி நேரம் இருக்க முடியும் என்ற போட்டியில் பங்கெடுத்துள்ளோமா? இது ஏதாவது விளையாட்டா?

டி.வி., டேப்லெட், புத்தகம் அல்லது செஸ் போன்ற விளையாட்டு உபகரணங்கள் ஏதாவது..? எதுவும் இல்லை. படுத்திருக்கலாம்... அல்லது படுத்திருக்கலாம். படுக்கை மட்டும்தான் அங்கே இருந்தது. அப்புறம் அந்த பட்டன்கள். அகிலன் முதலில் அழுத்தின பட்டனையே மீண்டும் அழுத்தினான். '5:12' என்றது. இத்தனை நேரத்துக்கு அப்புறம் இரண்டு நிமிடங்கள்தானா? உடனே அடுத்த பட்டனை அழுத்தினான்.

'உணவா? நீரா?'

'உணவு' என்றான் அகிலன்.

'ஸ்ஸ்ஸ்...' என்ற சிறிய சத்தம். 'போதும்' என்றான் அவனை அறியாமல். வயிறு திம் என்று இருந்தது. 'ஒரு வாரத்துக்கானது' என்றது அந்தப் பெண் குரல். 'ஒரு வாரத்துக்கா? சந்தோஷ்.. விளையாடாதடா!'

மூன்றாவது பட்டனை அழுத்தினான். 'என்ன வேண்டும்?'

அகிலன், 'வெளியேற வேண்டும்' என்றான் அவசரமாக.

'காலை 6 மணிக்குப் பிறகு.'

எரிச்சலாக வெறித்துப் பார்த்தான். நம்முடைய நடவடிக்கைகளை ட்ரூமென் ஷோ செய்கிறார்களா என்று ஆத்திரமாக இருந்தது. எதிர் திரையை ஓங்கி உதைத்தான். மனதில் இருந்த ஆவேசத்தோடு உதைக்க முடியவில்லை. மெத்தென்று நிதானமாக கால் மோதியது. ரப்பர்!

கடைசியாக எங்கே இருந்தோம்? சரக்கடித்துவிட்டு சினிமாவுக்குப் போனோம். நானும் மோகனும். மோகன் எங்கே? அவனைப் பக்கத்து அறையில் அடைத்துவைத்திருப்பார்களோ? அல்லது மோகனின் சேட்டைதானா இதெல்லாம்? படம் பார்த்துக்கொண்டு இருக்கும்போதுதான் கடத்தியிருக்கின்றனர். அப்போது கொடுக்கப்பட்ட குளிர்பானம். யெஸ்.. அகிலனுக்கு இன்னும் கொஞ்சம் பனி விலகியது. இதற்குத்தானா அத்தனை வம்படியாக அந்தப் பாடாவதி படத்துக்கு அழைத்தான்? படுபாவி.

கொஞ்சம் படுத்தான். கண்ணை மூடிக்கொண்டு கொஞ்ச நேரம். திறந்து கொஞ்ச நேரம். நகத்தைக் கடிக்க... காது குடைய.. மீண்டும் முதல் பட்டன். 5:57. இன்னும் மூன்று நிமிடங்கள்தான். 180 வரை நிதானமாக எண்ணினால், கதவு திறந்துவிடும். ஒன்று.., இரண்டு.., மூன்று.., நான்கு.., ... 177.., 178.., 179... சுவரின் எந்த மூலையில் கதவு திறக்கப்போகிறது என கண்களால் துழாவினான்.

ஸ்ஸ்ஸ்ஸ்ஸ்ஸ்ஸ்ஸ்ஸ்ஸ் ஓசையுடன் திறந்தது. அகிலன் சுற்றும்முற்றும் பார்த்தான்.

வரிசையான படுக்கைகள். அது, விசாலமான ஓர் அரங்கு. உருக்கி வார்க்கப் பட்ட பிரமாண்ட எந்திரத்தின் உட்புறம்போல. முறையற்ற நீள அகலத்தில் ரயில் பெட்டி? அவனைப் போலவே பலரும் படுக்கையில் இருந்தபடி ஒருவரை ஒருவர் பார்த்துக்கொண்டிருந்தனர். எல்லோரும் ஒரே மாதிரியான நீல நிற உடை அணிந்திருந்தனர். அணிவிக்கப்பட்டிருந்தனர். அகிலனின் இடது பக்கத்தில் இருந்தது ஒரு பெண். ஐரோப்பி. வலது பக்கம் ஒரு சீனன். வேகமாக எல்லாப் படுக்கைகளையும் சர்ர்ரென ரேண்டம் ஸ்கேன் செய்தான். ஒவ்வொரு முகமும் ஒவ்வொரு நாடு. எல்லா முகங்களிலும் குழப்பம். ஒருவரை ஒருவரை விரோதமாகவும் ஐயத்தோடும் பார்த்தனர். சுவரின் மையத்தில் 'ஜி.எல். 581 ஜி' என்று அச்சிட்டு இருந்தது. டிரான்ஸ்ஃபார்மரையும் ராட்சஷ ஏ.டி.எம். மெஷினையும் இணைத்தது மாதிரி இரண்டு பக்கங்களும் விஞ்ஞானம். காதை அடைக்கும் அமைதி. ஆக்ஸிஜன் டிஃபிசியன்சி கன்ட்ரோலர், ஆக்ஸிஜன் கன்வெர்ட்டர் என வார்த்தைகள் ஒளிர்ந்தன. கண்ணாடிச் சதுரங்களின் வழியே வெட்டவெளி. பச்சையோ செமுமையோ போர்த்திய வெளி. அடையாளத்துக்கு ஒரு கட்டடம் இல்லை.

இது என்ன இடம்? இத்தனை பேரையும் யார் இங்கே அழைத்துவந்து இப்படி சீருடை அணிவித்தது? எதற்காக? ஏறத்தாழ அங்கிருந்த எல்லோருமே அதைத்தான் யோசித்தனர்.

எல்லோருடைய கேள்விக்கும் பதிலாக ஓர் அசரீரி ஒலித்தது.

'பூமியில் இருந்து வந்திருக்கும் விருந்தாளிகளுக்கு வணக்கம்!'

2

குரல், எந்தத் திக்கில் இருந்து வந்தது எனத் தெரியவில்லை. பூமியில் இருந்து வந்தவர்களுக்கு வணக்கமாம். சிந்தசைஸ்டு தெனாவட்டு. பிராய்லர் கோழியைக் கறிக்கடைக்கு அனுப்பும் அடாவடித்தனம்.

யாரோ ஒருவர் முதலில் ஆரம்பித்தார். "முட்டாளே... எதுக்காக விளையாடுகிறாய் என்று ஒழுங்கு மரியாதையாகச் சொல்லிவிட்டால், கோர்ட்டுக்குப் போகாமல் இங்கேயே முடித்துக்கொள்ளலாம். நான் யார் தெரியுமா?"

மொத்தம் 40 பேர். 40 கோபங்கள். ஏறத்தாழ எல்லோரும் 'இது என்ன இடம்?, கூட்டிவந்தது யார்?, வெளியே வாடா பல்லைப் பேத்துடுவேன்!' எனக் கலவையாகக் கத்தினர். சிலர், காரணம் தெரியாமல் அழுதனர். யாருக்கும் எதுவும் கேட்கவில்லை. வெட்டவெளியில் கையை வீசி நியாயம் கேட்டனர்.

"உங்களுடைய அத்தனை கேள்விகளும் பதிவுசெய்யப்பட்டன. ஒவ்வொரு பதிலாகச் சொல்லப்படும். அமைதியாகக் கேட்கவும்.

1. நீங்கள் இருப்பது பூமியில் இருந்து 20 ஒளியாண்டு தூரத்தில். ஜி எல் 581 ஜி. கான்ஸடலேஷன் லிப்ரா.

2. 'நான் யார் தெரியுமா?' என்று நிறையப் பேர் மிரட்டினீர்கள். அகிலன்... உங்கள் ட்விட்டர் பாஸ்வேர்டு சொல்லட்டுமா? பெண்கள் எல்லாம் காதை மூடிக்கொள்ளுங்கள்."

"ஐயோ வேண்டாம்" என்று அலறினான்.

"உங்கள் சரித்திரமே டேட்டாபேஸில் இருக்கிறது.

3. உங்களை, உலக மனித மேம்பாட்டுக் குழு இங்கே அனுப்பிவைத்திருக்கிறது.

4. இங்கிருந்து பூமிக்குத் திரும்புவது சாத்தியம் இல்லை.

-நீங்கள் அனைவரும் கேட்டது இவற்றைத்தான்" - குரல் தெளிவுபடுத்தியது.

ஒருவன், தன் இருக்கையிலிருந்து தாவிக் கீழே குதித்தான். சிவப்பான அவன் முகம் மேலும் சிவந்திருந்தது. சிற்றிலக்கிய பாங்கில் சொல்வதென்றால்... ஒருவித அறச் சீற்றம்.

"சொல்லுங்கள் ஹென்ரிச்?"

"விளையாட்டுக்காகத்தானே? இது வேறு கிரகம் இல்லைதானே?"

"விளையாடவில்லை. நிஜமாகவே வேறு கிரகம்."

எல்லோரும் ஒருவரை ஒருவர் பார்த்துக்கொண்டனர்.

"நீங்கள் இருப்பது ஒரு ஸ்பேஸ் ஷிப். இதனுள் கிராவிட்டி, ஆக்ஸிஜன், தட்பவெப்பம் போன்றவை ஏறத்தாழ பூமிபோலத்தான். இதனுள் நடக்கலாம்; ஆடலாம்; பாடலாம். ஆனால், ஜி எல் 581 ஜி-க்கு என்று சில சட்ட திட்டங்கள் இருக்கின்றன."

"சட்டத்தைப் பற்றி நீ பேசாதே" என்றான் அகிலன்.

"அகிலன், சட்டம் பிடிக்கவில்லை என்றால் விதி என்று வைத்துக்கொள். இந்த விதிகள் ஜி.எல் 581- ஐ பொறுத்தவரை உயிர்வாழ்வதற்கான அடிப்படை. இங்கே மொழி கிடையாது. அகிலன் நீங்கள் பேசுவது என்ன மொழி?"

"தமிழ்."

"ஹென்ரிச், நீங்கள்?"

"ஜெர்மன்."

"யார் எந்த மொழியில் பேசினாலும் கேட்பவர்களுக்கு அவர்கள் மொழியிலேயே புரியும். இது முதல் விதி."

'அதானே!' என்ற ஆச்சர்யம், எல்லோர் முகத்திலும்.

"விதி இரண்டு: சுவாசிக்க சிரமம் இருக்கும்போது ஆக்ஸிஜன் டெஃபிசியன்ஸி கன்ட்ரோலரைத் திருகி, மானிட்டரில் பூஜ்ஜியத்துக்கு அட்ஜஸ்ட் செய்ய வேண்டும்.

விதி மூன்று: உடைகளைக் கழற்றக் கூடாது. கதிர்வீச்சு, நோய் எதிர்ப்பு, மறு சுழற்சி ஆகியவற்றுக்கான பிரத்யேக உடை. லாங்வேஜ் கன்வெர்ட்டரும் உடையில்தான் பொருத்தப்பட்டுள்ளது. நான் பேசுவது உங்கள் உடைகள் வழியாக காது கன்டெக்ஷன் போன்ஸ் மூலம் கேட்கிறது."

" 'நான்' என்று சொன்னது யாரை?" - தத்துவவிசாரம் போன்ற கேள்வியை சாதாரணமாகக் கேட்டான் ஹென்ரிச்.

“நான் ஒரு புரோக்ராம். உங்களை எல்லாம் வழிநடத்துவதற்காக பூமியில் 10 ஆண்டுகளாக எழுதப்பட்ட ஆணை. உங்களுக்கு எழும் அத்தனைச் சந்தேகங்களும் முன்னரே யூகிக்கப்பட்டு விடைகள் எழுதப்பட்டுள்ளன.

விதி நான்கு: உணவு தேவையாயின் அவரவர் இருக்கையில் இருக்கும் பட்டன்களை அழுத்தி நிரப்பிக்கொள்ளலாம். நேற்று இரவு அகிலனும் அகியும் உணவு நிரப்பியுள்ளனர்.

ஐந்தாவது விதி: இனி இதுதான் நமது பூமி. பயிர் செய்வோம்... தொழில் செய்வோம். பூமியில் செய்த தவறுகளைத் திருத்திக்கொள்வோம். உதாரணமாக பணம், பிளாஸ்டிக், புகைமயம், பகைமயம்...

ஆறாவது இறுதி விதி: இது நம் கிரகத்தின் தாரக மந்திரம், ‘நடந்தால் நல்லது. நடக்காவிட்டால் மிகவும் நல்லது’. எங்கே... எல்லோரும் உரக்கச் சொல்லுங்கள் பார்ப்போம்.”

யாரும் சொல்லவில்லை. “பரவாயில்லை. நாளை சொன்னால் போதும்.”

“ஒவ்வொருவராக அறிமுகப்படுத்திக்கொள்வது முதல் நாள் பணி. படுத்திக்கொள்ளுங்கள்... அழுதுகொண்டிருப்பவர்கள் கடைசியாக அறிமுகமாகலாம். அவசரம் இல்லை.”

‘யார் ஆரம்பிப்பது?’ என்ற தயக்கம்.

“என் பெயர் என்.ஹென்ரிச். நான் ஒரு கட்டடப் பொறியாளன். ஜெர்மானியன்.”

அவனுக்கு அடுத்து இருந்தவளும் கட்டுப்பட்டவளாகச் சொன்னாள்.

“என் பெயர் அகி. ஜிம்னாஸ்டிக் வீராங்கனை. வரும் ஒலிம்பிக்கில் தேர்வாகியிருந்தேன். ஜப்பான்”

“ஜிம் கார்ட்டர். அமெரிக்கன். விண்வெளி விஞ்ஞானி. நாசாவில் பணிபுரிகிறேன்.”

“தேஷ்மி. ரேடியோ இன்ஜினீயர். சிங்களம்...”

அகிலன் ஏனோ அவளை திரும்பிப் பார்த்தான்.

“என் பெயர் லூசூன். சீனன். மருத்துவன்.”

“பெயர் அகிலன். விவசாயத்தில் ஆய்வுசெய்கிறேன். இயற்கை முறையில் விதைகளின் முளைப்புத் திறனை அதிகரிப்பதில், விவசாயக்கழகத்தில் தங்கம் வென்றேன். இந்தியன்.”

“என் பெயர் கேத்ரின். இங்கிலாந்து. ஜெனட்டிக் இன்ஜினீயரிங்.”

அகிலனைப் பார்த்து, "சூடோமோனாஸ் ஃப்ளோரஸன்ஸ் இல்லாமல் எப்படி விதை நேர்த்தி செய்வீர்கள்?"

"அதற்குத்தான் தங்கம் கொடுத்தார்கள்."

கேத்ரின் அவனுடைய வெடுக் பதிலுக்கு ஒரு புயல் மூச்சுவிட்டாள்.

மொத்தத்தில், 'நாட்டுக்கு ஒருவர்... துறைக்கு ஒருவர்' என்பது மட்டும் தெளிவானது. ஜியோகெமிஸ்ட், சாஃப்ட்வேர், வரலாறு, கவிஞன் என.

மீண்டும் குரல்.

"அரை மணி நேரம் கலந்துரையாடுங்கள்."

"அரசாங்க இன்ஜினீயர் உருவாக்கிய புரோக்ராம் என்பது தெளிவாகத் தெரிகிறது. இத்தனை திராபையாக எழுத அவர்களால்தான் முடியும்" - எவனோ புலம்பினான்.

அகி, ஏதோ இன்டர்வெல் விட்டதுமாதிரி இருக்கையில் இருந்து எழுந்தாள். ஆர்ட் எக்ஸிபிஷனுக்கு வந்தவள் போல நின்று நின்று அங்கிருந்த திரைகளை ஓர் அலட்சியப் பார்வை பார்த்தாள். சாதாரணமாகவே அவளுடைய பார்வை 10 டிகிரி மேல் நோக்கி இருந்தது. அழகாக இருப்பதாக நினைக்கும் சிலருக்கு தானாக வரும்போல. அவள் சுற்றிவந்த இடத்தில் ஒரு கண்ணாடி, திடீரென சொர்க்கவாசல் போல வழிவிட்டது. விண்கலத்தின் உள்ளே ஒரு கணினி ராஜாங்கமே நடப்பது தெரிந்தது. அகி, தைரியமாக அதனுள்ளே பிரவேசிக்க, மீண்டும் கண்ணாடித் திரைபோட்டது.

"பார்ரா..." என வியந்த அகிலனிடம், "அவளுடைய ஜோடியாக் சைன் ஜெமினி. அவங்களுக்குத்தான் இப்படி ஒரு துணிச்சல் வரும்" என்றான் ஹென்ரிச். அகிலன் கலந்துரையாட இடது பக்கம் திரும்பினான். சீனன், தேஷ்மியிடம் பேச ஆரம்பித்திருந்தான்.

வலது புறம் கேத்ரின், "எனக்கென்னவோ நம்பிக்கை இல்லை. வேற்று கிரக செட் போட்டு எதற்காகவோ ஏமாற்றுகிறார்கள். புதிதாக மருந்து கண்டுபிடித்து எலிகள் போல நம்மைப் பரிசோதிக்கிறார்கள்."

அகிலன், இதை எதிர்பார்க்கவில்லை. "கண்ணாடி வழியாகப் பாருங்கள். எத்தனை சுத்தம்? இது நம் கிரகம் இல்லை" என்று மட்டும் சொன்னான்.

"இது எல்லாமே செட்-அப். இங்கே எது கொடுத்தாலும் சாப்பிடாதீர்கள்."

"நான் எதையும் சாப்பிடவில்லை. உணவு என்றதும் மூன்று நாளைக்கானதை நிரப்பிவிட்டார்கள்."

“பரவாயில்லை. நாம் இங்கிருந்து தப்பிக்க வேண்டும். நம்மைக் கடத்தி வந்தவர்கள், ஏதோ மருந்து கம்பெனிக்காரர்கள். அவர்கள் கண்டுபிடித்த மருந்தைச் செலுத்தி சோதிக்கப்போகிறார்கள். நடந்தால் நல்லது. நடக்காவிட்டால் மிகவும் நல்லது. அவர்கள் சொல்லும் தாரக மந்திரத்தைக் கேட்டீர்கள் அல்லவா? மருந்து தோல்வி அடைந்து, செத்தால் நல்லது. இதோடு அந்த மருந்தை நிறுத்திவிடலாம். சாகாவிட்டால், மிகவும் நல்லது. அதுதான் விஷயம்.”

“நாம் ஒட்டுக்கேட்கப்படலாம்” என்றான்.

“கேட்காது. தப்பித்தாக வேண்டும். 40 பேரும் சேர்ந்து முயன்றால், தப்பிக்க முடியும்.”

“ஒருவேளை நாம் வேற்றுக்கிரகத்தில் இருந்தால்?”

கேத்ரின் தன் ப்ரௌன் நிற விழியால் அவனைச் சுட்டாள். “அப்படி இருந்தாலும் தப்பிப்போம். புரிகிறதா?” வினோவைவிட வயது குறைவுதான். கோபம் அதிகம்; அவசரம் அதிகம்; துறுதுறு அதிகம்; நிறம் அதிகம்; உயரம் அதிகம்; அகலம் அதிகம்; அதிகம அதிகம்.

“இந்தியர்கள் எதையும் கொஞ்சம் ஆறப்போட்டு யோசிப்போம். சகிப்புத்தன்மையும் அதிகம். ஆனால், முடிவு எடுத்துவிட்டால் தீவிரமாக இருப்போம்” என்றான்.

“அதைப் பற்றி எனக்குக் கவலை இல்லை.”

“நீங்கள் கவலைப்படுவதற்காக இதைச் சொல்லவில்லை.”

“சரி நீங்கள் ஆறப்போட்டு முடிவெடுங்கள். நீங்கள் என்ன சொல்கிறீர்கள்?” என்றாள், அவளுடைய வலது புறம் இருந்தவனை அணுகி. ஆறடி உயரமும் ஆரஞ்சு கலந்த சிவப்புமாக இருந்த அவன், கண்ணீர் மல்க, ‘ஜீஸஸ்... என்னைக் காப்பாற்று!’ என்று கதறினான்.

கேத்ரின் அவசரமாக அகிலன் பக்கம் திரும்பி, “இந்தியர்களே மேல்” என்றாள்.

“தப்பிப்போம். ஆனால், இந்த உடையில் இருக்கும்போது பேசக் கூடாது.”

“ஆமாம். எல்லாக் கருவிகளும் இதனுள் இருக்கின்றன. முதலில் உடையைக் கழற்ற வேண்டும்” - அகிலனுக்கு மிகவும் நெருங்கி, ரகசியமாகச் சொன்னாள். அகிலன் உடம்பில் ஒரு சந்தோஷ நரம்பு அதை எதிர்பார்த்தது.

அகிலன், சீனன் பக்கம் திரும்பினான். ஒருவழியாக இருவரும்

புத்தருக்கு வந்திருந்தார்கள். "உங்களுக்கு இது வேற்றுக்கிரகம் என்பதில் சந்தேகம் ஏற்படவில்லையா?" அகிலன் கேட்டான்.

"இது வேற்றுக்கிரகம்தான். அதில் என்ன சந்தேகம்?"

"உங்களுக்குப் பயமாக இல்லையா?"

"இல்லை. எங்கள் கன்ஃபூசியஸ் ஒரு தத்துவம் சொல்லியிருக்கிறார். 'பெண்ணே, உன்னை ரேப் பண்றவனை எதிர்த்துப் போராடு. முடியாது என்று தெரிந்துவிட்டால் என்ஜாய் பண்ணு' என்று. அதைத்தான் தேஷ்மியிடம் சொல்லிக்கொண்டிருந்தேன். இனிமேல் நம்மால் ஆவது ஒன்றும் இல்லை. அவர்கள் சொல்கிற மாதிரி வாழ்ந்து பார்க்க வேண்டியதுதான்."

"கேத்ரினுக்குப் பக்கத்தில் ஒரு ஆஸ்திரியாக்காரன் கதறிக்கொண்டிருக்கிறான். அவனைத் தேற்ற முடியுமா பார்."

"நான்கைந்து பேரைத் தவிர மற்றவர்கள் அழுதுகொண்டுதான் இருக்கிறார்கள். உனக்குப் பயம் இல்லையா அகிலன்?"

"இல்லை. எங்கள் ஊரில் கன்ஃபூசியஸ் மாதிரி நிறைய பேர் சொல்லிச் சென்றிருக்கிறார்கள்."

"ஒன்று சொல். இந்த நேரத்தில் தெம்பாக இருக்கும்."

பி.எஸ்சி-யில் படித்த மனப்பாடக் குறள் சட்டென நினைவுக்கு வந்தது.

"எங்கள் வள்ளுவர், 'காலம் கருதி இருப்பர் கலங்காது ஞாலம் கருது பவர்'னு சொல்லியிருக்கார். உலகத்தையே ஆளணும்னு நினைக்கிறவர், அதற்கான டயம் வர்ற வரைக்கும் பொறுமையா இருப்பார்னு அர்த்தம்."

"சூப்பர்... ஆனால், உலகத்திலேயே நாம் இல்லையே?"

"ஜி.எல். இருக்கிறதே? அதற்காக 'கலங்காது ஜி.எல். கருதுபவர்' என்றா எழுத முடியும்?"

"முடித்துவிட்டீர்களா?" என்றது குரல்.

கலைந்திருந்தவர்கள் நிமிர்ந்தார்கள். "ஒருமுறை ஸ்டீபன் ஹாகின்ஸ் எச்சரித்தார். பூமி, இயற்கை வளங்களை இழந்துவருகிறது. பெட்ரோல், நிலக்கரி, குடிநீர் எல்லாமே பற்றாக்குறை. இதையெல்லாம் நாம் புதிதாகச் செய்ய முடியாது. பாதி நாடுகளில் உணவுப் பஞ்சம். எல்லா நாடுகளிலும் அணுகுண்டும் நியூட்ரான் குண்டும் தாராளமாக இருக்கின்றன. உலகத்தை யார் முதலில் அழிப்பது என்று ஆவலாகக் காத்திருக்கிறார்கள். விஞ்ஞானிகள் விரைவில் வேறு ஒரு பிளானட் கண்டுபிடிப்பதுதான் மனித இனத்துக்குப் பாதுகாப்பு' என்றார்.

அந்த வேறுக்கிரகம்தான் ஜி.எல்... ஊழிக் காலத்தில் எல்லா ஜீவராசிகளையும் காப்பாற்ற, ஒரு ஜோடியைச் சேகரித்த நோவா செய்ததைத்தான் நாங்கள் செய்திருக்கிறோம். அதாவது, உலக அமைதி அமைப்பு. இதில் 142 நாடுகள் அங்கம்.

இன்னும் 10 ஆண்டுகளில் பூமி அழியும். சுமத்ரா பகுதியில் சூப்பர் வல்கனோ டோபா வெடிக்க இருக்கிறது. 70-ன் பக்கத்தில் 12 சைபர் போடுங்கள். அத்தனை டன் மேக்மாவை அது வெளியேற்றும். பூமியே உருகி ஓடும். 3,000 கனசதுர கிலோமீட்டர் சாம்பலைக் கக்கும். காற்றில் சல்ஃபர் பரவும். மனிதன் தப்பிப்பது அரிது. பூமியில் எந்த உயிரினமும் தப்பிப் பிழைப்பது கஷ்டம்."

"போதும் நிறுத்து உன் பொய்க் கதையை" என்று கத்தினாள் கேத்ரின்.

"பொய் அல்ல... அத்தனையும் உண்மை" - 40 பேரில் ஒருவர் தனக்கான குடுவையில் இருந்து கீழே இறங்கி எல்லோருக்கும் முன்பாக வந்து நின்றார். 60 வயதாக இருக்கலாம்.

"என் நாடு கனடா... ரெனால்ட் மைக்கேல். மொத்தம் 60 விண் கப்பல்கள் இந்தக் கிரகத்துக்கு வந்துள்ளன. ஒவ்வொன்றிலும் 40 பேர். நாம் எல்.ஒய். வேகத்தில் பயணம் செய்து இங்கே வந்து சேர்ந்தோம்."

"வாயை மூடு பெருசு. எரிமலையாம். உலகமே அழிஞ்சுடுமாம். என்ன... நீயும் அவங்க ஆளா?" என்றான் அகிலன் ஆத்திரமாக.

பிரம்பு போன்று இருந்தார் மைக்கேல். "நான் ஒரு விஞ்ஞானி. உங்களையெல்லாம் காப்பாற்றத்தான் இந்த நடவடிக்கை."

"எப்படி நம்புவது?"

"கார்ட்டரும் என்னுடன் நாசாவில் பணிபுரிந்தார். ஒரே வித்தியாசம், நான் நானாக விருப்பப்பட்டு வந்தேன். அவருக்கு இங்கு வந்த பிறகுதான் தெரியும்."

கார்ட்டர், "படுபாவி. என்னை ஏமாற்றிவிட்டாயே" என்று கத்தினான்.

"கூட்டுக் களவாணிகளா... ரெண்டு பேரும் சேர்ந்து டிராமாவா போடுறீங்க?" அகிலனுக்கு எதிரிகள் யாரென்று தெரிந்துவிட்ட ஆவேசம். மற்றவர்களும் அவர்கள் மீது பாய்வதற்குத் தயாரான நேரத்தில்...

ஸ்பேஸ் ஷிப்பின் கண்ணாடி வழியே அதைக் கண்டான் வசிலியேவ். கன்டெய்னர் லாரியில் அடிபட்ட காண்டாமிருகம் போல உருக்குலைந்திருந்தது அது. பச்சை நிறத்தில் அத்தனை

பிரமாண்டமான க்ரியேச்சர். அவனுடைய அலறல் எல்லோருடைய ஆவேசத்தையும் ஒரு கணத்தில் அச்சமாக மாற்ற... ஆயுத உதவியை எதிர்பார்த்தனர்

3

இவ்வளவு பச்சையாக ஒரு ஜந்துவா? ஆக்டோபஸ் போல உடம்பில் இருந்து அலைபாயும் நீட்சிகள். சின்னதும் பெருசுமாக தும்பிக்கைகள் போன்ற, சற்றே பிழிந்துவிட்ட காண்டாமிருகம் போல இருந்தது. கண், காது, மூக்கு போன்ற அவயங்கள்... தனியாக தலைபோன்ற பாகத்தில் இல்லாமல் இஷ்டப்பட்ட இடத்தில் இருந்தன. ஒருவிதமாக பல்டி அடித்து நகர்ந்தது. போரிஃபெரா வகையா, எலும்பு உள்ளவையா என்பதைச் சட்டெனத் தீர்மானிக்க முடியவில்லை.

அனைவரும் அச்சமும் ஆர்வமுமாக ஜன்னல்களில் முட்டிமோதிப் பார்க்க, "இப்படியே ஸ்பெக்ட்ரா இமேஜ்ல பார்க்கலாமே?" என்றது குரல்.

குரல் கேட்டுத் திரும்பிய அனைவரும் அலறினர்; பதறி ஓடினர். வெளியே இருந்த அந்த ஜந்து, நட்டநடுக் கூடத்தில் தன் துதிக்கைகளை வீசிக்கொண்டிருந்தது.

"இது பொய் பிம்பம்" என்றது குரல்.

பிரமாண்டமான பொய்!

நேரில் இருப்பதுபோல அத்தனை தத்ரூபம். இது ரிப்ளிகா என மனதைத் தேற்றிக்கொள்ள சில நிமிடங்கள் ஆனது. மியூட்டேஷன் கோளாறால் குறைப்பிரசவத்தில் பிறந்த குட்டி யானையா? துதிக்கைகளுக்குத்தான் கணக்கே இல்லை. இஷ்டப்பட்ட இடத்தில் எல்லாம் முளைத்திருந்தன. துதிக்கை முனைகளில் பார்க்க, கேட்க, கடிக்க, நுகர எனப் புலன்கள் இருக்கக்கூடும். சில முனைகளில் ஊசிகளும் சில முனைகளில் நகங்களும் போன்ற வினோதம்.

இந்தப் படத்தை 3Dயில் பார்க்க, இங்கே க்ளிக் செய்யவும்

அகி, பதறி ஓடிவந்து, "வெளிய ஒரு..." என்று

ஆரம்பித்தவள், "ஐயய்யோ உள்ளயே வந்துடுச்சா?" என்று துள்ளினாள்.

"வெளியே இருப்பதுதான் உள்ளே... உள்ளே இருப்பதுதான் வெளியே... எல்லாம் மாயை!" என்றாள் ஆலிஸ்.

"கவிதாயினியை எல்லாம் எதற்குக் கூட்டிவந்தார்கள் என்று தெரியவில்லை. அகி, இது வெளியே இருப்பதன் பிம்பம். பயப்படாதே" என்றான் லூசூன்.

"இது என்னது?" என்றாள்.

"இனிமேதான் பெயர் வெக்கணும்!"

"நான் வெக்கட்டுமா?" - ஆசை யாகக் கேட்டாள் ஆலிஸ்.

"பெயர் வெக்கறவங்களைத் தான் மொதல்ல சாப்பிடும் பரவால்லயா? குடிக்குமா, உறிஞ்சுமா, பொரியல் பண்ணிச் சாப்பிடுமானு ஒண்ணும் தெரியலை..!"

"யாரும் பயப்பட வேண்டாம். இது ஸ்டார்ச் தயாரிக்கிற விலங்கு. இதன் ஆகாரம் எல்லாம் கொஞ்சம் ஜி.எல். வெளிச்சம். கொஞ்சம் கார்பன் டை ஆக்ஸைடு. நமக்கு ஆக்ஸிஜனும் தரும். இவற்றின் உற்பத்தியைப் பெருக்கினால், நாம் ஆக்ஸிஜன் சிலிண்டர் சுமக்க வேண்டிய அவசியம்கூட இருக்காது. நேச்சர் ஃப்ரெண்ட்லி!"

"அட! வெளிய போய் பார்க்கலாமா?" என்றாள் அகி.

"வெளியே செல்வதற்குப் பயிற்சிகள் இருக்கின்றன!"

"பயிற்சி?"

"நாம் வந்திருக்கும் 581 ஜி, பூமியைவிட சுமார் ஒண்ணே கால் மடங்கு பெருசு. ஈர்ப்புவிசை கொஞ்சம் அதிகம். வெளிய போனீங்கனா கொஞ்சம் வெயிட் போட்ட மாதிரி இருப்பீங்க. கொஞ்சம் பழகணும். வெளியே ஆக்ஸிஜன் 12 பெர்சென்ட்தான் இருக்கு. மூச்சுத் திணறுவீங்க. அல்ட்ரா வயலட் கதிர்களை வளிமண்டலத்துக்கு முன்னாடியே ஃபில்டர் பண்ற வேலைகள் நடந்துட்டு இருக்கு. அதனால..." என்றபடி, உருண்டு திரண்டு நட்ட நடுவே புரண்டுகொண்டிருந்த பச்சைய விலங்கை அணைத்துவிட்டு...

"அதனால... நீங்க எல்லாரும் கொஞ்ச நாள் ஸ்பேஸ் சூட் அணியணும்..."

இந்தப் படத்தை 3Dயில் பார்க்க, இங்கே க்ளிக் செய்யவும்

"நீல் ஆம்ஸ்ட்ராங், சுனிதா வில்லியம்ஸ்..?" என்றாள் அகி. 40 பேரில் பயம் வடிகட்டப்பட்டவள்.

"அதே. ஆனால், இந்த ஸ்பேஸ் சூட் நீங்களாக அணியக் கூடாது;

அணிவிக்கப்படும்.”

“தெரியுமே... அதுதானே இங்கே வழக்கம்”

-போட்டிருந்த உடையைக் காட்டினான் அகிலன்.

சிலர் பயம், சோகம், ஏமாற்றம், ஏக்கம் போன்ற சகல எதிர் எண்ணங்களும் ஒன்றாகக் குவிக்கப்பட்டு, மந்தமாக இருந்தனர்.

“பயிற்சி அறைக்குப் போகலாம்” என்றது குரல், கடமை உணர்ச்சியுடன்.

“குரலே... உன் பெயர் என்ன?” என்றாள் ஆலிஸ்.

“இன்னைக்கு யாருக்காவது பெயர் வெக்கிறதா பிரார்த்தனையா?” - கேத்ரின் கிண்டலாகக் கேட்டாள்.

“எனக்கு எண்தான். ஹெக்சா டெசிமல் 111762FA89 ஈகியம் பிட் பிராசஸர்!”

“உவ்வே... அதெல்லாம் வேண்டாம். உனக்கு நான் வைக்கிறேன் சூப்பர் பெயர்... வண்டு. எப்படியிருக்கு?”

“ஆலிஸின் விண்ணப்பத்தை ஏற்றுக்கொண்டோம்.”

“வண்டு... நாங்க என்ன பண்ணணும்?”

“பயிற்சி அறைக்குப் போகலாம். டாக்டர் மைக்கேல், டாக்டர் கார்ட்டர்... நீங்கள் இவர்களை வழிநடத்தலாம்.”

“இவனுங்களா?” என்றான் அகிலன்.

“அப்படியெல்லாம் சொல்லக் கூடாது. இங்கு வந்திருக்கும் 60 கேபின்களில் ஒவ்வொன்றிலும் இவர்களைப் போல இரண்டு விஞ்ஞானிகள் உள்ளனர். இஸ்ரோவில் இருந்துகூட இரண்டு பேரை அழைத்து வந்திருக்கிறோம்.”

இஸ்ரோவுக்கெல்லாம் மயங்காமல், “அழைத்து வரவில்லை; இழுத்து வந்திருக்கிறீர்கள்” என்றான்.

“மனோகரா வசனமா?” என்றது வண்டு.

“அட... அந்த அளவுக்குத் தெரியுமா? வசனம் எல்லாம் இல்லை. ஏதோ ஃப்ளோவில் வந்துடுச்சு.”

கார்ட்டரும் மைக்கேலும் அகிலனின் கோபத்தைப் புறக்கணித்து, இருபுறமும் நீண்டிருந்த எலெக்ட்ரானிக் வஸ்துகளைக் கடந்து ஓர் இடத்தில் நின்றனர்.

கார்ட்டர், “ஆர்.எஸ்.என். 24 க்யூபிக்” என்றார்.

மந்திரம் போட்டது மாதிரி, அந்த இடத்தில் மேலிருந்து 40 பேருக்குமான பிரமாண்ட ஜாடி போல ஒரு மூடி, எல்லோரையும்

கவ்விக்கொள்ள, இதுவரை இல்லாத திடீர் தடுமாற்றம் எல்லோருக்கும். 'கொஞ்சம் வெயிட் போட்டது மாதிரி இருக்கும்' என்று வண்டு சொன்னது நினைவுக்கு வந்தது.

"வித்தியாசம் புரிகிறதா? இதுதான் 581 ஜி-யின் ஈர்ப்புவிசை. ஓரங்களில், கண்ணாடியில் குழிவாக இருக்கும் இடங்களில் போய் நில்லுங்கள். உங்களுக்கு சூட் அணிவிக்கப்படும்."

பலரும் போய் ஆளுக்கு ஒன்றில் பதுங்க, "உங்க எட்டு பேருக்கு என்ன ஆச்சு?" என்றார் மைக்கேல்.

ஒரு சட்டம் போட்டால் அதை உடனே மீற வேண்டும் என்ற தாகம், அகிலனுக்கு சின்ன வயதில் இருந்தே உண்டு. ஒரு வயசுப் பிராயத்தில் ஜட்டி போட்டதும் அதைக் கழற்றிவிட்டு சுதந்திரமாகச் சுற்றுவதில் ஆரம்பித்த மீறல். ரஃப் நோட் இல்லாமல் ஸ்கூலுக்கு வருவது, ஹெல்மெட் போடாமல் பைக் ஓட்டுவது, 10 மணிக்கு மேல் ஆபீஸ் போவது எனச் சின்னதாக மீறினால்தான் தூக்கம் வரும். 'இந்தக் கிழவன் என்ன சொல்வது?' என்ற இயல்பான சுபாவமும், ஏமாற்றி அழைத்துவந்துவிட்ட அவமானமும் அவனை எதிர் அணிக்குத் தலைமை தாங்கவைத்தது. எட்டு பேரும் ஆழ்ந்த மௌனமும் கோபமுமாக நின்றனர்.

யாராவது ஆரம்பித்துவைக்கட்டும் என்று எல்லோரும் காத்து நிற்க, "எங்களை எல்லாம் என்ன பண்றதா உத்தேசம்?" எனப் பொங்கிய கேத்ரின் முகத்தில் கோபம் கொப்பளித்தது.

அகிலன், "இவனுங்க ரெண்டு பேரையும் போட்டுத்தள்ளினா, எல்லாம் சரியாகிடும்" என்று அவர்களை நோக்கி முன்னேற, குழிவுகளில் போய் நின்றிருந்த மீதி 30 பேரும் மனசு மாறி, அகிலனின் பின்னால் திரண்டனர். கூடுதலாகச் செயல்பட்டுத்தான் நகரவேண்டியிருந்தது. ஒவ்வொருவரும் தோராயமாக ஒன்றே கால் பங்கு கனத்து இதிருந்தனர். சிறிய புரட்சிக்கான சூழல். கார்ட்டரும் மைக்கேலும் பூமியிலேயே செத்திருக்கலாம் என்ற முடிவுக்கே வந்துவிட்டனர்.

அப்போது சற்றும் எதிர்பாராதவிதமாக டாக்டர்களுக்கும் அகிலனுக்கும் இடையில் சின்ன சுறுசுறு... ஏதோ மின்னோட்டம் பாய்ந்தது மாதிரி இருந்தது. அந்தக் கணத்தில் அங்கே ஒரு திரட்சியான பெண் தோன்றினாள். ரத்தமும் சதையுமாக என்றால், வழக்கமாக இருக்கும். ரத்தம், சதை, எலும்பு எல்லாவற்றையும் சேர்த்துக்கொள்ளலாம். உடம்போடு ஒட்டிய கறுப்பு டைட்ஸ், விரிந்த கூந்தல். பிரம்மாண்ட வைர மோதிரம் போல இருந்தது அவள் தலையில் வைத்திருந்த கிரீடம். டாக்டர்கள் உள்பட எல்லோரும் பதறித்தான் போனார்கள். ஹாலோகிராம் பிம்பமா? நிஜமா? 25-

க்கும் 26-க்கும் இடையில் வயது. "மற்ற 59 கலங்களிலும் பயிற்சி நடைபெறுகிறது. இங்கு மட்டும்தான் இப்படிப் பிரச்னை." - அந்தப் பெண், சற்றே விலகி தனக்கு இடது புறத்தில் நோக்க, அங்கே மற்ற 59 கலங்களில் என்ன நடக்கிறது என்று 59 திரைகளில் தெரிந்தன.

மற்ற கலங்களில் எப்போதோ ஸ்பேஸ் சூட்டுக்கு மாறியிருந்தனர். அடுத்த கட்டமாக இன்ஃப்ரா ரெட் இமேஜிங்... தெர்மல் எலெக்ட்ரோ கன்டக்டிவிட்டி... பயோ பிசிக்ஸ்... இன்டகரேட்டட் நானோ... ஜீனோம் என பல்வேறு ஆய்வுகளில் சிரத்தையாக இருந்தனர்.

அனைவரும் ஸ்தம்பித்து நிற்க, "நான் அம்மா. இந்தக் கிரகத்தின் தலைவி"- கனிவான புன்னகையோடு சொன்னாள். 581 ஜி-யின் மிகச் சிறிய அம்மா. பேச்சை, அத்தனை சுலபத்தில் மீற முடியாது போன்ற மெஸ்மரிஸ மேனரிஸம்.

"சுருக்கமாகச் சொல்லிவிடுகிறேன். இது பூமியில் இருந்து 20 ஒளி ஆண்டு தூரத்தில் இருக்கும் ஜி.எல். என்ற நட்சத்திரத்தைச் சுற்றிவரும் ஒரு கோள். இதன் பெயர் ஜி.எல். 581 ஜி. இங்கே ஒரு நாள் என்பது 30 மணி நேரம். 15 மணி நேரம் இரவு. மீதி நேரம் பகல். நமக்கு இரண்டு நிலவுகள் உள்ளன. இங்கே உயிரினம் வாழ்வதற்கான சூழல் ஓரளவுக்கு இருக்கிறது. மதம் இல்லை, பணம் இல்லை, நாடு இல்லை, ஊழல் இல்லை, எல்லை இல்லை, மொழி இல்லை, நோய் இல்லை, லோன் கட்ட வேண்டியது இல்லை... யாரும் பயப்பட வேண்டாம். அஞ்சி அஞ்சி வாழ்ந்த வாழ்க்கை முடிந்துவிட்டது.

பூமியை மறந்துவிடுங்கள். அது செத்துப்போய்விட்டது. அங்கு 'டோபா' என்ற சூப்பர் வல்கனோ இன்னும் சில லட்சம் வருடங்கள் கழித்து வெடிக்கும் என்று எதிர்பார்க்கப்பட்டது. டெக்டானிக் பிளேட் கால்குலேஷனில் இயற்கை செய்த பிழை. சீக்கிரமே நாள் குறித்துவிட்டது. அதனால் இங்கே தப்பி வந்திருக்கிறோம். எல்லோருக்கும் இந்த உண்மையை விளக்கிச் சொல்லி அழைத்துவருவதற்கு அவகாசம் இல்லை. மற்றபடி 'நடந்தால் நல்லது, நடக்காவிட்டா மிகவும் நல்லது' எங்கே சொல்லுங்கள்"

40 பேரும் மந்திரத்துக்குக் கட்டுப்பட்டது போலச் சொன்னார்கள்.

உதடுகளைத் தொட்டுப் பறக்கவிட்டாள். சுமார் 12 வோல்ட் மின்சாரத்தோடு அபின் கலந்த மாதிரி இருந்தது முத்தம். ஸ்விக் என புள்ளியாகி மறைந்துபோனாள் அம்மா!

38 பேரும் மறு பேச்சு இல்லாமல் குழிவுகளில் அடங்க, அனைவருக்கும் ஸ்பேஸ் உடைகள் பூட்டப்பட்டன. அகி, ஆலிஸ் உள்பட எல்லோர் கண்களிலும் அச்சம். அவசரப்பட்டு நகர்வதற்கு

ஆசைப்பட்ட சிலர் மிதக்க ஆரம்பித்தனர்.

இந்தக் கிரகத்தில் கடவுள், நியாயம், கலாசாரம் போன்ற மனித ஆதாரங்களுக்கு இடம் இல்லை எனத் தெரிந்தது. ஒரு பெண்ணின் விசும்பல் கேட்டது. அவள் யாரென்று பார்த்து உதவுவதற்கு, மற்றவருக்குத் தெம்பு இல்லை.

"வசமா சிக்கிட்டோம்" - அனிச்சையாக முனகினான் ஹென்ரிச்

4

“இங்கு கடவுள் எல்லாம் உண்டா, இல்லையா?” - நேராக விஷயத்துக்கு வந்தான் வஸிலியேவ். “எங்கள் நாட்டில் ஏற்கெனவே 60 ஆண்டுகள் கடவுளுக்கு லீவு கொடுத்துப் பழக்கப்பட்டிருக்கிறோம். அப்படி ஏதாவது இருந்தால், முன்னாடியே சொல்லிவிடலாம்.”

“கடவுள் என்ற பெயரில் யாரையும் அழைத்து வரவில்லை. 2,400 பேரில் அப்படி யாரும் இல்லை. நாளை ஒரு ஸ்பேஸ் ஷிப்பில் 100 கேபின்கள் வருகின்றன. அதில் அப்படி யாராவது இருந்தால் சொல்கிறேன்” என்றது வண்டு.

“ரொம்பத்தான் ஆடுறீங்க... உங்களுக்கெல்லாம் ஒருநாள் இருக்குடி. கடவுள்னா ஏதோ டவுண்லோடு செஞ்ச பைரசி படம் மாதிரி கலாய்க்கிறியா... நிஜமா கடவுள் யார்னு தெரியாதா?” - அகிலன் கேட்டான்.

“நீங்கள் கேட்பது அம்மாவையா? இங்கு உச்சம் அம்மாதான். ஜி.எல்., கிரீனி, கேலக்ஸி, எல்.ஒய்., எல்லாமே அவருக்கு அடக்கம்” - வண்டு வாசித்தது.

“இதுதான் நீங்கள் பூமியில் இருந்து மக்களைக் காப்பாற்ற வந்த லட்சணமா? யார் அம்மா? அவர் எங்கிருந்து முளைத்தார்?” - கேத்ரின் ஆரம்பத்தில் இருந்தே கோபமாகத்தான் இருந்தாள்.

“அம்மா என்பவர் வழிகாட்டுபவர். 30 மணி நேரமும் நம்மைப் பற்றியே சிந்திப்பவர். ‘முளைத்தார்’ என்றெல்லாம் சொல்லக் கூடாது!”

ஆச்சுபி ஆள்தான் கொஞ்சம் முரட்டுத் தோற்றமே தவிர, புதிதாகப் பள்ளியில் விடப்பட்ட குழந்தை மாதிரி அடக்க மாட்டாமல் அழுதபடி இருந்தான். சரக்கு அடித்துவிட்டு கிரகம்விட்டுக் கிரகம் தாவ வேண்டும்போல இருந்தது அவனுக்கு. முக்கியமாக... பூமிக்கு.

இந்தப் படத்தை *3D*யில் பார்க்க, இங்கே க்ளிக் செய்யவும்

வண்டு உஷார். யாரும் வேறு சிந்தனைக்கு மாறினால் இழுத்துவந்து பழையபடி நிறுத்தியது.

“எதிர்பார்த்ததைவிட சிறப்பாக முடிந்தது பயிற்சி. இந்தக் கிரகத்தில் எங்கும் உங்களை நம்பி அனுப்பலாம். நடப்பதில் தொடங்கி பெர்முட்டேஷன் புரோபாபிலிட்டி அனாலிசிஸ் வரை ஒரே நடையில் புரிந்துகொண்டீர்கள். ஆன்டி கிரா விட்டி புரொப்பல்லர் கையாள்வதில்தான் சிலருக்குக் கொஞ்சம் சிக்கல். தடுமாறுகிறீர்கள்; மிதக்க ஆரம்பித்துவிடுகிறீர்கள். நாளைக்கும் பயிற்சி வேண்டும் என்பவர்கள் கையைத் தூக்குங்கள்” என்றது வண்டு.

“மொக்கை” என்றாள் கேத்ரின்.

அகிலன் பேச வாய்ப்பு கிடைத்த மகிழ்ச்சியில், “ஃபிரெஞ்சு மொழியில் மொக்கைக்கு என்ன?” என்றான் மொக்கையாக.

“மொ... க்... கை...”

அவள் உதட்டுக் குவிப்புகள் வேறு ஏதோ சொல்ல, கேட்பது மட்டும் தமிழில் அப்படிக் கேட்டது.

“எழுதிக் காட்டு.”

அவள் விகல்பம் இல்லாமல் அவன் தொடையின் மீது எழுதினாள். அவள் புள்ளிவைத்த தருணங்களில் தவறுக்குத் தூண்டும் அக்குபிரஷர் புள்ளிகள் உயிர்த்தன.

“நான் தமிழில் எழுதிக் காட்டவா?” என்றான்.

அவள் ஆர்வம் இல்லாமல், “பிளிச்” என்றாள்.

டாக்டர் மைக்கேல், “இன்னும் 100 கேபின்களா? அதில் என் ரோஸி வருவாளா?” என்றார் ஆர்வம் பொங்க.

மெல்லிய டேட்டா ஸ்கேனர் ஆய்வுக்குப் பின், “அந்த 4,000 பேரில் கடவுளும் ரோஸியும் இல்லை” என உறுதிப்படுத்தியது.

“நன்றாகப் பார். ரோஸி... வயது 28” சில விநாடிகள் கிரிக்... கிரிக்... என்ற சப்தம். “அப்படி யாரும் ஜி.எல்.581 ஜி-யில் இல்லை. நிகழ், எதிர் இரண்டிலும் தேடிப் பார்த்துவிட்டேன். பூமியில் மொத்தம் 14 லட்சத்து 58 ஆயிரத்து 245 ரோஸிகள் இருக்கின்றனர். வேறு ஏதாவது தகவல் வேண்டுமா?”

“இல்லை. என் ரோஸி இங்குதான் இருக்கிறாள். அதற்காகத்தான் 20 எல்.ஒய். கடந்து வந்தேன். என் மகள் பூமியிலும் இல்லை. இங்கும் இல்லை. பாவிகளா... அவளை என்ன செய்தீர்கள்?”

வெட்டவெளியை நோக்கி ஆவேசமாகக் கேட்டார்.

அகிலன் அவரருகே சென்று, "எதற்கு இப்படித் துள்றே? ரோஸி என்ன உன் லவ்ஸ்ஸா? நாங்க எல்லாருமே எங்கள் உறவுகளை விட்டுட்டுத்தான் வந்திருக்கிறோம். இங்கே நீ மட்டும்தான் பாசக்காரன் கிடையாது!" என்றான்.

மைக்கேல், தன் ஒல்லி விரல்களால் அகிலனைப் பிடித்துத் தள்ள முயன்றார்.

மைக்கேலின் நாசா நண்பர் கார்ட்டர் என்ன நினைத்தாரோ, அகிலனிடம், "இந்தக் கிரகத்தைத் தேர்வுசெய்து இங்கு வாழ்வதற்கான சகல திட்டங்களையும் வகுத்தது மைக்கேலும் அவளுடைய மகள் ரோஸியும்தான். திடீரென்று ரோஸியை ஒருநாள் நயவஞ்சகமாக அப்புறப்படுத்தி விட்டார்கள். பூமியில் தேடும்போது 'இங்கு இருக்கிறாள்' என்றனர். இப்போது 'இல்லை' என்கிறார்கள். எங்களை வைத்து நடந்த முயற்சியில், எங்களையே கழற்றிவிட்டுவிட்டார்கள். இதெல்லாம் உங்களுக்கு இப்போது புரியாது!"

அகிலன், "என்னடா நினைக்கிறீங்க ரெண்டு பேரும்? நீங்கதான் எல்லாத்துக்கும் மையமா? நாங்க யாருமே முக்கியம் இல்லையா? உங்க ரெண்டு பேரையும் சும்மா விட மாட்டேன். கார்ட்டர், இனிமே நீ ஏதாவது ஏடாகூடமாப் பேசினா மைக்கேலை எடுத்து அடிச்சுடுவேன்" என்றான். (மைக்கேல் பிரம்பு மாதிரி இருந்ததனால் கிண்டல்.)

எல்லோரும் ஆர்ப்பாட்டமாகச் சிரித்தனர்.

"உங்களுக்குச் சிறிய விளக்கம் தர வேண்டும். இங்கு வந்திருக்கும் அனைவரும் சொந்த விருப்பம் இல்லாமல் வந்தீர்கள். நான் மட்டும்தான் ஒரு காரியமாக வந்திருக்கிறேன். பூமியில் இருந்திருந்தால் வால்கனோ வெடிப்பதற்குள் நானாகவே இறந்திருப்பேன். அதற்கு முன்னால் எனக்கு இங்கே ஒரு வேலை இருக்கிறது. என் மகளைக் காப்பாற்றியாக வேண்டும். அவள் உதவியால் உங்கள் எல்லோரையும் காப்பாற்ற முடியும். அதைத் தவிர வேறு ஒரு நோக்கமும் இல்லை. புரிந்துகொள்ளுங்கள்."

கிழவன் சொல்வதை நம்பத்தான் வேண்டியிருந்தது. நாசாவில் இருந்து திட்டம் தீட்டிய ஹார்ட்கோர் கிழவன், ஜி.எல்-லில்தான் வந்து சாவேன் என்று பிடிவாதம் பிடிப்பதற்கு ஏதோ ரகசிய முடிச்சு இருக்கிறது. எதற்காகவோ கிழவனைக் கழற்றிவிட்டிருக்கிறார்கள். அவர் மகள் ரோஸி யார்? அவள் பின்னணியில் ஏதோ வில்லங்கம் இருப்பதைப் பொறுமையாகக் கேட்டால்தான் புரியும்.

"அகிலனைத் தவிர மற்ற அனைவரும் நான் சொல்வதை ஏற்றுக்கொள்வீர்கள் என்று நினைக்கிறேன்."

எல்லோரும் அகிலனைப் பார்த்தனர். மன்னிப்புக் கேட்கலாமா, கோபப்படலாமா என அவன் முடிவு செய்வதற்குள், மைக்கேல் பேச ஆரம்பித்தார்.

"உலகுக்கு ஆபத்து ஏற்படப்போவது தெரிந்ததும் அனைத்து நாட்டுப் பிரதிநிதிகளாக ஆஸ்ட்ரோ பிஸிசிஸ்ட், நானோ சயின்டிஸ்ட், ஜீனோம் ரிஸர்ச் ஸ்காலர், ஜியாலஜிஸ்ட் எல்லோரும் கூடினோம். அதில் நானும் என் மகளும் இருந்தோம். என் மகளுக்கு உலகைக் காப்பதில் மிகுந்த ஆர்வம். அவள்தான் அனைத்துத் தொழில்நுட்பங்களையும் ஒருங்கிணைக்கும் பணியில் ஈடுபட்டாள். உதாரணத்துக்கு, ஜி.எல்-லுக்கு அனுப்பப்படும் மக்களின் ஆயுளைக் கொஞ்ச நாள் அதிகரிக்கச் சொன்னவள் அவள்தான். நிலைமை சரியாகும் வரை தாக்குப்பிடிக்க வேண்டுமல்லவா? சராசரியாக எல்லோரும் 300 ஆண்டுகள் வாழும்படி செய்யச் சொன்னாள். இப்படி நிறையப் புத்திசாலித்தனங்கள்..."

"என்னது 300?!" - யாரோ அதிர்ந்தார்.

"ஆமாம். உங்க ஜீன் ஏணியில் மாற்றங்கள் செய்யப்பட்டுவிட்டன. லாங்வேஜ் கன்வெர்ட்டரிலும் தீவிரம் காட்டினாள். இத்தனைக்கும் அவள் ஆஸ்ட்ரோ பிசிஸிஸ்ட்தான். ஆனால், புதிய உலகில் என்னென்ன தேவை என்பதில் அத்தனை முயற்சியும் அவளுடையதுதான். இரண்டே வருடங்களில் இங்கு வந்து வாழ்வதற்கான அத்தனை சாத்தியங்களையும் ஏற்படுத்தினாள். ஆனால்..." அவர் குலுங்கிக் குலுங்கி அழ ஆரம்பித்தார்.

"அவளை என்ன செய்தார்கள் என்று தெரியவில்லை. ஒருநாள் மனித மேம்பாட்டுக் குழு கூட்டத்துக்குப் போனவள் திரும்பி வரவே இல்லை. அவள் பூமியில் இல்லை. அவளை இங்கேதான் கடத்தினார்கள். அவளால் அவர்களுக்கு நிறையக் காரியங்கள் ஆகவேண்டி இருக்கின்றன. இந்த ஸ்பேஸ் கேபின்கள், ஸ்பேஸ் ஷிப்கள், இங்கு பூமியின் தாவரங்களை உருவாக்குவது... என எல்லா முயற்சிகளும் அவளிடம் இருந்தன. எதனாலோ அவளை மறைக்கிறார்கள். அவளைத் தேடித்தான் வந்தேன். அவள் இங்கும் இல்லை என்கிறார்கள். ஏன் எனத் தெரியவில்லை!"

"அவளை அவசியம் பார்க்க வேண்டுமா?" என்றது வண்டு.

"இங்குதான் இருக்கிறாளா?" - டாக்டர் மைக்கேலின் கண்களில் ஆச்சர்ய பல்ப்.

"கேபின் 52-ல் இருப்பதாகத் தகவல்!"

“நான் உடனே பார்க்க வேண்டும்.”

“ஆணை கிடைத்துவிட்டது. உடனே கிளம்பலாம்.”

டாக்டர் மைக்கேல் ஒரு சில்லாகச் சிதைந்து ஜிவ்வென இழுக்கப்பட்டு ஒரு விநாடியில் மறைந்துபோனார். அனைவரும் உறைந்துபோய் நிற்க, பயத்தில் சற்றே சிறுநீர் உணர்ச்சி ஏற்பட்டு மறைந்தது.

அதே சில்லு பாணியில் அங்கே வேறு ஒருவர் புதிதாகத் தோன்றினார். அதற்கும் ஒரு விநாடிதான். உள்ளே இருந்து எழுந்தவர் நிச்சயமாக டாக்டர் இல்லை; மார்ஃபிங் இல்லை; இவர் புதியவர்.

எழுந்ததும் அங்கிருந்த அனைவரையும் பார்த்தார். குறிப்பாக அகிலனை. பிறகு நிதானமாகத் திரும்பி கேத்ரினை.

‘தொடர்ந்து இங்கே பிரச்னை செய்து வருவது நாம்தான்’ என்பதை அவர்களே சுயமாக உணரும்படி இருந்தது அந்தப் பார்வை. விஷயம் அம்மா வரைக்கும் போய்விட்ட அச்சத்தில், டிஃபென்ஸ் மெக்கானிஸமாக பவ்யமாக நின்றனர்.

அந்தச் சிவப்பு, இந்தியாவுக்குத் வடக்கே, மேற்கே இருப்பவர்களுக்கானது. ஒல்லியும் உயரமும் சேர்ந்து அவரை ஓரளவுக்கு வளைத்திருந்தது. பணி ஓய்வு பெற்றவருக்கான வயது.

அகிலன், கேத்ரின் இருவரின் தோளின் மீதும் உரிமையாகக் கையைப் போட்டுக்கொண்டு, “நான் மைக்கேலுக்குப் பதிலாக இடம் மாற்றப்பட்டிருக்கிறேன். என் பெயர் கேப்ரியல். ஜீனோம் துறை. உங்கள் உதவி கொஞ்சம் வேண்டும்” என்றார்.

இருவரையும் அவர் நகர்த்திச் செல்கிறாரா? அவர்களாக நகர்ந்தார்களா?

“வெல்... நீங்கள் இருவரும் ஆளுக்கு 23 குரோமசோம்கள் தரவேண்டியது இருக்கும்!”

“எதற்கு?”

“ஒரு குழந்தையைச் செய்யவேண்டியது இருக்கிறது!”

அதே நேரத்தில் பூமியில் ஃபிரெஞ்சு கயானா லைட் வேவ் ஸ்பேஸ் லாஞ்ச் ஸ்டேஷனில் இருந்து 100 கேபின்கள் அடங்கிய பிரமாண்டமான கலம் ஒன்று எல்.டபிள்யூ. மாற்றத்துக்குத் தயாராக இருந்தது. அதில் 4,000 பேர் இருந்தனர். அதன் வெளியே அதிமுக்கியமான விஞ்ஞானிகள் கடைசி நேர ஆட்டோ சர்ச் செக் லிஸ்ட்டிங் பணிகளில் இருக்க, கை பிசைந்துகொண்டிருந்தார் ஆடம்.

“ஒரு லட்சம் மக்களையாவது அனுப்பியாக வேண்டும். மைக்கேல்

அங்கு இருப்பது ஆபத்து. அவரை இங்கே திருப்பிவிட முடியுமா?"

"இப்போதைக்குச் சிரமம். பூமிக்குத் திரும்புவதற்கான எல்.டபிள்யூ. சேம்பர் அங்கு உருவாக்கப்படவில்லை. பூமியே இல்லாமல் போகும்போது, அது தேவையா?" என்றார் ரிச்சர்ட்.

"அடுத்த கலத்தில் சேம்பரை இணைத்து அனுப்புவோம். ரோஸி அதை பலமுறை வலியுறுத்தினாள், தேவைப்படும் என்று. அப்போது உறைக்கவில்லை!"

ரிச்சர்ட், "இப்போதைக்கு மைக்கேலை அணைத்துவிடலாமா?" என்றார் தயவுதாட்சண்யம் இல்லாமல்.

ஆடம், சிறிது யோசித்து, "ஒரு வாரம் பார்க்கலாம்" என்றார் தாராள மனதுடன்.

5

பூமியில்...

இரண்டு நாட்களாக அகிலனிடம் இருந்து ஒரு போனும் வராத ஏக்கத்தில் வினோதினி பொய்க்கோபம் கொண்டு, 'நீயாகப் பேசுகிற வரை நானும் பேச மாட்டேன்' என்றுதான் இருந்தாள். ஃபேஸ்புக்கில் மெசேஜ் போடுவதும்கூட தன் காதலின் தன்மானத்துக்கு இழுக்கென நினைத்தாள்.

இரண்டாம் நாள் இரவு, அகிலன் எண்ணுக்கு மிஸ்டு கால் ஒன்றைப் பிரயோகித்தாள். 'அந்த எண் உபயோகத்தில் இல்லை' என்ற விவரம் அப்போதுதான் அவளுக்குத் தெரியவந்தது. முதலில் கோபமும் அடுத்து குழப்பமும் ஏற்பட்டன. காலை, அகிலனின் அலுவலக எண்ணுக்கு அழைத்து டோஸ் விடத் தயாரானபோது, 'இரண்டு நாட்களாக அகிலன் வரவில்லை' என்றனர். மிகவும் தயங்கி, அகிலனின் நண்பன் சேகருக்கு போன் போட்டாள்.

அவனும் தேடிக்கொண்டிருப்பதாகச் சொன்னான். அலுவலகம், நண்பர் வட்டாரம், சொந்த பந்தம்... என எல்லோரும் ஒரு ரவுண்டு தேடி முடித்துவிட்டனர் என்பது தெரிந்தது. அவன் சம்பந்தப்பட்ட எந்த இடத்திலும் அகிலன் இல்லை என்ற விஷயம் சில நிமிடங்களில் பரவி, பயப் பிரவாகத்தைத் தோற்றுவித்தது. தேனாம்பேட்டை காவல் நிலையத்தில், ஒரு புகார் பதிந்துவைத்தால் நல்லது என்ற முடிவுக்கு வந்தபோது மாலை மணி ஐந்து!

காவல் நிலையத்தில், வினோதினி கண்களில் நீரைத் தேக்கிவைத்துக்கொண்டு நிற்க, அப்போதுதான் அவளைப் பார்த்த அகிலனின் அப்பாவுக்கும் அம்மாவுக்கும் இரண்டாவது அதிர்ச்சி தாக்கியது. மகனைக் காணாத குழப்பத்துக்கு இடையே, வினோதினியை ஏற்றுக்கொள்வதா, இல்லையா என்பதில் சாதி, அந்தஸ்து குழப்பங்கள் இடித்தன.

"நீ எந்த ஊரும்மா?" என்று பேச்சுக் கொடுத்தார் அகிலனின் அப்பா.

"பொன்னமராவதி... இங்க சாஃப்ட்வேர் கம்பெனில வேலை செய்றேன்."

"நீ எதுக்குமா இங்க வந்தே? அவன் வந்ததும் பேசச் சொல்றேன். நீ கிளம்பு" என்றார்.

"இருக்கட்டும்... எதாவது க்ளூ கிடைக்கும்!" என்று அப்பாவை அதட்டிய இன்ஸ்பெக்டர், "சனிக்கிழமை அன்னைக்கு அவன்கிட்ட நீ கடைசியா எத்தனை மணிக்குப் பேசினே?" என்று வினோதினியைப் பார்த்துத் திரும்பி உட்கார்ந்தார்.

"அஞ்சு மணிக்கு... சத்யம் தியேட்டர்ல படம் பார்க்கப் போறதா சொன்னார்."

சேகர் குறுக்கிட்டு, "படத்துக்கு நானும் அவனும்தான் சார் போனோம்" என்றான். குறுக்கிட்டதற்காக அவனை முறைத்தவர், "படம் பார்த்துட்டு எங்கே போனீங்க?" எனக் கடுப்பாக அவனிடம் விசாரணையைத் திருப்பினார்.

"படம் பார்த்துட்டு இருக்கும்போதே அவனைக் காணோம் சார். 'படம் போர்'னு சொல்லிட்டு இருந்தவன், பாதிலயே எஸ்கேப் ஆகிட்டான்னு நினைச்சேன். அப்ப நான் போன் பண்ணப்பவே, 'நாட் ரீச்சபிள்'னுதான் வந்தது!"

இந்தப் படத்தை 3Dயில் காண... இங்கே க்ளிக் செய்யவும்

"பைக்லதான் போனாரா?"

"ஆமா சார்."

"ஏதாவது ஆக்சிடென்ட்டானு விசாரிக்கச் சொல்றேன். எதுக்கும் ராயப்பேட்டை ஜி.ஹெச். மார்ச்சுவரில ஒரு தடவை பார்த்துடுங்க..."

"சார்..." என வினோதினி அலற, "எதுக்கு சார் இப்படி அபசகுனமாப் பேசறீங்க?" என்று குரலை உயர்த்தினார் அகிலனின் அம்மா.

இன்ஸ்பெக்டர் அலுத்துக்கொண்டார். போலீஸுக்கு எல்லா சகுனமும் ஒன்றுதான். சத்யம் தியேட்டரில் இருந்து தேனாம்பேட்டை வரும் வழியில் ஒருவன் எப்படித் தொலைந்துபோக முடியும்? அதுவும் இரண்டு நாட்களாக! நியாயமான சந்தேகத்தைக்கூட மக்கள் ஏற்றுக்கொள்வது இல்லை. இரண்டு கிலோமீட்டர் தூரத்தில் பாதாள ரயிலுக்கான பள்ளத்தில் சரிந்துவிட்டானா? பைக் நம்பரை வாங்கி, 'விபத்தில் சிக்கியதாகத் தகவல் உண்டா?' என ரிஜிஸ்டரில் பார்க்கச் சொன்னார். "இந்த வாரத்துல எதுவும் இல்லை சார்"

தமிழ்மகன் | 43

என்ற ரைட்டரின் பதிலில் வருத்தம் தொனித்தது.

"ரிஜிஸ்டர்லயும் இல்லைனா... தனபாலு... சத்யம் தியேட்டருக்கு போன் போட்டு இந்த பைக் அங்க இருக்குதானு கேளு..." - தனபால், சத்யம் தியேட்டருக்கு முயன்ற வேளையில், வினோதினியோடு சேர்ந்து அகிலனின் அம்மாவும் அழ ஆரம்பித்திருந்தார்.

"பொழுதோட வீட்டுக்கு வாங்கடானா கேட்டாதானே..." என்று சேகரிடம் அறிவுரையாகப் புலம்பினார் அகிலனின் அப்பா.

"சார், அந்த பைக் அங்கதான் இருக்காம்..." என்றார் தனபால்.

"தியேட்டர்லயே ஆவி ஆகிட்டானா? பாத்ரூம்ல மட்டையாகிட்டானா?" என்றார் இன்ஸ்பெக்டர்.

"ட்ரிங்க் பண்ணா, அங்கே உள்ளே அலோ பண்ண மாட்டாங்க சார்" லாஜிக்காக மறுத்தான் சேகர்.

வீட்டில் ஏதாவது சண்டையா என்ற கோணத்திலும் துருவினார் இன்ஸ்பெக்டர். பல ரவுண்ட் விசாரணைக்குப் பிறகு, 'தகவல் கிடைத்தால் சொல்லி அனுப்புகிறோம்' என்று அனுப்பிவைத்தார்கள்.

போலீஸ் ஸ்டேஷனைவிட்டு வெளியே வரும்போது, தெருமுக்கில் இருந்த பிள்ளையாரைப் பார்த்து கன்னத்தில் போட்டுக்கொண்டு, 'அவன் வந்ததும் சீக்கிரமே கல்யாணத்தை வெச்சுப்போம்' என்ற அகிலனின் அம்மாவின் தோளில் பாந்தமாகச் சாய்ந்துகொண்டாள் வினோதினி!

ஜி.எல். 581 ஜி கிரகத்தில்...

அகிலனிடமும் கேத்ரினிடமும் நட்டநடு ஹாலில் 40 பேர் மத்தியில், '23 குரோமோசோம்கள் வேண்டும்' என்று கேப்ரியல் கேட்டது ரொம்பப் பச்சையாகவும் கொச்சையாகவும் இருந்தது.

"என்ன சொல்றீங்க கேப்ரியல்?"

"இருவரிடமும் இருந்து தலா 23 குரோமோசோம்கள் வேண்டும் என்கிறேன்."

"அதற்கு?"

"நீங்கள் எதுவும் செய்ய வேண்டாம். உங்கள் இருவரையும் வைத்து நாங்களே ஒரு குழந்தை செய்துவிடுவோம். கற்பில் ஒரு சேதமும் ஏற்படாது. உங்கள் இருவரின் சட்டையின் கை பகுதியில் ஒரு 'சேர்ப்பி' பட்டன் இருக்கிறது. இருவரின் சேர்ப்பிகளை ஒரு நிமிடம் இணைத்தால் போதும்."

இருவரின் வலது கையின் இறுதியில் இருந்த பட்டன் போன்ற பகுதியைக் காட்டினார். இரண்டையும் வெல்கரோ மாதிரி ஒட்ட,

கொஞ்ச நேரத்தில் இரண்டு பேரும் உதறியபடி விலகினர்.

“ஜி.எல்-லின் முதல் எக்ஸ்-ஓய் கலவை. பையன் சூல் கொண்டிருக்கிறான். வெரிகுட். புரொடக்டிவிட்டி டெர்மினலை இந்த வெல்கரோ டைப் பட்டனுக்கு மாற்றிப் பார்த்தோம்... நன்றாக வேலை செய்கிறது” என்றார் கேப்ரியல்.

“எது?” என்றான் அகிலன் பதற்றம் தெளியாமல்.

“பட்டனைத்தான் சொன்னேன். இவ்வளவு சீக்கிரம் அம்மா உங்கள் மீது கருணை வைத்தார். கிரகத்தில் வேறு யாருக்கும் இன்னும் அனுமதி கொடுக்கவில்லை, தெரியுமா?”

கேத்ரின், தனக்கு என்ன நடந்தது என்பதைக் கிரகிக்கக் கொஞ்ச நேரம் ஆனது. அகிலனை நோக்க, அவனும் நோக்கினான். மோதிரம் இல்லை, மாலை இல்லை, மேளம் இல்லை, கையெழுத்து இல்லை, வேதம் இல்லை.

அகிலனுக்கு நினைவின் ஒரு மூலையில், புன்னகைக்கும் வினோதினியின் முகம் மின்னி மறைந்தது. மத்திய கேந்திரத்தில் சேகரிக்கப்பட்டு இருக்கும் எம்ப்ரியோ பாதுகாப்பாக இருப்பதாகவும் இன்னும் ஏழு மாதங்களில் பையனை எதிர்பார்ப்பதாகவும் பெருமையாகச் சொன்னார் கேப்ரியல்.

“என்னது ஏழா?” என்று அதிர்ந்த கேத்ரின் முகத்தில், தாய்மையின் பதற்றத்தை அகிலன் கவனித்தான்.

“இங்கே ஒரு நாளுக்கு 30 மணி நேரம்... கூட்டிக் கழித்துப் பாருங்கள்... கணக்கு சரியாக இருக்கும்.”

கேத்ரின் தமக்கு நேர்ந்தது அத்துமீறலா, அற்ப விஷயமா என்பது புரியாமல் அகிலனை நெருங்கி நின்றாள். கேப்ரியல் ‘சும்மானாச்சும் உளறுகிறான்’ என நிராகரிக்க முடியவில்லை.

மற்றவர் டாக்டர் மைக்கேல் மறைந்த அதிர்ச்சியில் இருந்தே இன்னும் மீளவில்லை. பெற்ற பெண்ணைக் காணவில்லை என்று கதறிய தகப்பனை அத்தனை சல்லிசாக அப்புறப்படுத்திவிட்டார்கள். ரோஸியை ஆய்வு அறையில் வைத்து கசமுசா பண்ணி காலி பண்ணிவிட்டார்களா? தட்டிக்கேட்டால் சில்லுச் சில்லாகச் சிதறடிக்கிறார்கள். மைக்கேல் இப்போது வேறு இடத்தில் இருப்பாரா? சும்மா நின்றுகொண்டிருந்த அகிலனைத் தீண்டி, ‘சாந்திமுகூர்த்தம் முடிந்துவிட்டது’ என்கிறார்கள். தலைசுற்றியது. கைத்தாங்கலாக அழைத்துச் சென்று படுக்கவைத்தால் நன்றாக இருக்கும் என்று எதிர்பார்த்தார்கள். அவர்களாகவே அவரவர் குமிழ் படுக்கையை அணுகினர்.

ஜன்னலுக்கு வெளிப்பக்கம் இருட்டு சூழ ஆரம்பித்தது.

'இங்கு கணவன், மனைவி சிஸ்டம் வேண்டாம்' என அம்மா சொல்லிவிட்டதாக வண்டு சொன்னது. வேறு என்ன சிஸ்டம்தான் இருக்கிறதோ? 'காதல் மட்டும் உண்டு எனவும், ஆனால் ஒருவரையே ஒரு வாரத்துக்கு மேல் தொடர்ந்து காதலித்தால், வேறு வேறு கேபினுக்கு பிரித்து அனுப்பிவிடுவார்கள்' எனவும் அச்சுறுத்தியது. கேபின் மாற்றுவதுதான் இங்கே அதிகபட்சத் தண்டனையா அல்லது அதுதான் ஆரம்பமா?

இந்த லூஸுத்தனமான சட்ட திட்டங்களால் எல்லோருடைய எதிர்க்குரலும் ஒரு முடிவுக்கு வந்துவிட்டது என்றுதான் சொல்ல வேண்டும். கட்டளைகளால் பின்னப்பட்ட வாழ்க்கை. யாரோ சொல்கிறபடி ஒரு 300 வருஷம் வாழ்ந்துவிட்டுப் போவோம் என்று மெஜாரிட்டி பேர்வழிகள் முடிவெடுத்துவிட்டனர்.

இந்த லட்சணத்தில் குழந்தை செய்கிறார்கள். ஒருவகையில் பணம், நேரம், வன்மம், ஏக்கம், கற்பு எல்லாமே மிச்சம். உருப்படியாக வேறு வேலைகளைப் பாரக்கலாம். 10 செகண்ட் பரவசம். உலகத்தின் முக்கால்வாசி சண்டைக்கான ஆதாரம் அழிந்தது. உலகமே அழியப்போவதாகச் சொல்லும்போது எது அழிந்தால் என்ன?

அன்று இரவு ஸ்பேஸ் கேபின் மௌனத்தால் நிரம்பி வழிந்தது. ஜன்னலுக்கு வெளியே இரண்டு நிலவுகள் தங்கத்தட்டுகள் போல பிரகாசித்தாலும், ஆலீஸ் உள்பட யாருக்கும் கவிதை எழுதும் மனநிலை இல்லை. மீண்டும் பூமிக்குப் போய் சொந்தமாக வாழ வேண்டும் என்ற ஆசை மட்டும் கடைசி மூச்சுவிட்டுக் கொண்டிருந்தது.

குழப்பங்களை நீடிக்கவிடாமல், குமிழ் ஷெல்ட்டர்களில் படுக்கவைத்து எல்லோருக்கும் 10 மணி நேர உறக்கமும், ஒருநாள் உணவும், ஒரு யூனிட் நம்பிக்கையும் செலுத்தப்பட்டன. கண்ணை மூடிய கணத்தில் எல்லோரும் அந்தரத்தில் வீசப்பட்டதுபோல இருந்தது.

இரவு ஆலீஸ் ஒரு கனவு கண்டாள். சற்று தூரத்தில் பச்சை ஜந்துவான க்ரீனி மந்தையாக மல்லாந்து படுத்துக்கிடந்தது. வெகு சீக்கிரத்திலேயே அவளிடம் அவை பழகிவிட்டன. கேபினைவிட்டு இறங்கினால் அவளைப் பார்த்தாலே ஆசையாகத் துள்ளிக்குதித்து ஓடிவரும். இப்போதும் திடீரென்று அவை எதிர்கொண்டு ஓடிவர, திடுக்கிட்டு விழித்தாள்.

அவளுக்குக் கவிதையும் கணிதமும் பிடிக்கும். மனம் லேசாக இருக்கும் தருணங்களில் கவிதை எழுதுவாள். கனமாக இருந்தால் கணிதம் போடுவாள். அவள் ஒரு கணக்குப் போட்டாள். 20 ஒளி ஆண்டு என்றால் எத்தனை கிலோமீட்டர் என. அது பூமிக்கு

செல்வதற்கான கணக்கு. அவளிடம் ஒரு திட்டம் உதித்தது

6

மூன்று மாதங்களில் 40 ஆயிரம் பேர் சேகரிக்கப் பட்டிருந்தனர். அனைவருக்கும் தினந்தோறும் பயிற்சிகள்; அம்மாவின் அறிவுரைகள். புதிய உலகில் பூமியின் சகல வசதிகளோடும் வாழ்வதற்கான அத்தனை ஏற்பாடுகளும் செய்யப்படும் வரை பொறுத்துக் கொள்ளுமாறு மக்கள் வலியுறுத்தப்பட்டனர்.

கேபினுக்கு வெளியே பருவகால மாற்றம் தெரிந்தது. மழை பெய்தது; வெயில் அடித்தது. தற்கொலைக்கு முயன்ற 120 பேர் அதிநம்பிக்கை கேபினுக்கு மாற்றப்பட்டு, உற்சாகமாகத் திருப்பி அனுப்பப்பட்டதாக வண்டு தினசரி தகவல் அறிக்கை வாசித்தது.

மிகச் சிலர் மட்டும் தினமும் மத்திய கேந்திரத்துக்கு அழைத்துச் செல்லப்பட்டு, விசேஷப் பிரிவில் செயல்பட்டனர். ஜி.எல்.581 ஜி-யில் மருத்துவமனைக்கு வேலை இல்லை. சினிமாவும் மதமும் வெளியில் சென்று வாழும் தகுதி வந்த பிறகு அமலுக்கு வரும். மக்களின் சுவாரஸ்யங்கள் கெடக் கூடாது என்பதில் அம்மா கவனமாக இருந்தார். அப்படியும் மக்கள் பொழுதுபோகவில்லை என்றால், அடுத்த ஆண்டில் எலெக்ஷனும் வைக்கலாம் என்றார். மற்றபடி ஹைட்ரோபோடிக் இமேஜிங், ஜி.எல். எனர்ஜி பேனல் போன்ற அத்தியாவசியப் பகுதிகளில் மட்டும் ஆட்களுக்கு வேலை இருந்தது. மற்றவர்கள் அவரவர் கேபின்களில் பயிற்சியில் மட்டும் இருந்தால் போதும்.

கேபின் 24-ல் வஸிலியேவ், ஆலீஸ், கேத்ரின், அகிலன் ஆகியோர் வெர்டிக்கல் அக்ரோ பிரிவில் திசு கல்ச்சர் செய்தனர். தினமும் 10 மணி நேரப் பணி. புறம்பேச வாய்ப்பு இல்லை. அகம்பேசுவது அவரவர் விருப்பம். ஆட்கள் குறைவாக இருக்கும் இடத்தில் ஆலீஸ், தப்பிக்கும் தன் எண்ணத்தைப் பரிமாற விரும்பினாள்.

அக்ரோ பணிக்கு நடுவே, ஆலீஸ் இரண்டு விரல்களில் ஒன்றைத் தொடுமாறு கேத்ரினிடம் சொன்னாள். அந்த இரண்டு விரல்களுக்கான ரகசியத்தைக்கூட கேட்காமல், ஆலீஸின் ஆள்காட்டி விரலைத் தொட்டாள் கேத்ரின். ஆலீஸின் திட்டம் பலிக்கும். சந்தோஷமாகப் புன்னகைத்தாள். கேத்ரின் அப்போதும் என்ன என்று கேட்கவில்லை.

வாயைவிட்டு வந்துவிட்டால், அது வண்டுக்கும் அம்மாவுக்கும் தெரிந்துவிடும். இங்கேயே வாழப் பழக வேண்டும்; அல்லது பூமிக்குச் செல்ல வேண்டும். இதுதான் ஆலீஸின் இரண்டு விரல்கள். ஆள்காட்டி விரல்... பூமிக்குச் செல்ல வேண்டும்!

ஒளியின் வேகத்தை நெருங்கிப் பிரயாணிக்கும்போது காலம் இறந்துவிடும் என்கிறது கணிதம். பூமியில் இருந்து ஜி.எல்-க்கு வரவழைக்கப்பட்டவர்கள் எல்லோரும், அதே வயதில் வந்து சேர்ந்திருப்பதைப் பார்த்தால் காலத்தை ஏமாற்றியிருப்பது தெரிந்தது. 20 ஆண்டுகளைத் தூங்கி எழுந்ததுபோல கடந்திருக்கிறார்கள். இங்கிருந்து போவதற்கும் வழி இருக்கும். கடைசியாக வந்த கலத்தில் ஆன்டி-கிராவிட்டி எல்.டபிள்யூ. சேம்பர் வந்திருப்பதாக வண்டு செய்தி வாசித்ததை எத்தனை பேர் கவனித்தார்களோ!? வழி இருக்கிறது. ஆனால், வழியை அடைய, வழி தேட வேண்டும்.

எதிர்ப்புக்குணம் கொண்டவர்களை ஒன்று சேர்க்க வேண்டும். வண்டுக்குத் தெரியாத பாஷை ஒன்று வேண்டும். சங்கேத பாஷை.

ஆலீஸுக்கு ஃபிங்கர் ஸ்பெல்லிங் தெரியும். பேச முடியாதவர்களுக்கான மொழி. பத்து விரல்களால் ஆன மொழி. அது வண்டுக்குத் தெரியவில்லை. ஆனால், மற்றவர்களுக்குப் புரிய வைப்பதற்கும் சிரமம் இருந்தது. சின்னச் சின்ன இடைவெளிகளில் வஸிலியேவிடம் பேச முயன்றபோது, 'ஒண்ணுமே புரியலை' என்று சிரித்தான்.

வேறு சங்கேதத்தை முயன்றுபார்த்தாள். ஒவ்வொரு விரலுக்கும் ஒவ்வொரு வார்த்தை... பத்து வார்த்தைகளை வைத்துக்கொண்டு பேசுவது சிரமம். கம்ப்யூட்டர் கீ போர்டு மாதிரி பத்து விரல்களால் வெறும் மேஜையில் டைப் செய்து காண்பித்தாள். ம்ஹூம்... எல்லாமே சிரமமாக இருந்தது. கேத்ரின் ஒருமுறை 'மொக்கை' என்று அகிலனின் தொடையில் எழுதிக்காட்டியது நினைவு வந்தது. வஸிலியேவின் தொடையில் 'தப்பிக்க வேண்டும்' என்று எழுதினாள். 'எப்படி?' என்று பார்வையால் கேட்டான். நிதானமாக எழுதினாள். 'மத்திய கேந்திரத்தைக் கைப்பற்ற வேண்டும்.'

வஸிலியேவுக்கு திக் என்றது!

மத்திய கேந்திரம். அங்கிருந்த 1,000 கேபின்களின் மூளை.

அங்குதான் எல்லா கட்டுப்பாடுகளும் இருந்தன. ஒரு நகரத்தையே வளைத்துக் கட்டியதுபோல மகா மெகா. ஒவ்வொருவருக்கும் ஒரு நாளைக்கு எவ்வளவு ஆக்ஸிஜன் முதற்கொண்டு, அதை யாருக்கு எப்போது நிறுத்த வேண்டும் என்பது வரை அங்குதான் கன்ட்ரோல். தீர்மானிப்பது, அம்மா. பூமியில் மனித உரிமை என்று எதற்கெல்லாம் கொடி பிடிப்பார்களோ, அது அத்தனையையும் மீறுவது இங்கே சுலபமாக இருந்தது.

ஒருநாள் நால்வருக்கும் சிறப்பு அனுமதியாக கேத்ரின் குழந்தையின் வளர்ச்சியைக் காட்டியது வண்டு. செயற்கையான 'தாய் வயிற்றில்' குழந்தை கதகதப்பாக இருந்தது. 'அந்தரங்கம் எல்லாம் டிரான்ஸ்பரன்ட்டாக மாறிவிட்டது' வஸிலியேவ் சொல்ல நினைத்து, தவிர்த்துவிட்டான்.

கேத்ரின், சற்றே நெருங்கிச் சென்று பார்த்தாள். யாருடைய ஜாடை? உட்கார்ந்து யோசிப்பது போல இருந்தது. இளஞ்சிவப்பில் மிருதுவாகத் துடித்தது. காற்று, ஆகாரம், உஷ்ணம் எல்லாமே செயற்கை. தாய்மை, குழாய்கள் மூலமாகச் செலுத்தப்பட்டுக் கொண்டிருந்தது. அறையில் ரோபோ பணிப் பெண்கள் சில(ர்) நடமாடின(ர்). உயிருக்குப் பதிலாக மின் துடிப்பு. மற்றபடி 'அர்' விகுதியில் இலக்கணப் பிழை இல்லை. மொத்த கேந்திரத்தையும் பராமரிக்கும் பணி அவற்றுக்குக் கொடுக்கப்பட்டு இருக்கலாம்.

"பூமியில் மனிதன்தான் பரிணாமத்தின் உச்சம். இங்கே... மனிதனைச் செய்துவிட்டு மற்ற உயிரினங்களைக் கொண்டுவருவதாக உத்தேசம். மனிதன் இல்லாமல் மற்ற உயிரினங்கள் வாழும். மற்ற உயிரினங்கள் இல்லாமல் மனிதன் வாழ முடியாது. ஏனென்றால், அம்மா உருவாக்க நினைப்பது, இயற்கையான இன்னொரு பூமி" என்றது வண்டு.

'இதுக்கெல்லாம் குறைச்சல் இல்லை' - இதையும் வஸிலியேவ் சொல்லவில்லை.

அம்மாவின் கருணை ஐந்து நிமிடங்கள்தான். நால்வரும் உடனடியாக அக்ரோ பிரிவுக்குச் செல்ல வேண்டும் என்று வண்டு கட்டளை இட்டது.

ஆலீஸ், நிதானமாக எல்லாவற்றையும் கவனித்தாள். அகிலன், கேத்ரின் போல எதிர்க்குரல் எழுப்பாமல் கிரகித்தாள். பக்கா புரோக்ராம். யார் எத்தனை மணிக்கு உச்சா போனார்கள் என்பது வரை கவனிக்கப்பட்டது. அம்மாவின் அறை, கேந்திரத்தின் உச்சாணி மாடியில் இருந்தது. அதை எப்படி அடைவது என்று தெரியவில்லை. படிக்கட்டு, லிஃப்ட், கன்வேயர் பெல்ட் போன்ற எதுவுமே இல்லை. அவராகத் தோன்றினால்தான் உண்டு.

கீழ் தளத்தில் சென்ட்ரல் யூனிட். மூவரும் அக்ரோ பிரிவுக்குத் திரும்ப, ஆலீஸ் மட்டும் கீழ் தளத்தை ஒரு தரம போய் பார்த்துவிட வேண்டும் என்று முடிவெடுத்தாள். போக வேண்டாம் என்று தடுத்த வஸிலியேவின் கையை உதறிவிட்டு கீழே இறங்கினாள்.

மரண அமைதி. யாருமே எப்போதுமே வந்திருக்க வாய்ப்பு இல்லை. மனித வாசனைபடாத இடம். மெல்லிய வெளிச்சம். நீண்ட காரிடார். பூனை நடையாக நடந்தாள். யாராலோ கண்காணிக்கப்படுவோம் என்று தோன்றினாலும், அவள் கவலைப்படவில்லை. ஆனால், பயம் இருந்தது. 'சென்ட்ரல் யூனிட்' என்று பொறிக்கப்பட்ட கண்ணாடிச் சிறையை நெருங்கினாள். கிரகத்தையே கட்டுப்படுத்தும் மெகா சிஸ்டம். வண்டு, 'அனுமதி இல்லை' என்றது. மீறிச் சென்றால் என்ன நடக்கும்? வேறு கேபினில் தூக்கிப் போடுவார்கள்... போடட்டுமே என்ற துணிச்சல்!

பல கண்ணாடிப் பிரிவுகள் தெரிந்தன. அம்மா மட்டும் வந்து போவாரோ? கண்ணாடித் தடுப்பைக் கைகளால் அழுத்தித் திறக்க முயற்சி செய்தாள். மீண்டும் 'அனுமதி இல்லை' என்றது வண்டு. சாவி துவாரம். கைரேகைப் பதிவு, பார்வைப் பதிவு எதற்கான வாய்ப்பும் இல்லை.

'அன்டா கா கஸம்' என்றாள் வெறுப்பில்.

'ராங் செக்யூரிட்டி கோட்' என்றது கண்ணாடித் திரை. அட!

'அம்மா', 'ஜி.எல்.581', 'ஆபரேஷன் நோவா' என சொல்லிப் பார்த்தாள். அசையவில்லை. அவசரம் இல்லை... கண்டுபிடிக்கலாம். அக்ரோவுக்குத் திரும்பினாள்.

அங்கு மூவரும் அவள் உயிரோடு திரும்பி வந்த திருப்தியில் ஆசுவாசமாகினர். ஆலீஸ், 'செக்யூரிட்டி கோட் வேண்டும்' என்று அகிலனின் கையில் எழுதிக் காட்டினாள். மூவரின் மௌனமும் 'கண்டுபிடிப்போம்' என்றது.

ஹைட்ரோபோனிக் வெர்டிக்கல் அக்ரோ முறையில் வஸிலியேவ் ஒன்றிரண்டு பரீட்சார்த்தங்கள் செய்ய ஆரம்பித்தான். உறக்கத்தில் இருந்த விதைகளைச் சுறுசுறுப்பாக்கும் நுட்பங்களில் அகிலன் முனைப்பாக இருந்தான். இன்னும் ஆறு மாதங்களுக்குள் பசுமைப் புரட்சி நடைபெற்றாக வேண்டிய நெருக்கடி அவர்களின் தலையில் இருந்தது.

'ஒரு நெல்லில் இருந்து 100 நெல்' என்பதுதான் பல்கலைக்கழகத்தில் கேத்ரின் சமர்ப்பித்த ஆய்வு அறிக்கை. அவளுக்கும் சவாலாகத்தான் இருந்தது. அகிலனிடம், "இயற்கை முறையில் விதை நேர்த்தி செய்வதாக சொன்னாயே?" கேத்ரின் கேட்டாள்.

“சூடோமோனாஸ் ஃப்ளோரஸன்ஸ் மூலம்தான் இயற்கை முறையில் விதை நேர்த்தி செய்ய முடியும். பெயரைப் பார்த்துவிட்டு ஏதோ கெமிக்கல் என்று நினைத்துவிட்டாய். உண்மையில், அது ஓர் ஒரு செல் உயிரி. அறிமுக நாளில் கிண்டலுக்காகச் சொன்னேன்” என்றான்.

“இன்னொன்று கேட்கட்டுமா?”

“கேள் மனைவி... வெல்கரோ இணைப்பா?”

“ச்சீ... உன்னுடைய ட்விட்டர் பாஸ்வேர்டு என்ன? பெண்கள் எல்லாம் காதை மூடிக்கொள்ளுங்கள் சொல்கிறேன் என்று வண்டு சொன்னதே!”

பதிலுக்கு அவனும் ‘ச்சீ’ என்றான்.

7

அகிலன், கேத்ரின்... இருவருக்கும் ஏற்பட்டிருக்கும் நெருக்கத்தை ஆலீஸ் கவனித்தாள். கணவன்-மனைவி சொந்தம் கொண்டாடுவதற்கோ, ஒரு வாரம் ஒருவரையே தொடர்ந்து காதலிப்பதற்கோ தடை விதிக்கப்பட்டிருப்பதை அவர்கள் அலட்சியம் செய்தனர். ரோஸி... அவளைத் தேடிவந்த மைக்கேல் எல்லாம் என்ன கதி ஆனார்கள்? காதல் அவர்கள் கண்ணை மறைத்தது. "வண்டு சொன்னது நினைவில்லையா?" என நினைவுபடுத்தினாள்.

வண்டின் உளவுத் திறனை மழுங்கடிப்பதுதான் இங்கிருந்து தப்பிப்பதற்கான முதல் படி. அதற்குத் தெரியாமல் சில ரகசியங்களைப் பகிர்ந்துகொள்ள முடிந்தால் போதும். அடுத்த கட்டம், கேபின் 24-ஐ கைப்பற்றுவது. அதன் பிறகு மத்திய கேந்திரம். கடைசியாக, அம்மா. அத்தனை பேரின் விதி அம்மாவின் கையில்தான் இருந்தது.

வந்து சேர்ந்தவர்களும் இனி வரப்போகிறவர்களும் இனி இங்குதான் வாழ வேண்டும். அகிலன்-கேத்ரின் குழந்தையை இன்னும் மூன்று மாதங்களில் எதிர்பார்ப்பதால், அதன் பிறகே இனப்பெருக்கத்துக்கான ஆணை பிறப்பிக்கப்படும் என்று அம்மா நேற்று தோன்றியபோதும் சொன்னார்.

என்ன கொடுமை... எவ்வளவு செயற்கை?

ஆலீஸ், கண்ணாடித் திரைக்கு வெளியே பார்த்தாள். ஊசியாக மலைகள். தாவரங்கள் அதிகமில்லாத கூர் தீட்டப்பட்டது போன்ற மலை. கீழே பூமியில் பார்த்திராத சில வினோத மரங்கள். பட்டைகள் இல்லாத அடிமரங்கள், சிவப்பும் நீலமுமான கீற்று இலைகள். மரங்களில் பெரிய பெரிய பூக்கள். வலது ஓரத்தில் கடலா, ஏரியா என கணிக்கமுடியாத பிரமாண்ட நீர்த் திட்டு. நுரை புரளும் கரை. பூமியின் 50 சதவிகித சாயல் இருந்தது.

ஆலீஸுக்கு பூமி மீது கொள்ளை ஆசை ஏற்பட்ட நேரத்தில், கன்னங்கரிய ராட்சஸப் பருந்து ஒன்று திரைக்கு வெளியே சிவிக் எனக் கடந்துபோனதைக் கவனித்தாள். இதெல்லாம்கூட இங்கே இருக்கிறதா என ஆச்சர்யத்தில் மற்றவரையும் அழைக்க, ஐந்தடி நீளத்தில் இருந்தது அது. பருந்தின் கையில் ஓர் உலக்கை இருப்பதாக முதலில் அகிலன் சந்தேகப்பட்டான். இன்னொரு முறை நெருங்கி வந்த அதன் முதுகில் ஏதோ கருவி பொருத்தப்பட்டிருப்பதைப் பார்த்தான். அது பருந்து அல்ல. அதன் கையில் இருந்தது உலக்கை அல்ல; ஆயுதம்.

"என்னது அது?" - நான்கு பேருமே கேட்டனர்.

வண்டு, "என்னுடைய டேட்டாபேஸில் பொருந்தவில்லை. எதிர் உயிரினம். இமேஜ் அம்மாவுக்கு அனுப்பப்பட்டுவிட்டது" என்றது!

"சாத்தான் ஓதும் வேதத்தில், எது உண்மை... எது பொய் என்று கண்டுபிடிப்பது கஷ்டம். உங்கள் அம்மாவின் அக்கறையும் அப்படித்தான் இருக்கிறது"-மைக்கேல், விரக்தியாகச் சொன்னார். கேபின் 52-ல் அவர் தனிமையாக அடைக்கப்பட்டிருந்தார்.

வண்டு, அவரை எவ்வளவோ தேற்றிப் பார்த்தது. அம்மாவின் அடிச்சுவட்டில் செல்வதுதான் இப்போது மனித இனம் தழைப்பதற்கான ஒரே வழி என்பதுதான் அந்த பிரசாரத்தின் மொத்த சாராம்சம். ஆனால், மனித மேம்பாட்டுக் குழுவில் மைக்கேல் ஆரம்பத்தில் இருந்தே செயல்பட்டவர் என்பதால், பேராசிரியர் ஒருவருக்குப் பச்சைக் குழந்தை பாடம் நடத்துவதுபோல இருந்தது அது.

அவர் அநியாயத்துக்கு மெலிந்திருந்தார். எவ்வளவோ உற்சாகமும் உணவும் ஊட்டியும் அவருடைய வருத்தத்தைக் களைய முடியவில்லை. எப்போது கேட்டாலும், 'ரோஸி உயிரோடு இருக்கிறாள்' என்று மட்டும் சொல்கிறார்கள். ஆனால், எங்கே? பூமியிலா, இங்கா? இதுவரை 40 ஆயிரம் பேரை அழைத்து வந்திருக்கிறார்கள். அதில் அந்த ஓர் உயிருக்கு இடம் இல்லையா? நம்பிக்கைத் துரோகம்!

சொல்லப்போனால் எந்த உலகமும் அவருக்குப் பிடிக்கவில்லை. ரோஸிதான் அவருடைய உலகம். புத்திசாலி. தந்தையின் மகளாக வளர்ந்தாள். அவளுடைய ஒவ்வொரு மைக்ரோ வளர்ச்சியும் அவருக்கு அத்துப்படி. மகள் காணாமல் போனதுமே அவர் இறந்துவிட்டார். இப்போது இருப்பது வெறும் உடல். 'இரண்டாவது முறை இறப்பதை நான் வெறுக்கிறேன். அது ரொம்ப அலுப்பானது' என்று தன் குருவான ரிச்சர்ட் ஃபெயின்மேன் சாகும்தறுவாயில் சொன்னது நினைவு வந்தது.

மைக்கேல், கண்ணாடித் திரைகளின் வழியே 581ஜி-யைச் சலனமற்றுப் பார்த்துக்கொண்டு இருந்தார். இது வாழ உகந்ததுதானா என்பதற்கு எத்தனை ஆராய்ச்சிகள், மனிதர்கள் வந்து இருப்பதற்காக எத்தனை முன்னேற்பாடுகள், எத்தனை திட்டங்கள், வழிமுறைகள்... எல்லாவற்றிலும் ரோஸி இருந்தாள். எல்லாம் நடைமுறைக்கு வந்தபோது, அவள் இல்லை!

"அட, அது என்ன?" கேபினுக்கு வெளியே சில கரிய உருவங்களை அவர் எதேச்சையாகக் கவனித்தார். அகிலனும் கேத்ரினும் பார்த்து அதிர்ந்த அதே உயிரினம். அவர்கள் ஒன்றைத்தான் பார்த்தார்கள்... இங்கே நான்கு இருந்தன. அவை பறந்துகொண்டிருப்பதாகத்தான் முதலில் நினைத்தார். கூர்ந்து பார்த்தபோது, மிதப்பதாகத் தோன்றியது. அவருக்கு, அவை வினோதமாக இருந்தன.

'இந்தக் கோளில் இப்படி ஒரு ஜந்துவா!?' என்று யோசித்தார். 'ஆபத்தானதா, க்ரீனி போலவா?' - அவர் பார்த்துக்கொண்டிருந்த நேரத்தில் நான்கும், சிவிக் என வானில் பறந்து அவர் இருந்த கேபினை ஒரு வட்டம் அடித்துவிட்டு தூரம் கடந்து மறைந்தன. அவற்றின் பிடியில் இருந்த கருவி... 'ஓ, அது ஆயுதம்..!' அதிர்ந்துபோனார். அவை இந்தக் கிரகவாசி அல்ல!

வண்டுவிடம் பதற்றமாக, "உனக்கு அடையாளம் தெரிகிறதா?" என்றார்.

"இல்லை. இது எதிர் உயிரி. அம்மாவுக்குத் தகவல் சொல்லிவிட்டேன்" என்றது.

மைக்கேல் சந்தோஷமாகச் சிரித்துக்கொண்டார். "உங்கள் அம்மாவுக்கு முடிவு நெருங்கிவிட்டது" என்றார்.

அந்த எதிர் உயிரி பருந்து போல இருந்தது என்பது மனித மூளை சொல்லும் அவசர அடையாளம்தான். அவை சிவிலைஸ்டு உயிரினங்கள். மனித நாகரிகத்தோடு ஒப்பிடுவது அத்தனை சரியல்ல. நெற்றியடியாகப் புரியவைக்க வேண்டுமானால், அவை ஏசெக்ஸுவல்ஸ். அநாவசிய ஆண்-பெண் பேதம் இல்லை. குடும்பம், தனிச் சொத்து, விவாகரத்து, கள்ளக்காதல் போன்ற எந்த சுவாரஸ்யமும் இல்லாதவை.

உணவு, உறையுள் என்ற இரண்டு அடிப்படைத் தேவைகள் மட்டுமே. உடை, அவற்றுக்குத் தேவைப்படவில்லை. தம் உயிரினம் தழைக்க வேண்டும் என்ற நேரடியான கோட்பாடு மட்டும் அவற்றுக்கு உண்டு. அதை நோக்கிய வறட்சியான விஞ்ஞான வளர்ச்சி. கேலக்ஸி விட்டு கேலக்ஸி மாறும் அளவுக்குத் திறன் அடைந்தவை. மேலும், அவற்றை வர்ணிப்பது அத்தனை எளிதானது அல்ல.

பூமியில், 'கெப்ளர் 78பி' என்று நாம் பெயரிட்டு வைத்திருக்கிற ஒரு கோளின் பிரஜைகள். 400 ஒளி ஆண்டு தூரத்தில் இருந்து அவை வந்திருந்தன. அவற்றின் கவனமெல்லாம் 581 ஜி-யில் இருந்த நைட்ரஜன் மீது. அதுதான் அவற்றின் உயிர். அதாவது அவை புசிப்பது அதைத்தான்.

அவை பேசும் மொழி... எழுத்துகளின் சேர்க்கைகளால் ஆனவை அல்ல. எண்களால் ஆனவை. கவிதை எழுதினாலும் எண்களால்தான். நம் தசம பாணி எண்ணாக இல்லாமல் 16-ன்ம எண்களாக இருந்தன. அவை பேசுவதை தமிழில் கணிபெயர்த்தால்... சத்தியமாக யாருக்கும் புரியாது. உதாரணமாக, நைட்ரஜனுக்கு அவற்றின் மொழியில் பவுசா. கெப்ளர் என்று நாம் குறிப்பிடும் அந்தக் கிரகத்தின் பெயரை, அவை 'சிகுஜ¬' என்றன.

நான்கும் வேகமாகத் திட்டமிட்டன. 'இந்தக் கிரகத்தில், ஒன்று நாம் இருக்க வேண்டும்; இல்லை என்றாலும் நாம்தான் இருக்க வேண்டும்' என்று தீர்மானித்தன. நான்கும் நிற்கவும், மிதக்கவும், பறக்கவும் கூடியவை. படுக்கை, நெடுக்கை, கிடக்கை என எல்லா வசத்திலும் அவை தவழ்ந்தபடி இருந்தன. "இங்கு நைட்ரஜன் நிறைய இருக்கிறது. எதிரிகளும் நிறைய..." என்றது அதில் ஒன்று.

"எல்லா எதிரிகளையும் கொன்றுவிடுவோம்" - இது இன்னொன்று.

அவற்றுக்கு வாய்தான் கேட்கும் பகுதியாகவும் இருந்தது. கேட்கும்போது பேசவோ, பேசும்போது கேட்கவோ அவற்றுக்கு வசதி இல்லை. எதிர் ஈர்ப்பு முறையில் மிதந்தன. பெட்ரோல் செலவு இல்லை. உடலில் இருந்து இயற்கையான எரிவாயு பீறிட்டது. எல்லாவற்றுக்கும் நைட்ரஜன் போதும். மண்ணில் இருந்து எதையும் விளைவித்து உண்ணவேண்டிய அவசியம் இல்லை. மண்ணே உணவு. எல்லாமே டைரக்ட். ரசனை, ருசி, தரம், கலை நயம், இசை, அழகு போன்ற மனித இச்சைகளை அவை கடந்திருந்தன. அதற்கான தேவை இல்லாமலேயே வாழ முடிகிற ஜீவ அமைப்பு. விலங்கு விஞ்ஞானிகள். சயின்டிஸ்ட் சிங்கம் போல.

அவை ஒவ்வொன்றிடமும் ஓர் ஆயுதம் இருந்தது. பாரம் காரணமாக அதைக் கீழே பாதுகாப்பான இடம் தேடி வைத்தன.

"நிறைய எதிரிகள் இருக்கின்றன... நம் ஆயுதங்கள் போதாது!"

"முக்கியமானவர்களைத் தேர்ந்தெடுத்துக் கொன்றால் போதும். மற்றவர்கள் தானாகவே மடிந்துபோய்விடுவார்கள். இந்த இனம், தலைமையைச் சார்ந்து வாழ்கிற இனம். இந்தக் கூட்டத்துக்குத் தலைமை யார் என்று பார்த்து அதைத் தீர்த்துக்கட்டினால் போதும்"- தெளிவாக இருந்தது அவற்றின் திட்டம்.

வினோதினிக்கு ராயப்பேட்டை மருத்துவமனை பிண அறையில் ஒரு பிணத்தைக் காட்டி, "இதுதான் அகிலன்" என்று ஆதாரங்கள் காட்டினார் இன்ஸ்பெக்டர். "குடி போதையில் ஆட்டோ பிடித்து வீடு திரும்பும்போது தண்ணீர் லாரி அடித்துவிட்டது" என்றார்.

முகம் சுத்தமாகத் தெரியவில்லை. உருக்குலைந்து இருந்தது. சட்டையின் நிறம்கூட தெரியவில்லை. ஒரே அடையாளம் கறுப்பு நிற ஜீன்ஸ் பேன்ட். ரொம்பக் கேள்வி கேட்கவிடாமல் டீகம்போஸான உடலின் குமட்டல் நாற்றம் துரத்த, வெள்ளைத் துணியில் புனல் போல சுருட்டிக் கொடுத்த உடம்பை அப்படியே தகனம் செய்துவிடச் சொல்லிவிட்டனர்.

வினோதினிக்கு வேறு வழி தெரியவில்லை. சந்தைக்கு ஓட்டிச் செல்லும் பசுவின் கன்று போல பின்னாடியே ஓடினாள். கண்ணம்மா பேட்டை மின் மயானத்தில் அகிலனின் பிணத்தைக் கிடத்தி, கடைசியாக ஒருதரம் அழுதுகொண்டிருந்த எல்லோருடனும் சேர்ந்து அழுதாள். 'ஒரு வாரத்தில் வீட்டில் அனுமதி வாங்கிவிடுவேன். அடுத்தது குலுமணாலி. ரெண்டு பேரும் சேர்ந்து குளிரை ஜெயிக்கணும்' என்று சொன்னவனை, இப்படி ஐஸ் பெட்டியில் கொண்டுவந்து போட்டுவிட்டார்கள்.

எல்லாம் முடிந்துவிட்டது. அவர்கள் குடும்ப வழக்கப்படி சாஸ்திரத்துக்குக் குளிப்பாட்... இடக்கையில் அந்த டாட்டூ எங்கே?

காணாமல்போவதற்கு இரண்டு நாட்களுக்கு முன்பு இருவரும் ஆளுக்கொரு டாட்டூ பதித்தனர். காதல் சின்னம். ஆளுக்கொரு டால்பின். சந்தேகம் வலுத்து அவளே அவளுடைய இடக்கையை முழுக்க ஆராய்ந்தாள். அகிலனின் இடது கையில்..? 'ஐயோ இது அகிலன் இல்லை' மனதில் சொல்லிப் பார்த்த போதே அதிர்ச்சியாக இருந்தது.

அகிலனின் அம்மாவை அணுகி, "இது அகிலன் இல்லை" என்றாள் கிசுகிசுப்பாக.

"என்னம்மா சொல்றே இந்த நேரத்தில?"

"இப்பத்தான் தெரிஞ்சுது... அவர் கையில டால்பின் இருக்கும்."

"என் பையனுக்கு நான் எப்பவும் பச்சை குத்தலையே... என்னம்மா உளர்றே?" என்றார் அகிலனின் அப்பா.

"ஐயோ... காணாமபோன ரெண்டு நாளைக்கு முன்னாடிதான் நானும் அவரும் வரைஞ்சுக்கிட்டோம்... இந்த மாதிரி!"

வினோதினியின் கையைப் பார்த்துவிட்டு... "விட்டா பொண்டாட்டினு சொல்லிடுவே போலருக்கே... சொத்துல பங்கு கேட்கலாம்னு பார்க்கிறீயா?" என்றார் யாரோ ஒருவர்.

இவர்களிடம் பேசிப் புண்ணியம் இல்லை. தேனாம்பேட்டை காவல் நிலையத்துக்கு போன் போட்டாள். ரைட்டர்தான் எடுத்தார்.

"ஏதோ அநாதைப் பிணத்தைக் காட்டி ஏமாற்றிய குற்றத்துக்காக உங்க இன்ஸ்பெக்டர் மேல வழக்குப் போடுவேன். அகிலனை என்ன பண்ணீங்கனு தெரிஞ்சாகணும்" என்று ஆவேசமாகக் கொட்டித் தீர்த்தாள்.

அவள் எதிர்பார்த்தது சரிதான். பந்து மாதிரி வந்து சேர்ந்தார் இன்ஸ்பெக்டர்.

வினோதினியிடம் வந்தார். அவர் முகம் இறுகி இருந்தது. "பெத்தவங்களே ஏத்துக்கிட்டாங்க... உனக்கு என்ன?" என்றார்.

"அவர் என்னோட லவ்வர்."

"ஊர் மேயற உன்னைப் போல ஆளுக்கெல்லாம் பதில் சொல்லணும்னு எனக்கு அவசியம் இல்ல... ரொம்ப ரப்சர் பண்ணா உள்ள தள்ளிடுவேன் ஜாக்கிரதை. நீங்க நடக்கவேண்டியதைப் பாருங்க சார்" என உத்தரவிட்டார்.

வினோதினி கண்களைத் துப்பட்டாவில் துடைத்தபடி மயானத்தைவிட்டு வெளியே வந்தாள். ஆட்டோ பிடித்தாள். அந்த தினசரி அலுவலகத்தின் முன் இறங்கினாள். ஒற்றைச் சிலம்புடன் மதுரை கோட்டையின் முன் இறங்கிய கண்ணகியின் கண்கள் போல அவள் விழிகள் சிவந்திருந்தன!

8

ஆலீஸ், மனம் தளரவில்லை. எண்கள், எழுத்துகள் என எல்லாவிதமாகவும் வார்த்தைக் கோப்புகளையும் முயன்று பார்த்தாள். ஜி.எல்.581 ஜி, அம்மா, பூமி, 581123, 123581, 20 எல்.ஒய்... ம்ஹூம். கதவு எதற்கும் அசையவில்லை. ஒவ்வொரு நாளும் மூன்று தவறுகளுக்குப் பிறகு வாய்ப்புகள் மூடப்பட்டுவிடும். மறுநாள் மீண்டும் முயற்சி செய்வாள். நான்காவது நாளில் மற்ற மூவரும் நம்பிக்கை இழந்து, பாஸ்வேர்டு க்ராக் செய்வது அத்தனை சுலபம் இல்லை என்றும், கிடைத்தாலும் என்ன செய்துவிட முடியும் என்றும் பேச ஆரம்பித்தனர்.

ஒவ்வொரு நாள் இரவும் ஆலீஸ் மூன்று வார்த்தைகளை யோசித்தாள்.

ஜன்னலுக்கு வெளியே ரம்மியமான இரவு அநாதையாகக் கிடந்தது. வெறும் மரங்கள், மலைகள், காற்று, கடல். கொஞ்சமே கொஞ்சம் விலங்குகள். ஐம்பது லட்சம் ஆண்டுகளுக்கு முன் பூமி எப்படி இருந்திருக்கும் என்பதைக் கண்ணாரக் காண முடிந்தது. பேனாவும் பேப்பரும் எவ்வளவு முக்கியம். கண்ணாமூச்சி காட்டும் காலத்தைக் கவிதையாக வடிக்கலாம். பேப்பர் பேனா இல்லை. சென்ட்ரல் யூனிட் கதவைத் திறக்க ஒரு தடவை முயற்சி செய்த வார்த்தையை மறுபடியும் வீணாக்காமல் இருக்க, எழுதி வைத்துக்கொள்ள முடியாமல் தவித்தாள். ப்ரூட் ஃபோர்ஸ் க்ராக்கிங் செய்வதற்கு கம்ப்யூட்டரின் உதவி தேவை. அதற்கு சான்ஸே இல்லை.

ஜி.எல்., அம்மா... என பல தடவை வெவ்வேறு அடைமொழிகளோடு சொல்லிப் பார்த்துவிட்டாள். மறுநாளுக்கான மூன்று புதிய வார்த்தைகள் வேண்டும். கான்ஸ்டலேஷன் லிப்ரா... ஒகே. சொல்லிப் பார்க்கலாம். லிப்ராவின் ஜோடியாக் சைன்... தராசு.. கான்ஸ்டலேஷன் லிப்ரா, தராசு இரண்டும் ஒகே. இன்னும் ஒரு வார்த்தை... நாளைய கோட்டா

முடிந்துவிடும். மூன்றாவது வார்த்தை சிக்கவில்லை. க்ரீனி, வண்டு... இதெல்லாம் நாம் வந்த பிறகு சூட்டப்பட்ட பெயர்கள். வேறு... வேறு ஒரே ஒரு வார்த்தை. களைப்பு கண்களைச் சொக்கியது. தூங்கிப்போனாள்.

கேபின் 24-ல் இருந்து சுமார் 4,000 மைல் தூரத்தில் இருந்தது மத்தியக் கேந்திரம். கேபினில் இருந்து அங்கு போக ஒரு விநாடி நேரம்கூட ஆகாது. எல்லாமே ஒளிவேகம். நேரத்தை ஏமாற்றும் ஒளிவித்தை. மத்தியக் கேந்திரம் சென்று மீண்டும் திட நிலையை அடையும்போது அப்படியே மடிப்புக் கலையாமல் - கலோரி குறையாமல் - இறங்கி வேலை பார்க்க முடிந்தது.

அக்ரோ வேலையில் நல்ல முன்னேற்றம். ஒன்றிரண்டு தாவரங்கள் பூக்கத் தொடங்கியிருந்தன. காய்க்கும்... கனியும்... புதிய விதைகள் கிடைக்கும். லெனினை நேரில் பார்த்த மாதிரி சந்தோஷப்பட்டான் வஸீலியேவ்.

அம்மாவுக்கு மூக்கில் வியர்த்திருக்க வேண்டும். நால்வரின் முன் தோன்றினார். தாவரங்களைத் தொட்டுப் பார்த்தார். புன்னகைத்தார். “வயிற்றுக்குச் சோறிட வேண்டும்... இங்கு வாழும் மனிதருக்கெல்லாம்” என்றார் அகிலனைப் பார்த்து.

“பாரதியார் தெரியுமா?” என்றான் சந்தோஷம் பொங்க.

தெரியும் என்றது அவருடைய கவர்ச்சியான கண்ணசைப்பு. “விரைவில் வெளியே மண்ணில் நட்டுப் பரிசோதிக்கலாம்” என்றார். நால்வரையும் பாராட்டி மின் முத்தம் கொடுத்து மறைந்தார்.

அம்மா ஒரே நேரத்தில் 100 இடங்களில் தோன்றி, 100 பிரச்னைகளை கூலாகக் கையாள்வது பிரமிப்பாகத்தான் இருந்தது.

‘அம்மாவுக்குத் தெரியாத விஷயம் இல்லை’ என அகிலன் பாராட்டுப் பத்திரம் வாசித்துக்கொண்டிருந்தான்.

“ரசிகர் மன்றம் ஆரம்பிக்கப்போறியா?” என்றாள் கேதரின்.

அம்மாவின் சாதுர்யங்கள் எல்லாம் தந்திரமானவை. தமிழனைச் சந்திக்கும்போது அவனை சென்டிமென்ட்டாகத் தாக்க அவர்களின் ஊர் கவிதையைச் சொல்கிறார். அடுத்து சந்திக்கப்போகிறவருக்கான தயாரிப்புகளைச் செய்துதர அவருக்கு ரோபோக்கள் உதவி செய்கின்றன என்பதில் உறுதியாக இருந்தாள் ஆலீஸ். “அவர் எல்லாம் தெரிந்தவர் இல்லை; எப்படி ஏமாற்ற வேண்டும் என்று தெரிந்தவர்” - தீர்மானமாகச் சொல்லிவிட்டு சென்ட்ரல் யூனிட் நோக்கிப் போனாள்.

வண்டு, ‘அனுமதி இல்லை’ என்ற பல்லவியைப் பாடிக்கொண்டிருந்தது. நீண்ட, வெளிச்சம் குறைந்த, அமானுஷ்ய

காரிடார். ஆலீஸுக்கு ஐந்தாவது நாளாக நடந்து நன்றாகப் பழகிவிட்டது.

"கான்ஸ்டலேஷன் லிப்ரா" என்றாள்.

"ராங் செக்யூரிட்டி கோட்" என்றது சிந்தசைஸ்டு குரல்.

"தராசு" என்றாள்.

"ராங் செக்யூரிட்டி கோட்"

மூன்றாவது வார்த்தை... இன்னமும் யோசிக்கவில்லை. மூன்றாவது வாய்ப்பு... வாய்ப்பை வீணாக்க விரும்பவில்லை.

"இரண்டு நிலவுகள்" என்றாள்.

பழக்கதோஷத்தில் அக்ரோவுக்குத் திரும்ப எத்தனித்தவள், 'ராங் செக்யூரிட்டி கோட்' என்ற அலுத்துப்போன பதில் கிடைக்காமல் ஆச்சர்யமாகக் கண்ணாடிக் கதவைத் தொட்டாள். அங்கே கண்ணாடியே இல்லை. கை சாதாரணமாக தடுப்பைக் கடந்தது.

வெற்றி... யுரேகா... மற்ற மூவரையும் நோக்கி ஓடினாள். "திறந்தது கதவு" என்றாள் கம்பன் காட்டிய அனுமன் போல.

யாராலும் நம்ப முடியவில்லை. முட்டைக்குள் இருந்து வெளிவந்த கோழிக்குஞ்சு மாதிரி விழித்தனர். ஆலீஸைத் தொடர்ந்து மூவரும் சென்டரல் யூனிட்டுக்குள் அடி எடுத்து வைத்தனர். அத்துமீறும் அச்சம். இனம்புரியாத திகில் என்ற வார்த்தைக்கு ஏதோ ஓர் 'இனம்' புரியத்தான் செய்தது. கோட்டைச் சுவர்களைக் கடந்து நகருக்குள் நுழைவதுபோல அப்படி ஒரு மிரட்சியான பிரமாண்டம். எங்கே போய் எதை ஆரம்பிப்பது என்று தெரியவில்லை. 100 யானைகளை ஓட்டப்பந்தயம் விடலாம் போல அகலம். இந்த நால்வரும் உள்ளே வந்த அறிகுறியே இல்லாமல் சில ரோபோ பெண்கள் கடமையாற்றினர்.

நடுவே பெரிய கண்ணாடி கனசதுரம். டேபிள் போல இருந்தது. ஆலீஸ் அதைத் தொட்டாள். அவள் யூகித்தது சரிதான். மேசைத் திரை ஒளிர்ந்தது. கேபின் ஒன்று முதல் கேபின் 1000 வரை எண்களாகக் காட்டின.

அகிலன், "கேபின் 52" என்று அழுத்தினான். அங்கே இருந்த 40 பேரின் பெயர்கள் ஒளிர்ந்தன.

அகிலன், "மைக்கேல்" என்று அழுத்தினான்.

நால்வரும் ஆர்வமாகத் திரையை நோக்கினர். அதில் மைக்கேல் தெரிந்தார், ஏறக்குறைய பிணமாக.

லண்டனில் சர்ச் ஹவுஸ் கான்ஃபெரன்ஸ் சென்டர். மனித

மேம்பாட்டுக் குழுவின் அவசரக் கூட்டம் ஏற்பாடாகியிருந்தது. டௌன்'ஸ் யார்டு என்ட்ரன்ஸ் படுபாதுகாப்பு ஏற்பாட்டுடன் இருந்தது. தலைக்கு ஒரு டஜன் ஸ்காட்லாந்து போலீஸ் போடப்பட்டிருந்தது. பத்திரிகை, கேமரா ஆசாமிகளை ஒரு கிலோமீட்டருக்கு முன்னரே வடிகட்டினர். ம.மே.கு. கூட்ட முடிவுகள் எப்போதும் ரகசியமானவை. கிளி வயிற்றில் வைக்காத குறை. 100 நாட்டு விஞ்ஞானப் பிரதிநிதிகள் வந்திருந்தனர். காரை விட்டு இறங்கியவுடன், பலான படம் பார்க்க வந்த பெருசுகள் போல குனிந்த தலை நிமிராமல் வேகமாக அரங்குக்குள் சென்றனர்.

அநாவசியமாக ஓர் எழுத்தைக்கூட பேசவில்லை. 40,000 பேரைக் கொண்டு சென்றதில் உலகின் பல நாடுகளில் சின்னச் சின்னத் தலைவலிகள் உருவாகியிருந்தன. போரும் வன்முறையும் பெருக்கெடுத்த நாடுகளில் மனித உயிர்களின் மதிப்பு ரூபாய் நோட்டுக்கு நிகராக இறங்கியிருந்தது. அதனால் அங்கெல்லாம் போரைச் சொல்லிச் சமாளிக்க முடிந்தது. மந்தமாகத் தேடிப் பார்த்துவிட்டு சீக்கிரமே போட்டோவுக்கு மெழுகுவத்தி ஏற்றிவிட்டனர். காணாமல்போனவர்களில் 398 பேர் பெரும் தொல்லை நபர்களாகப் பட்டியலிடப்பட்டார்கள். அவர்களை வம்படியாகத் தேடிக்கொண்டிருப்பவர்களை மட்டும் கொத்தி எடுத்துச் சென்று 581 ஜி-யில் இறக்கிவிட்டுவிடலாம் என ஒரு யோசனையைச் சொன்னார் ஒரு வழுக்கை விஞ்ஞானி. எல்லா விஞ்ஞானிகளுக்கும் அந்த அடையாளம் பொருந்தும்தான். இருந்தாலும் அவர் ரொம்ப அநியாயம். முகத்தில் புருவங்கள் மட்டும்தான் இருந்தன.

ஆனால், பிரச்னைக்குரியவர்களைக் கடத்துவது பிரச்னையின் டெம்பரேச்சரை அதிகரிக்கும் என்று தவிர்த்தனர்.

"மூன்றே மாதங்களில் 40 ஆயிரம் பேர். நமக்கு அது சாதனை. ஆனால், மக்கள் பதற ஆரம்பித்திருக்கிறார்கள். இவ்வளவு அவசரப்பட்டிருக்கக் கூடாது." இதுதான் கூட்டத்தின் முக்கிய விவாதம்.

மக்களைக் காப்பாற்றத்தான் இந்த அவசரம் என்ற விஞ்ஞான அக்கறையை மக்களிடம் விளக்க அவகாசம் இல்லை. விளக்கத்தைப் புரிந்துகொள்ளாமல் பதற்றத்தில் உலகமே நிலைகுலையும். மக்களுக்கு நல்லது செய்வது சாதாரண விஷயம் அல்ல.

"எல்லாவற்றையும் சந்தேகப்பட்டுப் பழகிவிட்டார்கள். பொதுவாக தவறான முடிவுகள் எடுக்கிறார்கள். லிங்கன், காந்தி என்று நிறைய உதாரணங்களைப் பார்த்துவிட்டோம்" என ஒருவர் அலுத்துக்கொண்டார்.

அதுவும் ஆளே காணாமல்போகும் இந்த நல்லதை மக்கள் புரிந்துகொள்வது கஷ்டம்தான்.

"ஒவ்வொரு நாட்டில் இருந்தும் சராசரியாக 500 பேர் காணாமல் போனால், அது அவ்வளவு பெரிய பிரச்னையா?" இலங்கையில் இருந்து வந்த விஞ்ஞானி கேட்டார்.

'பூமியில் ஒரே ஒருவர்கூட காரணம் இல்லாமல் காணாமல் போகக் கூடாது. ரயில் விபத்து, புயல் என இயற்கை விபத்தும்கூட இப்போதெல்லாம் ஏற்கப்படுவது இல்லை. இது மனித உரிமை விவகாரம். அடுத்த ஆறு மாதங்களுக்கு யாரையும் அனுப்பிவைக்க வேண்டாம்" எனத் தீர்மானித்தனர். தீவிரமாகத் தேடப்படுவோரை அந்தந்த நாடுகளில் இருக்கும் உடல் சிதைந்த மார்ச்சுவரி பிணங்களைக் காட்டி ஆன வரைக்கும் சமாளிப்பது என்று தீர்மானிக்கப்பட்டது.

"ஆனால் மார்ச்சுவரி டெக்னிக் எல்லா நேரங்களிலும் எடுபடாது. இந்தியாவில் ஒரு பெண் கண்ணில் விரலைவிட்டு ஆட்டிக்கொண்டிருக்கிறாள். முதல் செட்டில் அனுப்பப்பட்ட அகிலனின் காதலி. மீடியா, 'காவல்துறையின் காட்டுமிராண்டித்தனம்' என்று கிழித்துக் காயப்போட்டுக்கொண்டிருக்கின்றன" என்றார் தலைவர்.

"அவளுடைய பின்னணி?"

"வீட்டுக்கு ஒரே பெண். சாஃப்ட்வேர் இன்ஜினீயர்."

"பத்திரிகைகளில், 'பெருகும் நரபலி, மனித உறுப்புகள் களவாடும் சர்வதேச மாஃபியா' என அந்தந்த நாட்டு நிலவரத்துக்கு ஏற்ப விதம்விதமாக யூகிக்கின்றன. பல லட்சம் பேர் இறக்கும் நேரங்களிலேயே மௌனமாக இருக்கும் ஐ.நா. சபை, இதற்கெல்லாம் வாய் திறக்கப் போகிறதா என்று ஆவேசக் கட்டுரைகள் ஒரு பக்கம். சிக்கினால் எலும்பை எண்ணிவிடுவார்கள்" - அச்சம் தெரிவித்தார் நார்வே விஞ்ஞானி ட்ரூமேன்.

அவருடைய அச்சம் சரிதான். மக்கள் யாரும் ஒட்டுமொத்தக் காணாமல் போனவர்களையும் ஒன்றிணைத்துப் பார்க்கவில்லை. தனித்தனியாகப் போராட்டத்தில் இறங்கினர். அல்லது தனித்தனியாக இரங்கினர்.

இத்தகைய உதிரிப் போராட்டங்களைத் திசைதிருப்பிவிடலாம் என்ற நம்பிக்கை விஞ்ஞானிகளுக்கு இருந்தது. நம்பிக்கையாகக் கலைந்து சென்றனர்.

பெரும்பாலும் அந்தக் கூட்டத்தின் தீர்மானங்கள் பத்திரிகைகளில் வெளிவராது. வந்தாலும் அப்கன்ட்ரி தினசரிகளின் கவராத

மூலைகளில் பணக்காரர்களின் இழப்புகளுக்கு நடுவே சிங்கிள் காலம் துணுக்காக வரும். 'உலக நாடுகளின் முன்னேற்றம் குறித்த மாநாடு நடைபெற்றது. முக்கியமான முடிவுகள் எடுக்கப்பட்டன' என ஒப்புக்கு சப்பாணியாக இருக்கும்.

அன்றைய தினம் விஞ்ஞானிகள் எடுத்த முடிவைச் சுருக்கிச் சொல்ல வேண்டுமானால், 'இனி நாட்டுக்கு ஒருவர்... வாரத்துக்கு ஒருவர் வீதம் போதும்'.

இந்த வாரம் இந்தியாவில் இருந்து 'வினோதினி' என்றும் முடிவு செய்தனர்.

9

“டாக்டர் மைக்கேல்... டாக்டர் மைக்கேல்...’ ஒளி ஆண்டுகளைக் கடந்து ஒலித்தது குரல். அவரால் இமைகளை அசைக்க முடியவில்லை. அசைக்க விருப்பம் இல்லை என்பதுதான் சரி. “சார், நான் அகிலன்... எழுந்திருங்க...” என்றான் மீண்டும்.

வியப்புடன் திறந்த கண்கள், விரோதமாக மாறின. முதுகில் குத்திய ஆபரேஷன் நோவா விஞ்ஞானிகளைவிட, அகிலன் மீதுதான் அவருக்குக் கோபம் அதிகமாக இருந்தது. ஒவ்வொருதரமும் தவறாகப் புரிந்துகொண்டு சண்டைக்கு வந்த அவசரப் புத்திக்காரன் என்று அவனை நினைத்தார்.

“சார்... நாங்கள் சென்ட்ரல் யூனிட்டில் இருந்து பேசுகிறோம். அம்மாவை மீறி உள்ளே நுழைந்திருக்கிறோம். அடுத்து நாங்கள் என்ன செய்ய வேண்டும்?”

நான்கு பேர் முகங்களும் ஹோலோ திரையில் பதற்றமாகத் தெரிந்தன. விரக்தியாகப் பார்த்துவிட்டு கண்களை மூடிக்கொண்டார். “சார்... நாங்கள் பேசுவது கேட்கிறதா? பூமிக்குத் தப்பிக்க வழிகாட்டுங்கள். உங்கள் ரோஸியைக் கண்டுபிடிப்பது எப்படி? ஏதாவது சொல்லுங்கள்... கேந்திரத்தைக் கைப்பற்ற என்ன செய்ய வேண்டும்?” - ஆலீஸ் பதறினாள்.

ஆலீஸின் குரல் அவருடைய இரக்கச் சுரப்பிகளைத் தூண்டியிருக்க வேண்டும். மீண்டும் கண்களைத் திறந்தார். ரோஸி வயதுதான் அவளுக்கும்.

“உங்களால் கேந்திரத்தைக் கைப்பற்ற முடியாது ஆலீஸ். வேண்டாம்... வந்துவிடுங்கள்” என்றார்.

நான்கு பேரும் சட்டென வாடிப்போக, மைக்கேல் அவர்களுக்கு உதவ முடியாமையை நினைத்து, தாடியைத் தடவிக்கொண்டார். “மத்தியக் கேந்திரத்தில் இப்போது என்ன நடக்கிறது என்று எனக்குத் தெரியவில்லை. மக்களைக் காப்பாற்ற வேண்டும்

என்ற லட்சிய நோக்கம் திசை மாறிவிட்டது. அதற்கு ஆதாரங்கள்... இதோ தனிமைச் சிறையில் இருக்கும் நான். காணாமல்போன என் மகள் ரோஸி" என்றார்.

"நாங்கள் உயிருக்குப் பயப்படவில்லை. திசை மாற்றியவர் யார் என்று இரண்டில் ஒன்று பார்த்துவிடத் தயாராக இருக்கிறோம்" - கேத்ரினுக்கு எங்கிருந்து அவ்வளவு துணிச்சல் வந்ததோ?

மைக்கேல் சிரித்தார். "உயிர்!? ஹா... ஹா" என்றார். "உயிரைப் பணயம் வைக்கும் உரிமை நமக்கு இருப்பதாக நினைக்கிறாயா கேத்ரின்? நம் உயிர் இப்போது நமக்குச் சொந்தமானது இல்லை."

"அப்படியானால் எதற்குமே பயப்பட வேண்டியது இல்லை" என்றான் அகிலன்.

"நீ அவசரக்காரன். ஆலீஸ், நான் சொல்வதைக் கேள். பூமியில் இருப்பவர்களோடு தொடர்புகொள்வதற்கு காமா டிரான்ஸ்மீட்டர் இருக்கிறது. அதை அடைவது அத்தனை எளிதல்ல. ஹெக்ஸா டிஜிட் கோட வேண்டும். ஆல்ஃபா நியூமரிக்கல் கோட் அது. எண்ணும் எழுத்தும் கலந்து உருவாக்கப்பட்டது. 16 டிஜிட் எண்ணெழுத்து என்றால் எத்தனை லட்சம் பெர்முடேஷன் காம்பினேஷன்? பூஜ்ஜியம் முதல் ஒன்பது வரை பத்து எண்களையும் ஆங்கிலத்தின் 26 எழுத்துகளையும் வைத்து உருவாக்கும் 16 ஸ்தான எண். சான்ஸே இல்லை. உங்கள் முன்னூறு வருட ஆயுளையும் செலவிட்டாலும் கண்டுபிடிக்க முடியாது. 'இரண்டு நிலவுகள்' போல அத்தனை சுலபம் இல்லை அது. அங்கே போனால்தான் பூமிக்குத் தொடர்புகொள்ள முடியுமா என்பது தெரியும். அங்கே நியாயவான் யாராவது மிச்சம் இருந்தால், நம்முடைய நிலைமையைச் சொல்ல முடியும். தப்பிக்கும் வழியை அவர்கள் சொன்னால்... அதை நிறைவேற்றும் வாய்ப்பு கிடைத்தால்... ப்ச்... எத்தனை 'ஆல்'?"

"ஒரு பெர்முடேஷன் காம்பினேஷன் ரன் செய்து பார்க்க ஒரு கம்ப்யூட்டர் இருந்தால்..?" அகிலன் கேட்டான்.

டாக்டரின் புருவம் நெருங்கி நின்றன.

"கரெக்ட். கம்ப்யூட்டர் இங்கே இருக்கிறது. நான் இங்கே நிகழ்தகவு ரன் செய்கிறேன். உங்களில் யாராவது ஒருவர்... உங்கள் முழங்கைகளில் ஒரு சென்சர் இருக்கும். ஆலீஸ்... நீதான் சரி. உன் முழங்கையைக் கண்ணாடித் திரையின் முன்பு காட்டினால் போதும். ஓடுங்கள். நீங்கள் இருக்கும் இடத்தில் இருந்து 50 மீட்டர் தூரம் முன்னேறுங்கள். இடது புறத்தில்..." - டாக்டர் விவரிக்கும்போதே, "டாக்டர் அதையெல்லாம் சொல்லக் கூடாது" என்றது வண்டு. "எனக்குத் தெரியும் புத்திசாலி முட்டாளே... இடது புறத்தில் வட்ட வடிவில் ஒரு பாதரசக் கண்ணாடி இருக்கும். அதன் மையத்தில்

இருக்கும் சென்சரிடம் முழங்கையைக் காட்டு. நீ அங்கே கையை வைத்ததும் நான் ரன் செய்வேன். எண் மேட்ச் ஆனதும் கதவு திறக்கும். உள்ளே செல்... முதலில் ஓடுங்கள்.”

வட்ட பாதரசத் திரை தெரிந்தது. அதன் மையம்... ம்ம்ம் மையம்... ஓகே. “ஆலீஸ் முழங்கையை அருகே கொண்டுசெல்” - அகிலன் அவசரப்படுத்தினான்.

சென்சர் மானிட்டரில் எண்ணும் எழுத்துமாக ஓட ஆரம்பித்தன. “கமான்... கமான்... மேட்ச் ஆனால் கதவு திறந்துவிடும்” -அகிலன் அவசரப்படுத்தினான். 20 நிமிடங்களுக்குத் தலை கிறுகிறுக்கும் அளவுக்கு எண்ணெழுத்துகள் ஓடின. நால்வரும் ஒருவரை ஒருவர் பார்த்துக்கொண்டனர். மானிட்டரைப் பார்த்தபடி

சராசரியாக இரண்டு நிமிஷத்துக்கு ஒரு முறை மூச்சு விட்டனர். கால்குலேட்டரில் இருக்கும் டிஸ்ப்ளே அளவே இருந்தது அந்த சென்சர் மானிட்டர். அந்தப் பதினாறு டிஜிட்... தலையெழுத்தை நிர்ணயிக்கப்போகும் எழுத்து... எண்ணெழுத்து. டக். பக்... பக்... லப்... டப்!

சொர்க்கத்துக்கு வழிவிட்டது போல கதவு மறைந்தது. நால்வரும் காலடி எடுத்துவைக்கும் முன் அதிர்ந்து நின்றனர். உள்ளே இருந்து அம்மா அவர்களை புன்முறுவலுடன் வரவேற்றார்.

“நீங்களும் உள்ளே போகணுமா?” என்றார் இரட்டுற மொழிதலாக.

ஃபேஸ்புக், ட்விட்டர், சேஞ்ச் டாட் ஆர்க், சேனல்கள், துப்புத் துலக்கும் பத்திரிகைகள் எல்லாவற்றிலும் வினோதினி ஒரு கலக்கு கலக்கியிருந்தாள். ‘அன்று சத்யவான் - சாவித்திரி... இன்று அகிலன் - வினோதினி’ என்று வாரப் பத்திரிகை ஒன்று அட்டைப்படம் போட்டு பேட்டி வெளியிட்டது. இன்ஸ்பெக்டரைக் கொலைகாரன் என்றே முடிவுகட்டி, ஒளிய இடம் கொடுக்காமல் விரட்டின மீடியா.

காலையில் அலுவலகம் வரும்போதே, வினோதினியைப் பார்க்க மஃப்டியில் காத்திருந்தார் இன்ஸ்பெக்டர். வினோதினியின் காலில் விழாத குறை. டி.ஜி.பி-யைக் கண்டதுபோல பதறி எழுந்தார். அவர் சொன்ன ஒரு விஷயம் ஆச்சர்யமாக இருந்தது.

“எனக்கு எதுவும் தெரியாது. மேலிடத்தில் இருந்து தகவல் வந்தது... அகிலன் காணாமல்போனதைக் கிளறவேண்டாம் என்று.”

ரகசியத்தைச் சொல்ல ஆபீஸ் வரை வந்தவரைப் பார்த்து அவளுக்குப் பாவமாகத்தான் இருந்தது. அவரிடம் நானோ அளவில் நடுக்கம் தெரிந்தது.

“மேலிடம் என்றால்?”

"மத்திய உளவுத்துறை லெவலில் ஆணை பிறப்பிக்கப்பட்டது. ரகசிய ஆணை. யார், எதற்காக ஆணை பிறப்பித்தார்கள் என்று தெரியவில்லை. இதைத் தெரிந்துகொண்டதே என் உயிருக்கு ஆபத்தாகலாம். இந்தியா முழுக்க என்னைப் பந்தாடுவதால், உயிரைப் பணயம்வைத்துக் கண்டுபிடித்த தகவல் இது. அகிலனுக்கு ஏற்பட்ட நிலை நாளை எனக்கோ, உங்களுக்கோ ஏற்படலாம்" என்றார்.

வினோதினிக்கு இப்போதுதான் அச்சம் ஏற்பட்டது.

"எங்கேயும் தனியாகப் போகாதே" என்றார் போகும்போது.

"அகிலனைக் கொன்றுவிட்டார்களா?"

"மறைத்து வைத்திருக்கிறார்களா? கொன்றுவிட்டார்களா? எதற்காக? யார்? - அதெல்லாம் எனக்குத் தெரியாது. அதைக் கண்டுபிடிக்கக் கூடாது என்பதும் எங்களுக்கு ஆணை!"

'யார் ஆணையிடுகிறார்கள்?'

"அதுதான் தெரியவில்லை என்கிறேனே! உள்துறையிடம் இருந்து உளவுத்துறைக்கு ஆணை. பி.எம்.ஓ., சி.பி.சி.ஐ.டி. ஆசீர்வாதத்தோடு நடக்கிறது. நம் தகுதிக்கு அப்பாற்பட்டது."

வினோதினி, சற்றே யோசனையில் இருந்த நேரத்தில் இன்ஸ்பெக்டர் வேகமாக விடைபெற்றார்.

அகிலனைக் கடத்துவதற்கு மேலிடத்தில் இருந்து ஆணை வருகிறது என்றால்... அவ்வளவு பெரிய ஆளா அகிலன்? இன்ஸ்பெக்டர் தப்பிப்பதற்காக அளக்கிறாரா?

ஹாஸ்டலில் ஒவ்வோர் அறையிலும் நான்கு படுக்கைகள். தனியாக இருக்கப்போவது இல்லை. அலுவலகத்தில், தெருவில், பேருந்தில்... ஜாக்கிரதையாகப் பயணித்தாள். கூட்டம் இருக்கும் இடங்களில்... அதுவும் தோழிகளின் துணையோடுதான் நடந்தாள்.

இரண்டாவது நாளில் தேவை இல்லாமல் பயப்படுகிறோமா என சந்தேகமாக இருந்தது.

ஹாஸ்டலுக்குப் போகிற வழியில் ரங்கநாதன் தெருவில் ஒரே ஒரு சுடிதார் வாங்கிக்கொண்டு திரும்பிவிடலாம் என்று திட்டம். சுமியுடன்தான் சென்றாள். இரண்டாவது மாடியில் சுடிதார் செக்ஷன். போன வேகத்தில் ஒரு சுடிதாரை எடுத்தாள். பில் போடத் திரும்பினாள். "டிரையல் ரூம் அங்க இருக்கு" என்றார் சஃபாரி போட்ட ஒருவர். கடைச் சிப்பந்தியாக இருக்கலாம்.

"எவ்வளவு நேரம் ஆகப்போகிறது போட்டுத்தான் பாரேன்" என்றாள் சுமி.

ட்ரையல் ரூமுக்குள் நுழையும் போது, "நானும் கூட வரணுமா?" என்றாள் சுமி கிண்டலாக.

வினோதினி வருகிற வரை என்ன செய்வது என்று தெரியாமல், ஹாங்கரில் தொங்கிக்கொண்டிருந்த சுடிதார்களை ஜோதிடக் கிளி சீட்டுகளை நிராகரிப்பதுபோல தள்ளிவிட்டுக்கொண்டே வந்தாள் சுமி. ஒரு வரிசை முழுக்கப் பார்த்துவிட்டு வந்த பின்பும் கதவு மூடியே இருந்தது.

குறுக்கும் நெடுக்குமாக நடந்தாள். உட்கார்ந்தாள். தண்ணீர் குடித்தாள். பத்து நிமிடங்கள் ஆனது. பதினைந்து... பதினாறு... எழுந்து கதவை நெருங்கி, "போதும்... வெளிய வாடி" என்றாள். கதவின் மறுபுறம் அமைதியாக இருக்க, லேசாகத் தட்டினாள். கதவு திறந்துகொண்டது. உள்ளே வினோதினி இல்லை.

அதற்குள் எங்கே போனாள்? இங்கேதானே நிற்கிறேன்? கதவைத் திறந்து கதவுக்குப் பின்னால் நின்று விளையாடுகிறாளா என்று பார்த்தாள். 100 சதவிதம் அங்கே அவள் இல்லை.

வினோதினி புதிதாக வாங்கிய சுடிதார், அவள் அணிந்திருந்த சுடிதார் இரண்டுமே அங்கு அநாதையாகக் கிடந்தன. பதறி அடித்துக்கொண்டு அலறலோடு வெளியே ஓடி வந்தாள் சுமி!

10

விழிப்பு வந்தபோது ஒரு வித்தியாசத்தை உணர்ந்தாள் வினோதினி. அது எந்த இடம் என சுதாரிக்க முடியவில்லை. உட்கார்ந்தால் தலையில் இடிக்கக் கூடாது என திட்டமிட்டுக் கட்டப்பட்ட சிறிய படுக்கை அறை. சிறிய வெளிச்சம். அடிபட்டு மருத்துவமனையில் இருக்கிறோமா என்ற இயல்பான சந்தேகம் வந்துபோனது. அது ஹாஸ்டல் வாசனை இல்லை என்பது மட்டும் தெளிவாகத் தெரிந்தது. அசைவற்றுப் படுத்திருந்தாள். அசைய முடியவில்லை என்பதுதான் காரணம்.

அறுந்து அறுந்து விழுந்த நினைவுகளை ஒட்டவைக்க அவள் முயன்றாள். மிகுந்த சோர்வாக இருந்தது. படுக்கையில் பரவிக்கிடக்கிறோம் என்ற அனிச்சை உணர்வில் உடையைச் சரிப்படுத்த நினைத்தாள். உடை என்று எதுவும் இல்லையோ என்ற அச்சம் அலைமோதியது. சக்தியைத் திரட்டி விருட்டென எழுந்து பார்த்தாள். நீல நிற ஜெர்க்கின் போனற அவளுக்குச் சம்பந்தமில்லாத இறுக்கமான உடை. அந்த அதிர்ச்சியே அவளை இயக்கியது. மூளையில் ஆக்ஷான்கள் துளிர்த்தன.

அகிலன், ஊர், வேலை, இன்ஸ்பெக்டர் என அடுத்தடுத்து அணிவகுத்தன(ர்). சுடிதார் எடுக்கப் போனது நினைவுவந்தது. 'சுமி... சுமி எங்கே?' - எழுந்து நிற்கப் போராடிய நேரத்தில், மேலே இருந்த கண்ணாடிக் குமிழ் போன்ற மூடி தானாகவே திறந்து மேலே மேலே உயர்ந்தது. அவள் மெள்ள தன் படுக்கையில் இருந்து எழுந்து உட்கார்ந்தாள். அது ஓர் உள் விளையாட்டு அரங்கம் போல பிரமாண்டமாக இருந்தது. அவளைப் போலவே வரிசையாக பலரும் படுக்கையில் இருந்தனர். சிலர் எழுந்து அவளைப் போலவே பேதலித்தனர்.

அதே நேரத்தில், 'பூமியில் இருந்து வந்திருக்கும் விருந்தாளிகளுக்கு வணக்கம்' என்றது ஒரு குரல்.

திடீர் குரலும் குரல் சொன்ன தகவலும் சிலருக்கு அதிர்ச்சியாகவும், சிலருக்கு எரிச்சலாகவும் இருந்தது.

வினோதினி, இதுபோன்ற விளையாட்டுகளை ரசிக்கும் மனநிலையில் இல்லை.

குரல் வந்த திசையை அனுமானிக்க முடிய வில்லை. குரல் அவர்களிடம் இருந்தே வந்தது போலத்தான் ஒவ்வொருவரும் நினைத்தனர்.

வண்டு, தன்னை அறிமுகப் படுத்திக்கொண்டது. லாங்குவேஜ் கன்வெர்ட்டர், ஜி.எல். 581 பற்றி சிறு குறிப்பு வரைந்துவிட்டு, பூமியில் ஏற்படப்போகும் ஆபத்தையும் சொல்லியது வண்டு.

வினோதினி 'என்ன இது உளறல்' என்ற பாவனையில், பக்கத்தில் இருப்பவர்களைப் பார்த்தாள். இடதுபுறம் ஓர் ஆங்கிலேயனும் வலதுபுறம் ஓர் ஆங்கிலேயியும் இருந்தனர். மேற்கத்திய நாட்டினரை நாடு பிரித்து அடையாளம் காணுவது அத்தனை சுலபமாக இல்லை. அவர்கள் துணிக்கடைக்கு வந்ததுமாதிரியும் தெரியவில்லை. 'இது எல்லாம் யாருடைய விளையாட்டு' என யோசித்தபடி, பொறுமையாக இருந்தாள் வினோதினி.

ஒவ்வொரு கேபினும் வந்து சேரும்போது அதில் உள்ளவர்கள் எப்படி நடந்துகொள்வார்கள் என்பதில் வண்டுக்கு ஒரு பக்குவம் ஏற்பட்டிருந்தது; பொறுமை அதிகரித்திருந்தது. மனிதர்களைச் சமாளிப்பதில் செயற்கை அறிவு பலப்பட்டிருந்தது.

தன்னை 'வண்டு' என அறிமுகப்படுத்திக் கொள்வதில் இப்போதெல்லாம் மகிழ்ச்சி அடைந்தது. தன் ஈகியம் பிட் புராஸஸரின் வேகத்தையும் பெருமையாகச் சொல்ல ஆரம்பித்தது.

வினோதினி, "அது என்ன 'ஈகியம்'?" என்றாள்.

"அது ஒரு தமிழ் வார்த்தை. ஒன்றின் அருகே 12 சைபர்களைப் போட்டால் அந்த எண்ணுக்குப் பெயர்தான் 'ஈகியம்'. தமிழர்கள், 20 சைபர்கள் வரை எண்ணுக்குப் பெயர் வைத்திருக்கிறார்கள். உலகில் அத்தனை பழமையான எண் எந்த மொழியிலும் இல்லை. அதனால்தான் சூட்டினோம்."

"நானும் தமிழ்தான்" என்றாள் வினோதினி.

"தெரியும். சந்தோஷப்படுவாய் என்றுதான் சொன்னேன். உன்னைப் போலவே டால்பின் டாட்டூ குத்திய இன்னோர் ஆளைப் பற்றி சொன்னால் இன்னும் சந்தோஷப்படுவாய்" என்றது.

வினோதினி திகைப்புடன், "அகிலனா?" என்றாள்.

சுற்றியிருந்த மற்ற சிலர், வினோதினி காற்றுடன்

பேசிக்கொண்டிருப்பதை வைத்து ஒரு முடிவுக்கும் வரமுடியாமல் இருந்தனர். சிலர் புலம்பலும் கோபமுமாக இருந்தனர்.

வண்டு, “அகிலன் இப்போது சலவைப் பிரிவில் இருக்கிறான். அம்மாவை எதிர்த்துப் புரட்சி செய்த சிலர், சலவைப் பிரிவுக்கு மாற்றப்பட்டு விட்டனர்” என்றது.

“என்னது... புரட்சி செய்தானா? புரட்சி செய்தால் லாண்டரி கடையில் வேலை செய்ய வேண்டுமா?”

“சலவை என்றால்... மூளைச் சலவை. புரட்சியை அழித்துவிட்டுத் திருப்பி அனுப்பி வைப்பார்கள்” வண்டு பொறுமையாகச் சொன்னது.

அடர்த்தியான பள்ளத்தாக்கு. நாய்க்குடை போல கவிந்திருந்த மரங்களால் பகல் நேரத்திலும் அங்கு இருள் படர்ந்திருந்தது. இரண்டு மலை அடுக்குகளுக்கு இடையே ஓடியது ஒரு சிறிய ஓடை. பூமியில் இல்லாத வினோதத் தாவரங்கள் அங்கே இருந்தன. அவை தாவரங்கள் என்பதற்கான ஒரே ஆதாரம், அவை மண்ணில் இருந்து வளர்ந்து வந்தவை என்பதுதான். மற்றபடி ஏதோ கிராஃபிக் டிசைனரின் கைவண்ணம்போல இருந்தது அந்தப் பகுதி. ஓடையை ஒட்டி குகை போன்றதொரு பாறை இடுக்கு.

கெப்ளர் 78பி கிரகப் பருந்து ஜந்துகள் நான்கும் அங்கே முகாமிட்டு இருந்தன. அவை ‘டெர்பி’ என்று தங்கள் இனத்தை அழைத்தன. ஒவ்வொன்றுக்கும் ஒவ்வொரு எண். 565600 என்பது அவற்றின் குடும்ப எண். இங்கே வந்திருக்கும் நான்கும் அவர்கள் எண்ணில் 1, 2, 3, 4 என தங்களைக் கணித முறையில் அழைத்துக்கொண்டன. பேரும் புகழும் கடமைக்கு எதிரி என்பது கெப்ளர் 78பி-யில் பொதுவிதி. யாருக்கும் பெயரும் இல்லை; புகழும் இல்லை. எல்லா சாதனைகளும் ‘கடமை’ என்ற பிரிவில் அடங்கும். கடமையைச் செய்துவிட்டு அதற்கான பலனை எதிர்பார்க்கும் உயிரினங்களாக அவை உருவாகியிருந்தன.

அவற்றின் செயல்பாட்டைப் புரிந்துகொள்ள வேண்டுமானால் வேலைக்காரத் தேனீக்கள் பற்றி தெரிந்துகொள்ள வேண்டும். வேலைக்காரத் தேனீ எத்தனை நூறு மைல்கள் சென்றாவது தேனைக் கொண்டுவந்து சேர்க்கும். எதிராளிகள் வந்தால், போராடி உயிரைவிடும். டெர்பிகள் கிரகம்விட்டு கிரகம் போய் நைட்ரஜன் தேடும்; தகவல் சொல்லும். இவை தவிர தொழில்நுட்ப டெர்பிகள், ஆய்வு டெர்பிகள் என இன்னும் சில ரகங்கள் இருந்தன. சாதி, மதம் இல்லை; உயர்வு தாழ்வு இல்லை. கடமைப் பிரிவு மட்டும்தான். யாருக்கும் அங்கே சிலைகள் வைக்கப்படுவது இல்லை. பேனர்கள், போஸ்டர்கள், முதுகில் குத்துதல், காதுகுத்துதல் எதுவும் வழக்கத்தில்

இல்லை.

தண்ணீரை உறிஞ்சிக் குடித்துவிட்டு, சரியாக இருப்பதாகச் சொன்னது டெர்பி ஒன்று. மண், நீர் இரண்டிலும் போதுமான அளவு நைட்ரஜன் இருப்பது அவற்றுக்கு சந்தோஷம் அளித்தது. பல்வேறு கோள்களில் இப்படி இறக்கிவிடப்பட்ட நான்கு டெர்பிகளும் அங்கே நைட்ரஜன் இருக்கிறதா என்று சோதித்துவிட்டு தயாராக இருக்க வேண்டும். இறக்கிவிட்டுப்போன கெப்ளர் ஸ்பேஸ் ஷிப், மீண்டும் 42 நாட்கள் இடைவெளியில் வரும். நைட்ரஜன் இருக்கும் தகவலைச் சொன்னால் குடியேற்றத்துக்கான இன்னும் கொஞ்சம் டெர்பிகள் வந்து சேரும். இல்லையென்றால், இந்த நான்கு டெர்பிகளும் வந்த மாதிரியே ஸ்பேஸ் ஷிப்பில் ஏறி அடுத்த கோள் நோக்கிப் போகும்.

நைட்ரஜன் இருப்பது உறுதி செய்யப்பட்டுவிட்டதால் ஜி.எல். 581-ஐ தாம் பயன்படுத்தலாம் என்று நான்கு டெர்பிகளும் முடிவெடுத்திருந்தன. ஸ்பேஸ் ஷிப் வருவதற்கு இன்னும் அவகாசம் இருந்தது. அதற்குள் இங்கிருக்கும் மனிதர்களை அப்புறப்படுத்திவிடுவது நல்லது என்று உறுதிசெய்திருந்தன.

மனிதர்களின் போக்குகள் அவற்றுக்கு வித்தியாசமாக இருந்தன. ஒவ்வொருவருக்கும் தனித்தனி விருப்பங்கள், தனித்தனி வருத்தங்கள் இருப்பது அவற்றுக்கு முதலில் வேடிக்கையாக இருந்தது. பரஸ்பர அவநம்பிக்கையோடுதான் இவர்கள் அனைவரும் ஒன்றாக வாழ்கிறார்களோ என நினைத்தன. ஆனால், அது பற்றி ஆராய்ச்சி செய்ய அவற்றுக்கு அவகாசம் இல்லை.

அவற்றின் இறக்கை போன்ற பிடிமானத்தில் அந்த உலக்கை ஆயுதம் இருந்தது. உடலில் உள்ள அபரிமிதமான நைட்ரஜன் மூலம் அதை இயக்கின. வெறுப்பில் அங்கே தூரத்தில் போய்க்கொண்டிருந்த ஒரு க்ரீனியை 'ஸ்ஸ்ஸ்...' என்று சுட்டது டெர்பி நான்கு. க்ரீனி இருந்த இடத்தில் சாம்பலும் சற்று கார்பனும்தான் மிச்சம்.

மனிதர்கள் ஒவ்வொருவரும் வேண்டிய அளவுக்கு விலகி இருக்கிறார்கள் என்பது அவற்றுக்கு வசதியாகத்தான் இருந்தது. டெர்பி ஒன்று சொன்னது, "கூடி வாழ்வதோ, வேலைகளைப் பகிர்ந்துகொள்வதோ இவர்களிடம் இல்லை தனித்தனியாகத் திட்டமிடுகிறார்கள். பிறகு, கூடுகிறார்கள்; குழப்பிக்கொள்கிறார்கள்."

நான்கும் தலையோடு தலை உரசி, "சில் சில்" என்றன. எகத்தாளமாகச் சிரிப்பதாக அர்த்தம்.

மூன்று, "அப்படியானால் இவர்களைத் தீர்த்துக்கட்டுவது சுலபம்" என்றது.

“இல்லை” என்றது இரண்டு. “அத்தனை பேரையும் தீர்த்துக்கட்ட வேண்டியது இல்லை. அவ்வளவு ஆயுதங்கள் நம்மிடம் இல்லை. ஒரே ஓர் ஆளைத் தீர்த்துக்கட்டினால் போதும். மற்ற அனைவரும் தானாகவே இறந்துபோய் விடுவார்கள்.”

“யார் அந்த ஓர் ஆள்?”

“அவரை இவர்கள் ‘அம்மா’ என்று அழைக்கிறார்கள்.”

அனைத்தும் மீண்டும், “சில் சில்” என்றன தலையோடு தலை உரசி.

வந்திருக்கும் எதிர் உயிரிகள் பற்றி, மினிமம் எச்சரிக்கைகளை மட்டுமே சொல்லியது வண்டு. அவை, மனிதர்களோடு எந்தவிதத்திலும் இயைந்து போகவில்லை என்பதோடு, ஆபத்தானவை என்றும் இனம் பிரித்திருந்தது. அங்கு வந்து சேர்ந்திருக்கும் வேற்றுக் கிரக கிரியேச்சர்கள் பற்றி, அம்மாவுக்குப் பூமியில் இருந்தும் சில விவரங்கள் வந்திருந்தன.

‘அவை சிவிலைஸ்டு ஏலியன்கள். நைட்ரஜன் உண்டு வாழ்பவை. மனிதர்களைப் போல நைட்ரஜனை, தாவரங்கள் மூலம் பெற்று அமினோ அமிலமாக மாற்றி சக்தி பெற வேண்டிய தேவை இல்லாதவை. அவற்றின் உணவு, ஆயுதம் எல்லாமே நைட்ரஜன்தான். இவை மட்டும்தானா இன்னும் வருமா? தெரியாது. அவற்றின் பின்னணி தெரியாமல் எதுவும் செய்ய வேண்டாம்’ என்றே பூமியில் இருக்கும் விஞ்ஞானக் கழகத்தினரும் சொல்லியிருந்தனர். இப்போது ‘அழித்துவிடுங்கள்’ என்று ஒரு வரி உத்தரவு வந்திருந்தது.

அம்மாவுக்குக் கூடுதலாக இந்தப் பணி. ஆபத்து இல்லாத கிரகம் என்று தீர்மானித்துதான் மக்கள் இங்கு அழைத்து வரப்பட்டனர். இந்த மாதிரி நேரத்தில் உடனடியாக சூழ்நிலையைக் கிரகித்து, நாம் இடும் ஆணைகளைக் கேள்வி கேட்காமல் செயல்படுத்தும் ஆட்கள் தேவை. வந்திருந்த 40 ஆயிரத்து சொச்சம் பேரில் சூழ்நிலையைக் கிரகிக்கும் ஆட்கள் குறைவு. அதிலும் நமது ஆணைகளை ஏற்றுச் செயல்படுபவர்கள் அதனினும் குறைவு. நிலைமையை எதிர்கொள்வதற்கு இங்குள்ள விஞ்ஞானிகளின் உதவியை நாட வேண்டியிருந்தது.

‘அழித்துவிடுங்கள்’ என்றால்... எப்படி? இங்கு போர் புரிவதற்கான எந்த முன்னேற்பாடுகளும் இல்லை. பூமியில் மீண்டும் அழுத்திக் கேட்டபோது, கேப்ரியல், மைக்கேல், கார்ட்டர் ஆகியோரின் உதவியை நாடும்படி சொல்லி விட்டனர். மூவரும் நாசாவில் பணியாற்றியவர்கள்

74 | ஆபரேஷன் நோவா

11

மூவரையும் மத்தியக் கேந்திரத்துக்கு அழைத்து வந்திருந்தனர். 'அம்மா எதற்காக அழைத்தார்?' என யூகிக்க முடியாமல், மூவரும் காத்திருந்தனர். கார்ட்டருக்குத்தான் குழப்பம் அதிகமாக இருந்தது. தண்டனைக்காகவா எனத் தெரியவில்லை. ஏடாகூடமாக ஏதாவது பேசிவிட்டோமா எனப் பின்னோக்கிப் பார்த்தார். 'நாம் ஒன்றும் அடிமைகள் இல்லை' என்று ஒருதரம் ஹென்ரிச்சிடம் வீராவேசமாகச் சொல்லியது நினைவுக்கு வந்தது.

ஏற்கெனவே அகிலன், ஆலீஸ், வசிலியேவ், கேத்ரின்... ஆகிய நால்வரும் மூளைச்சலவை செய்யப்பட்டு புத்தம் புதுசாக வந்தனர். அவர்கள் பழைய நிலைமைக்கு வருவதற்கு ஒரு மாதமாவது ஆகும். மூளையில் ஷார்ட் டைம் மெமரி, லாங் டைம் மெமரி நியூரான்களின் திறனைப் பொறுத்துதான் தேறி வருவார்கள். இந்த நிலைமையில் இவர்கள் அழைக்கப்படவே இயல்பாக இந்த அச்சம். 'மத்தியக் கேந்திரம்' என்ற வார்த்தைகளே கார்ட்டருக்கு கொலைக்களம் மாதிரிதான் காதில் விழுந்தது. அது ஓர் அறையா, அரங்கமா என அறுதியிட முடியவில்லை.

மூன்று பேரும் யாரும் யாருடனும் பேசிக்கொள்ளாமல் அமைதியாக அமர்ந்திருந்தனர். கேப்ரியல், அம்மாவின் கையாள். மைக்கேல், சலவைப் பிரிவுக்குப் போய் வந்ததில் இருந்து ஒருவித ஞான நிலையிலேயே இருந்தார். திகிலில் இருந்தது கார்ட்டர் தான். அந்த நேரத்தில் அவர்களின் முன்னே அந்த ஒளித்தடம் தெரிந்தது. அது அம்மாவின் வருகை என அறிந்திருந்ததால் எல்லோரும் நிமிர்ந்து உட்கார்ந்தனர். முதலில் சிக்னல் கிடைக்காத டி.வி. போல ஒளிப் பிசிறுகள் தோன்றி, பிறகு அம்மாவின் உருவம் நிதானத்துக்கு வந்தது.

கார்ட்டர் வாயடைத்துப் போனார். அவர் இப்போது தான் முதல்முறையாக அம்மாவைப் பார்த்தார்.

“நீ... நீங்கள்?” என்று தடுமாறினார்.

“அம்மா” என்றார் அம்மா.

அம்மா எனப்பட்டவரை அந்த மூவரும் ‘பேத்தி’ என்றே அழைக்கலாம். அத்தனை இளம் அம்மா.

“நீ ரோஸிதானே? ரோஸி... ஐயோ! நீ ஏன் இப்படி இருக்கிறாய்?” என்று தடுமாறிய கார்ட்டர், “மைக்கேல், உங்கள் பெண் ரோஸி” என்றார் அவரை நோக்கி.

சலவைத் துறையில் சென்டிமென்ட் நினைவுப் பகுதிகளில் சில திருத்தங்கள் செய்யப்பட்டிருந்த மைக்கேல், “ஆமாம்... அதற்கென்ன?” என்றார்.

“என்னுடைய பதிலும் அதே கேள்விதான். ஆமாம் அதற்கென்ன?” என்றார் அம்மா.

“இதற்காக யாரும் வீணாக அதிர்ச்சி அடைய வேண்டாம். அதற்கு இப்போது நேரம் இல்லை. நாம் பூமியில் இருந்து உயிர் பிழைக்க வந்திருக்கிறோம். 41 ஆயிரம் பேரைக் காப்பாற்றும் பொறுப்பு நமக்கு இருக்கிறது. அத்தனை பேரின் உணவு, உறையுள், உயிர் வாழும் சந்தர்ப்பம் இவைதான் இப்போது முக்கியம். செயற்கை உணவோடு, இயற்கை உணவும் இனிமேல் கிடைக்கும். அதில் எல்லாம் பிரச்னை இல்லை. ஆனால்...” என்று குரல் நடுங்க ஏதோ சொல்ல நினைத்தார் கேப்ரியல்.

“நான் விளக்குகிறேன் கேப்ரியல்...” என்ற அம்மாவின் முகத்தில் தடுத்தாட்கொண்ட பெருமிதம்.

“பூமியில் இருந்து நாம் வந்ததுபோலவே இன்னும் ஒரு கிரகத்தில் இருந்து வேறு உயிரினங்களும் இந்தக் கிரகத்தைச் சொந்தம் கொண்டாட நினைக்கின்றன. சில வருடங்களுக்கு முன் நாசா ஆய்வுக்கூடத்தில் நாம் அடையாளம் கண்ட வாழ உகந்த கோளில் இருந்துதான் அவை வந்திருக்கின்றன. கெப்ளர் 78 பி. நம் துரதிர்ஷ்டம்... அவற்றுக்கு வாழ்வதற்கு மட்டும்தான் தெரியும். வாழ்வை அனுபவிக்கும் பழக்கம் அவற்றிடம் இல்லை. சுருக்கமாகச் சொன்னால், அவற்றிடம் கேமரா உண்டு. அவற்றை வைத்து சினிமா எடுப்பது இல்லை. கண்காணிப்புக்கு மட்டும்தான்.”

அம்மாவின் கையில் இருந்த காம்ஸ்லேட்டில் அந்த ஏலியனைக் காட்டினார்.

“ஏன் இங்கே வந்திருக்கின்றன?” - மைக்கேல் கேட்டார். அவரிடம் மகளைத் தேடிப் புலம்பிய பாசத்தின் தடயமே இல்லை.

“அவை, நைட்ரஜன் புசிப்பவை. நைட்ரஜன் பற்றாக்குறை

ஏற்பட்டு இங்கே வந்திருக்கின்றன.”

“நேரடியாக நைட்ரஜனைப் புசிக்குமா?” என்றார் மைக்கேல்.

“ஆமாம். இங்கே இவ்வளவு நைட்ரஜன் இருப்பது தெரிந்ததும் கொள்ளை ஆசையோடு முகாமிட்டிருக்கின்றன. அவை அசெக்ஸுவல் உயிரினங்கள். இரண்டாகப் பிரிந்து பல்கிப் பெருகுவதாகத் தெரிகிறது.”

“ஓ காட்!” என்றார் கார்ட்டர்.

“அவரிடம் எல்லாம் முறையிட முடியாது. வேகமாக அவற்றை அழிக்க வேண்டும். கெப்ளர் 78 பி-யில் இருந்து அவற்றின் சுப்பீரியர்கள் வருவதற்குள்.”

மூவரும் யோசிக்கிறார்களா, சோர்ந்து விட்டார்களா எனத் தெரியவில்லை. அமைதியாக அம்மாவைப் பார்த்துக் கொண்டிருந்தனர்.

“அவற்றுக்கு உணவு, எரிபொருள் எல்லாமே நைட்ரஜன் என்கிறீர்கள்... அப்படித்தானே? அப்படியானால் இங்கு இருக்கும் நைட்ரஜன் அளவைக் குறைக்க முடியுமா?” என்றார் கேப்ரியல்.

“மிஸ்டர் கேப்ரியல், இது பூமியைவிட பெரிய கிரகம். காற்றில் 80 சதவிகிதம் நைட்ரஜன் இருக்கிறது. நடக்கிற கதை இல்லை. அவை நேரடியாக நைட்ரஜன் புசிப்பதுதான் ஆச்சர்யமாக இருக்கிறது. விடையும் அங்குதான் இருக்க வேண்டும்” மைக்கேல் நாசாவில் பணியாற்றிய முனைப்போடு பேசினார்.

“ஆமாம். நைட்ரஜன் மூலக்கூறுகளை அமினோ அமிலங்களாக மாற்றுவதன் மூலம்தான் உணவாக்க முடியும். அவற்றுக்கு அதற்கான சிஸ்டம் அவற்றின் வயிற்றில் இருக்கிறது.”

“தாவரங்களின் வேர்களைச் சுற்றியுள்ள பாக்டீரியாக்கள், நைட்ரஜன் மூலக்கூறுகளை அணுக்களாக உடைத்துத் தருகின்றன. அவற்றின் உடம்பிலே அந்த பாக்டீரியாக்கள் அதிகம் இருக்கலாம்” என்றார் கேப்ரியல்.

“நீங்கள் என்ன நினைக்கிறீர்கள் கார்ட்டர்?”

“எனக்கு நினைக்கும் சக்தியே போய்விட்டது. பூமியில் இருந்து வந்துசேர்ந்த அதிர்ச்சியே இன்னும் நீங்கவில்லை. இப்போது ஏலியன் பயம் வேறு சேர்ந்துகொண்டது.”

“இரண்டு நாள் பயிற்சியாக சலவைத் துறைக்குப் போய் வருகிறீர்களா? மைக்கேலைப் பாருங்கள் எவ்வளவு உற்சாகமாக மாறிவிட்டார்?” - அம்மா கேட்டதும் பதறிப்போனார் கார்ட்டர்.

“அதெல்லாம் தேவை இல்லை. சமாளித்துவிடுவேன்” என்றார்

போலி மிடுக்கோடு.

மூவரின் மனதிலும், நைட்ரஜன் மூலக்கூறை அணுக்களாக உடைக்கும் அந்த பாக்டீரியாவை அழிப்பது எப்படி என்ற சிந்தனைச் சீற்றம்.

“ஆக்சிஜன் இருக்கும் இடங்களில் அனரோபிக் பாக்டீரியாக்கள் வசிப்பது இல்லை” என்றார் கார்ட்டர். தான் இயல்பாகத்தான் இருக்கிறேன் என்று காட்டிக்கொள்ள வேண்டிய கட்டாயம் அவருக்கு.

“சூப்பர்” என்றார் மைக்கேல்.

அம்மா, கார்ட்டரைப் பார்த்துச் சிரித்தார். “குட்.... நல்ல யோசனை. ஆக்சிஜன் பிரயோகித்துப் பார்க்கலாம். வேறு வாய்ப்புகளையும் யோசியுங்கள். வேகம்... வேகம்.. இல்லையென்றால் நாம் எல்லோரும் அழிவது நிச்சயம்.”

“கெமிஸ்ட்ரி ஆய்வு அறிஞர்கள்...” என வாய் எடுத்தார் மைக்கேல்.

“தயாராக இருக்கிறார்கள்.”

அம்மா, ரோபோ பெண்ணை அழைத்து அவர்களை ஆக்சிஜன் உற்பத்திக்கூடத்துக்கு அழைத்துச் செல்லுமாறு பணித்தார்.

மூவரும் அந்த அந்தப் பெண்ணின் பின்னால் நடந்தனர். கண்ணாடித் தடுப்புகள் ரோபோ பெண்ணுக்குப் பணிந்து திறந்தன.

மைக்கேல், துக்கத்தின் சாயல் இல்லாமல் கடமை உணர்வோடு முதல் ஆளாக நடந்துகொண்டிருந்தார். கார்ட்டர், அவரைப் பரிதாபமாகப் பார்த்தார். தன் மகள்தான் ‘அம்மா’ என்பதை உணரக்கூடிய நிலையில் அவர் இல்லை. ரோஸி ஏன் இப்படி ஓர் எந்திரமாகிப்போனாள் என்பதும் அவருக்குப் புரியவில்லை!

டெர்பிகளுக்கு, ஒரு விஷயம் மட்டும் புரியவே இல்லை. ‘அம்மா’ என்ற கதாபாத்திரம் மட்டும் ஒரே நேரத்தில் பல இடங்களில் இருப்பது வினோதமாக இருந்தது. அந்த உருவம் மட்டும் உள்ளீடற்றதாகவும் இருந்தது. தீர்த்துக்கட்டுவதற்கு எடுத்த முயற்சிகளின்போது இந்தச் சிக்கல்கள் வளர்ந்தன. ஒரு அம்மாவை மட்டும் கொன்றால், எல்லா அம்மாக்களும் மறைந்துவிடுவார்களா? அல்லது எல்லா அம்மாக்களையும் தனித்தனியாகக் கொல்ல வேண்டுமா என்பதைத் தீர்மானிக்க முடியவில்லை.

“தாக்கிப் பார்க்கலாம்” என்றது இரண்டு. அனைத்து டெர்பியும் போதுமான சக்தி அளிக்கும் எரிபொருள் இருக்கிறதா என்று சோதித்துவிட்டு, கேபின் 24 -ஐ ஒரு சுற்று சுற்றி வந்தன.

“செயல்படு... தீர்” என்றது ஒன்று.

ஐந்து டெர்பிகளும் ஒரே நேரத்தில் ஆயுதங்களை கேபினை நோக்கி இயக்கின. ஒளிக்கற்றைகள் கேபின் சுவர்களில் பட்டுத் தெறித்தன!

12

டெர்பிகள் கேபின் 24 மீது தொடர்ந்து தாக்குதல் நடத்தின. குண்டுகள் போல எதுவும் துளைக்கவில்லை. ஒளிரும் மின் இழைகளை, கேபினை நோக்கிச் செலுத்தியபடி இருந்தன. உள்ளே இருந்தவர்களுக்கு எந்தப் பாதிப்பும் ஏற்படவில்லை. எனினும், கலவரப்படுத்தியது. அவை பறந்துகொண்டே சுற்றிச் சுற்றி வந்தன. அவை வைத்திருந்த ஆயுதங்களில் இருந்து ஒளிக்கற்றைகள் சீறின. இன்னும் சில சிறிய டெர்பிகள் அங்கே இருந்தன. அசெக்ஸுவல் உயிரினங்கள் என்பதால், மூத்த டெர்பிகளில் இருந்து கிளைத்துப் பிரிந்த குட்டிகள் அவை. அவையும்கூட சிறிய கதிர்களை வெளிப்படுத்தக் கூடியவையாக இருந்தன.

கேபினுக்குள் இருந்தவர்கள் கையறு நிலையில் தவிக்க மட்டுமே முடிந்தது. உடைத்துக்கொண்டு உள்ளே வந்துவிடுமா, விழுங்கிவிடுமா, எரித்துவிடுமா என்ற எல்லாக் கேள்விகளுக்கும் 'அம்மாவுக்குத் தகவல் அனுப்பப்பட்டுவிட்டது. பயப்பட வேண்டாம்' என்ற ஒரே பதிலையே சொல்லியது வண்டு. இந்த மண்ணாங்கட்டி மெஷினை நம்பி எந்தப் புண்ணியமும் இல்லை என்ற முடிவுக்கு எல்லோரும் வந்தனர்.

உயிர் பயம் என்பதன் அதிகபட்ச அர்த்தம் புரிந்தது. அலறுவதோ, அழுவதோ பலன் தராது என்ற நிலையில், திரௌபதி போல அவரவர் கடவுள்களை எண்ணி, தலைக்கு மேல் கையைத் தூக்காத குறை. பயம் முற்றி அபயம் தேடினர்.

பூனையின் வாயில் வசமாகச் சிக்கிக்கொண்ட எலிகள், பெரும்பாலும் பெரிதாக அலட்டிக்கொள்வது இல்லை; தப்பிக்கும் யோசனை இன்றி, சாந்தமாக பூனையைப் பார்த்துக்கொண்டிருக்கும். அப்போது எலியின் கண்களில் கரைகண்ட ஞானம் தெரியும். கேபின் 24-க்குள் இருந்தவர்களின் கண்களில் கிட்டத்தட்ட அது தெரிந்தது.

அனைவரும் ஒட்டுமொத்தமாக மேல் லோகமோ, பக்க லோகமோ போக வேண்டியதுதான் என்று உயிரைப் பிடித்துக்கொண்டிருந்த வேளையில் ஓர் ஆச்சர்யம் நடந்தது. ஜிவ்... ஜிவ்... என நான்கு விமானங்கள் அந்த டெர்பிகளை நோக்கி வந்தன.

“அம்மாவின் அதிரடி ஆரம்பம்” -வண்டுவின் இயந்திரக் குரலிலும் குஷி வெளிப்பட்டது. டெர்பிகள் அவற்றைச் சற்றும் எதிர்பார்க்கவில்லை. சிதறி ஓட எத்தனித்தன. திசைக்கு ஒன்றாக அவை பிரிந்து பறந்தன. துரத்தி வந்த விமானங்கள் சட்டெனச் சுதாரித்தன. ஆளுக்கு ஒன்றைத் துரத்தாமல் இரண்டு டெர்பிகளை மட்டும் குறிவைத்து பின் தொடர்ந்தன.

வானத்தில் முரட்டுப் பாய்ச்சல். சில விநாடிகளில் பார்வையைவிட்டு வெகு தூரம் சென்றுவிட்டன. யார் யாரைத் துரத்துகிறார்கள் என்பதுகூட தெரியவில்லை.

வண்டு, “யாரும் பயப்பட வேண்டாம். அவை கெப்ளர் 78பி-யில் இருந்து நம்மைப் போலவே இந்தக் கிரகத்துக்கு வந்தவை. நமது கேபின் சுவர்கள் அவற்றின் காஸ்மிக் அஸ்திரங்களைச் சுலபமாகச் சமாளிக்கக்கூடியவை. அவற்றின் பெயர் டெர்பி. அவற்றைத் துரத்திப் பிடிக்கும் முயற்சியில் ஒரு டெர்பி நமக்குச் சிக்கியிருக்கிறது. மொத்தம் எட்டு டெர்பிக்கள் இங்கே இப்போது இருக்கின்றன. அம்மாவின் ஆசியோடு அவற்றை அழிப்பதற்கான வேலைகள் ஆரம்பமாகிவிட்டன” என்றது.

“பேசாமல் பூமியிலேயே செத்திருக்கலாம். அங்கேயாவது 10 வருஷத்துக்கு கியாரன்டி இருக்கிறது. குடும்பம், பிள்ளை குட்டிகளோடு நிம்மதியாக நாட்களை எண்ணிக்கொண்டிருந்திருப்போம்” ஹென்ரிச் சொன்னான்.

“இங்கே எல்லோருக்கும் 300 வருட கியாரன்டி. கூடுதலாக 290 வருஷங்கள்!”

“பூமி, அழியப்போகிறது என்பதையே நான் நம்பவில்லை. ஏற்கெனவே ஸ்கைலாப் விழுந்து நொறுங்கி உலகம் அழியும் என்றீர்கள். ஒன்பது கிரகங்களும் ஒரே நேர்க்கோட்டில் வருவதால் உலகம் அழியும் என்றீர்கள். மாயன் காலண்டர்படி 2012-ல் அழிந்துவிடும் என்றீர்கள்...”

“அதை எல்லாம் நாங்கள் சொல்லவில்லை” என்றது வண்டு.

“இப்போது மட்டும் என்ன வித்தியாசம்?” என்றாள் அகி. விளையாட்டு வீராங்கனையான அவளிடம் மட்டும் இன்னும் துணிச்சல் மிச்சம் இருந்தது.

“அவை எல்லாம் பரபரப்புக்கான குருட்டாம் பாடங்கள். இது

விஞ்ஞானம்!"

"ஆனால் எல்லாம் மர்மமாக இருக்கின்றன. எதிர்க்கிறவர்களை எல்லாம் மூளைச்சலவை செய்கிறீர்கள். கொன்றுவிடுவீர்கள் என்றும் அச்சமாக இருக்கிறது!"

"யாரையும் கொல்லவில்லை. எல்லோரும் சலவைக்குப் பிறகு 581 ஜி-க்காக இரவு பகலாகப் பாடுபட்டுக்கொண்டிருக்கிறார்கள். விரைவில் நாம் கிரகத்தில் இறங்கி வீடு கட்டி, தோட்டம் இட்டு குடியிருக்கப் போகிறோம். நடுவில் இந்த டெர்பிக்களால் சின்ன சிக்கல். அவ்வளவுதான்."

"நம்பவைக்க முடியுமா?"

"ஒரு நொடியில்..."

திரையில் தோன்றிய காட்சியில் அகிலன், வஸீலியேவ், கேத்ரின், ஆலீஸ்... ஆகியோர் அக்ரோ பிரிவில் திராட்சைப் பழங்கள் சாப்பிட்டுக்கொண்டிருந்தனர். இன்னொரு திரையில் கார்ட்டர், கேப்ரியல். அவர்கள் அனராய்டு பாக்டீரியாவை அழிப்பதற்கான ஆய்வில் இருந்தனர். ஸ்பெக்ட்ரா அனாலிஸிஸ் கருவிகளில் கெப்ளர் 78பி-யின் ஜாதகத்தை ஆராய்ந்துகொண்டிருந்தார் மைக்கேல். எல்லோர் முகங்களிலும் தீவிர உழைப்பு தெரிந்தது.

"வாழ்க்கையை நெருங்கிவிட்டோம் என்று புரிகிறதா? கேத்ரின் சாப்பிடுவது அவர்களே இங்கு பயிர் செய்த இயற்கைத் திராட்சை. இதே வேகத்தில் போனால் சீக்கிரம் தனித்தனி குவார்ட்டஸ் ஒதுக்கி, நீங்களும் இயற்கை முறையில் குழந்தைகள் உருவாக்கும் பணியைத் தொடங்கிவிடலாம்!"

கேபின் 1001-ல் வினோதினியைச் சமாளிப்பது வண்டுக்குப் பெரும்பாடாக இருந்தது. அவள் அடிக்கடி அழுதாள். இந்த நிமிஷமே அகிலனைப் பார்க்க வேண்டும் என்றாள்.

டால்பின் பச்சைக் குத்திய இன்னொருவனைப் பற்றி வண்டு சொல்லிய அந்த விநாடியே பூமியில் இருந்து மக்களைக் காப்பாற்ற விஞ்ஞானிகள் எடுக்கும் முயற்சியை ஏற்றுக்கொண்டாள். அந்தக் காரணத்துக்காகத்தான் அகிலனும் தானும் இங்கே அழைத்து வரப்பட்டிருக்கிறோம் என்பதே அவளுக்குப் போதுமானதாக இருந்தது.

இங்கு காதல் தடை செய்யப்பட் டுள்ளது என்ற வாதத்தை அவளால் ஏற்றுக்கொள்ளவே முடியவில்லை.

"காதல் தேவை இல்லை என்றால், வாழவும் தேவை இல்லையே!" என்றாள்.

வண்டுக்கு அந்த வார்த்தை புரியவே இல்லை. அது ஆக்ஸிஜன் போலவா என்று திருப்பிக் கேட்டது.

“ஆக்ஸிஜன் இல்லாமலும் இருந்துவிடலாம். காதல் இல்லாமல் இருக்கவே முடியாது” என்றாள். நெகிழ்ந்துபோவது, நினைத்து ஏங்குவது போன்ற பூலோக சென்ட்டிமென்ட்களை இந்தக் கிரகத்தில் பழக்கப்படுத்திக்கொள்ள வேண்டாம் என்பதைத்தான் வண்டு வந்ததில் இருந்து சொல்லிக்கொண்டிருந்தது.

அதற்குள் பயிற்சிக்கான நேரம் ஆகிவிடவே, எல்லோரும் அவரவர் ஸ்பேஸ் ஷூட்டை அணிந்துகொண்டு 581ஜி-க்கான ஈர்ப்பு விசைக்கு ஏற்ப நடை பழக ஆரம்பித்தனர். அகிலனைச் சந்திக்க விரைவில் ஏற்பாடு செய்யப்படும் என்ற ஒப்பந்தத்தின் பேரில்தான் வினோதினி பயிற்சிக்குத் தயாரானாள்.

சத்யவான் சாவித்திரிக்கு இணையாக அகிலன், வினோதினி காதலை இந்திய பத்திரிகைகள் சிலாகித்தது வினோதினிக்கு நினைவுக்கு வந்தது. எமனிடம் போய் சத்யவானைக் காப்பாற்றியது போலவே இந்த எமலோகத்தில் இருந்து அகிலனை மீட்டுச் சென்றுவிட வேண்டும் என்று தீவிரமாக இருந்தாள். காதலுக்கு அந்த வலிமை இருப்பதை உணர்ந்திருந்தாள். அவளுக்கு இருந்த ஒரே ஒரு நம்பிக்கை, ஒரே ஆதாரம், காதல் மட்டும்தான். அதற்காகத்தான் அவள் தொடர்ந்து வாழ்ந்தாள்.

அவள் மட்டும்தான் அங்கு வந்திருந்தவர்களில் தனக்காக அழவில்லை. அவள் அகிலனுக்காக அழுதாள். புதிய கிரகமும் புதிய வாழ்க்கையும் புதிய அச்சமும் அவளை மேலும் மேலும் அகிலனுக்காக ஏங்கவைத்தன. இது ஒரு வினோதமான வியாதிதான் என்று வண்டு எச்சரித்தது. உனக்குப் பொருத்தமாகத்தான் பெயர் வைத்திருக்கிறார்கள் என்று தமாஷ் பண்ணியது. ஆனால், இந்த மாதிரி வேடிக்கைக்கு எல்லாம் சிரிக்கும் நிலையில் இல்லை வினோதினி.

அங்கிருக்கும் 41 ஆயிரம் பேர் எப்படி நினைக்கிறார்களோ, அதைப் பற்றி அவளுக்குக் கவலை இல்லை. இந்தக் கிரகத்துக்கான வாழ்க்கைமுறையை வடிவமைத்ததில் உள்ள கோளாறு அவளுக்குப் புரிந்தது. அன்பைக் கேள்விக்குறி ஆக்கிவிட்டு, மனித இனத்தைக் காப்பாற்றுவதில் உள்ள இயந்திரத்தனத்தைச் சுட்டிக்காட்ட விரும்பினாள். யாரிடம் சுட்ட வேண்டும் என்பதுதான் வெறுமையாக இருந்தது.

வண்டு வெகுசிரத்தையாகக் கணக்குப் போட்டுப் பார்த்துவிட்டு, “ஆக்ஸிஜன் இல்லாமல் மனிதனால் 20 நிமிடங்கள் வரை வாழ முடியும். காதல் அப்படி இல்லை. ‘காதல் என்று தனியாக

எதுவும் இல்லை. அது காமத்தின் முன்னும் பின்னும் பூசப்படும் தற்காலிக பேட்ச் ஒர்க்' என்று என் டேட்டா பேஸில் பதிவு செய்யப்பட்டுள்ளது" என்றது.

"மண்டு... உனக்கு யார் வண்டு என்று பெயர் வைத்தது?" - வினோதினி முடிப்பதற்குள்ளாகவே "ஆலிஸ்... இப்போது அகிலனோடு ஆராய்ச்சியில் இருக்கிறாள்" என்றது.

"யார் அவள்?" என்றாள் வினோதினி கோபமாக.

"லண்டனில் இருந்து வந்த அந்தக் கவிதாயினி... அவள் எழுதிய ஒரு கவிதை சொல்லவா?"

"கடலைக் காய்ச்சி உருவாக்கிய

ஒரு துளி கண்ணீர்...

முழு நிலவைச் செதுக்கி உருவாக்கிய புன்னகை...

அனைத்தும் உனது..."

"போதும் நிறுத்து" என்றாள் வினோதினி.

அந்தக் கணத்தில் முதன்முதலாக அவளுக்கு அந்த அச்சம் வந்தது. அகிலனுக்குத் தன்னைப் பற்றிய நினைவு இருக்குமா? அவள் அழ ஆரம்பித்தாள். பயிற்சியில் ஈடுபட்டிருந்த சிலர் அவளைத் தேற்றுவதற்காக, பயிற்சியை நிறுத்திவிட்டு நெருங்கி வந்தனர். பூமியில் இருந்து அழைத்துவரப்பட்ட இந்தத் தலைவலியைப் பற்றி அம்மாவுக்கு ரிப்போர்ட் அனுப்பி, உடனடி மூளைச்சலவைப் பிரிவுக்கு சிபாரிசு செய்தது வண்டு!

13

ஒரு கண்ணாடிக் குடுவைக்குள் அதை அடைத்துவைத்திருந்தனர். அதன் கண்களில் நிரந்தரமாகவே கோபச் சிவப்பு குடியிருந்தது. நைட்ரஜன் பற்றாக்குறையால் அது சோர்ந்திருந்தது. பிறந்து சில நாட்களே ஆகியிருந்த குட்டி. நைட்ரஜன் போதாமல் அது சீறும்போது, மின் கதிர்கள் எதுவும் வரவில்லை.

பிடித்துவந்த இவ்வளவு நேரத்தில் இப்போதுதான் அதை நெருங்கிச் சென்று பார்க்க முடிந்தது. ஒன்றே கால் அடி நீளம்தான் இருந்தது. உடும்பு போல கனத்த தோல். கையா, இறக்கையா, வாலா என இனம் பிரிக்க முடியாதபடி எல்லாப் பக்கமும் சதை ஜடைகள் தொங்கின. அது நைட்ரஜனை எப்படி ஜீரணிக்கிறது என்பதை அறிவதில், மைக்கேலும் கேப்ரியலும் தீவிரமாக இருந்தனர்.

இன்குபேட்டரில் உயிருக்குப் போராடும் குழந்தை போல துடித்தது அது. இறந்துவிடப் போகிறது என்று பயந்தார் மைக்கேல். இறந்துவிட்டுப் போகட்டுமே என்று விட்டுவிடவும் முடியவில்லை. ஏனென்றால், இந்தக் கையடக்க டெர்பியை ஆராய்ந்துதான் மற்றவற்றைக் காலி செய்ய வேண்டும். அவை பெருகுகிற வேகத்தைப் பார்த்தால் சீக்கிரமே டவுசர் கிழிந்துவிடும் போல இருந்தது.

கேதரின், மரபியல் ஆய்வு விஞ்ஞானி என்பதால், அவளிடமும் ஜெனிட்டிக் சாம்பிள்கள் கொடுத்து ஆராயச் சொல்லியிருந்தனர். கேபின் 432-ல் இருந்து உயிர்வேதியியல் டாக்டர் மீன் அழைக்கப்பட்டிருந்தாள். அவள் மானுடவியல் துறையிலும் டாக்டர் பட்டம் பெற்றவள்.

மீனுக்கு ஆச்சரியமான முகம். அவளைப் பார்க்கிறவர்கள் ஆச்சரியப்படும்படியான முகம் என்ற அர்த்தத்தில் இல்லை. அந்தக் கணம்தான் எதையோ

பார்த்துத் திகைத்தது மாதிரி எப்போதும் இருப்பாள். 'அந்தப் பேப்பர் வெயிட்டை எடு...' என்றாலும் திகைப்பாள். 'பூகம்பம்' என்றாலும் அதே. ஒரு முறை அவளைப் பார்ப்பவர்கள், மறுமுறையும் அந்த ஆச்சரியத்தைப் பார்க்க விரும்புவார்கள்.

பிரான்ஸ் பல்கலைக்கழகத்தில் அவளுடைய ஆராய்ச்சிக்கு இரண்டு முறை நோபல் நெருங்கிவந்தது. அவளுக்கு முன்னால் வயதானவர்கள் நிறையப் பேர் வரிசையில் இருப்பதை உத்தேசித்து, இரண்டு நாமினேஷன்களிலும் தவிர்க்கப்பட்டதாக அறிவியல் உலகில் ஒரு தகவல் உண்டு. அதற்காக அவள் வருந்தியது இல்லை. இந்த முறை யாருக்குக் கொடுக்கப்பட்டது என்று கேட்டு சந்தோஷப்பட்டுக்கொள்வாள்.

தமிழ்நாட்டைச் சேர்ந்த வெங்கட்ராமன் ராமகிருஷ்ணனுக்குக் கிடைத்ததற்காக ரொம்பவே சந்தோஷப்பட்டாள். அவளுடைய அடுத்த ஆராய்ச்சி, தமிழ்நாட்டின் மீதுதான் இருந்தது. அத்திரம்பாக்கம் செல்ல, இந்தியாவுக்கு விசா எடுக்க இருந்த நேரத்தில்தான் இங்கே கடத்தப்பட்டாள். உலக மானுட வரலாற்றையே மாற்ற இருந்தாள். அவளுடைய நோக்கத்தை இன்னொரு சந்தர்ப்பத்தில் விலாவாரியாகப் பார்க்கலாம். இப்போது டெர்பி!

கம்ப்யூட்டரில் இன்னும் இரண்டு வாரங்களுக்கு டி.என்.ஏ. கோடிங்குகளை அலச வேண்டியிருக்கும். அவற்றின் ஏ.ஜி.சி.டி. ஏணியே வேறு மாதிரி இருந்தது. ஐந்தாவதாக இன்னோர் அமினோ இருந்தது. ஒருவேளை அவற்றின் இயந்திரத்தன்மையைச் சொல்லும் மூலக்கூறாக இருக்கலாம். மீன், அந்த அமினோவின் வேதியியல் குணங்களைப் பகுத்துப் பார்த்துக்கொண்டிருந்தாள். நைட்ரஜனை எப்படி அணுவாக உடைப்பது போன்ற இயந்திரக் குணங்கள் அதன் உடம்பின் எந்தப் பாகத்தில் நடக்கிறது என்பதைக் கண்டறிய வேண்டும்.

அந்த நேரத்தில்தான் கார்ட்டர், டெர்பியின் கவலைக்கிடமான நிலைமையைக் கவனித்தார். அது இறந்துவிட்டதோ என்றுகூட அவருக்குச் சந்தேகமாக இருந்தது. சற்று நேரத்துக்கு முன் அதன் கண்கள் நிமிடத்துக்கு ஒரு முறையேனும் அசைந்தபடி இருந்தன. இப்போது நிலைகுத்தி இருக்கவே, நைட்ரஜன் கொடுத்தால்தான் அதன் உயிரைத் தக்கவைக்க முடியும் என்று உத்தேசித்த கார்ட்டர், குடுவைக்குள் நைட்ரஜன் வாயுவைக் கொஞ்சமாகச் செலுத்தினார். அசையவே இல்லை அது. ஜுரம் கண்ட பச்சைக் குழந்தை போல கிடந்தது. 'பிழைக்குமா?' என பரிதாபமாக நெருங்கிப் பார்த்துக்கொண்டிருந்தார்.

திடுதிப்பென்று துடித்து எழுந்தது. கண்ணில் சிவப்புக் கூடியது.

இறக்கை அமைப்புகளை முள்ளம்பன்றி போல விரைத்துக் காட்டியது. கார்ட்டர் சற்றே பதறி, பின் நகர்ந்தார். இறக்கைகளைப் படபடவென அடிக்க ஆரம்பித்தது. கண்ணாடியில் இரண்டு முறை முட்டி கீழே விழுந்தது. கண்ணாடிக் குடுவையை உடைக்காத குறையாகச் சுழன்றது. உயர் டெசிபலில் கத்தியது.

டெர்பி இவர்களைப் பார்த்து அஞ்ச, இவர்கள் டெர்பியைப் பார்த்து அஞ்ச... டெர்பி, இந்தப் பதற்றத்துக்கு ஏற்ப மேலும் ஆவேசமாகச் சுழன்றது. ஐந்து பேரும் எங்கே ஓடுவது என்ற இலக்கு இல்லாமல் புறப்பட்ட இடத்துக்கே சுற்றிச் சுற்றி ஓடிவந்தனர். சில சாதனங்கள் கீழே விழுந்து நொறுங்கின. கேதரின், எந்தப் பக்கம் ஓடுவது என்று தெரியாமல் ஒரு டேபிளின் மீது ஏறி நின்றாள்.

நல்லவேளையாக நைட்ரஜன் செல்லும் குழாயை நிறுத்தினாள் ஜீன். நைட்ரஜன் நின்ற வித்தியாசம் நன்றாகவே தெரிந்தது. சட்டென டெர்பியின் ஆவேசம் நின்றது. ஆசுவாசப்படுத்திக்கொள்வது போல ஐந்து பேரையும் நோட்டம் இட்டது. யாரையோ குறி வைக்கப்போவது போல இருந்தது. அது யாரைப் பார்க்கிறதோ, அவர் கூடுதலாகப் பயந்தார். சீக்கிரமே சக்தி குறைய ஆரம்பித்து, மெள்ள மெள்ள ஒடுங்கி, சுருண்டு படுத்தது. அதன் கண்கள் மட்டும் சுற்றி நின்றிருந்தவர்களை மிரட்சியோடு பார்த்துக்கொண்டிருந்தன.

“அரை மணி நேரத்துக்கு ஒரு நிமிடம் கொடுத்தால் போதும். அதற்கு மூச்சு, உணவு இரண்டுமே நைட்ரஜன்தான். உடனடி எரிபொருள். பார்த்தினோ ஜெனிசிஸ் டைப் அசெக்ஸுவல்” என்றாள் ஜீன்.

கீழே இறங்கி வந்த கேதரீனைப் பார்த்துச் சிரித்துவிட்டு, “என்ன சொல்கிறது ஜீன் ஏணி?” என்றாள் கேஷுவலாக.

மைக்கேலை, கார்ட்டர் கைத்தாங்கலாக அழைத்துவந்து உட்கார வைத்தார்.

மைக்கேல் உறுதியாகச் சொன்னார். “இவற்றை அனராய்ட் பாக்டீரியாவை அழிப்பதன் மூலம் அழிக்க முடியாது. செடிகளின் வேர்களில் இருக்கும் பாக்டீரியாக்கள், இத்தனை வேகமாக நைட்ரஜன் மூலக்கூறுகளை அணுக்களாக உடைப்பது இல்லை. இவற்றின் சமாசாரம் வீரியமாக இருக்கிறது. வேகம்... படுவேகமாக உடைக்கிறது. சக்தியும் அதிகம். பெருகும் வேகமும் அதிகம். சீக்கிரமே அழித்து ஒழிக்க வேண்டும். பூமிக்குத் தொடர்புகொள்ளுங்கள் அல்லது பழையபடி பூமிக்குத் தப்பி ஓடுங்கள்” என்றார்.

அம்மா, தீர்மானமாகச் சொல்லிவிட்டார், ‘சலவைப் பிரிவுக்கு மக்களை இனி அனுப்ப வேண்டாம்’ என்று! அப்படி அவர் வலியுறுத்துவதற்கு முக்கியமான காரணம் இருந்தது. இதுவரை

சலவை செய்யப்பட்ட அகிலன், வஸிலியேவ், கேதரின், ஆலீஸ், மைக்கேல் ஆகியோரின் நினைவுக் குறிப்புகளில் போராட்டக் குணங்களோடு சேர்ந்து வேறு சில நினைவுகளும் அழிவதை அம்மா உணர்ந்தார்.

'வினோதினியை மூளைச்சலவைக்கு உட்படுத்த வேண்டாம்' என்று கூறிவிட்டார். மேலும், 'அகிலனுடன் சேர்த்துவைப்பதில் ஆட்சேபணை இல்லை' என்றும் சொன்னார். அகிலனின் நினைவுக் குறிப்பில் காதல் பகுதி அழிந்துபோயிருக்கலாம் என்ற சந்தேகம் அம்மாவுக்கு இருந்தது. கொஞ்ச நாளில் மீண்டும் வரலாம்; வராமலும் போகலாம். 'அகிலனுக்கு எப்படி இருக்கிறது?' என்று சோதிப்பதற்காகவும் வினோதினியை உடனடியாக அங்கே அனுப்பிவைப்பது நல்லது என்று முடிவெடுத்தார். அவனுக்கு நினைவு திரும்பிவிட்டால் ஜி.எல். 581-ஜி விதி எண் 16-ன்படி ஒரு வாரத்துக்கு மேல் ஒருவரையே தொடர்ந்து காதலிக்கக் கூடாது என்பதை நினைவில்கொள்ளுமாறு வண்டுவிடம் தெளிவாக வலியுறுத்திவிட்டு, "வினோதினியை அகிலனுடன் பணியாற்றுவதற்கு அனுப்பலாம்" என்று கூறினார்.

அகிலனின் அக்ரோ பிரிவில் வினோ அனுமதிக்கப்பட்டாள். சொல்லப்போனால் அது ஒரு துன்பியல் நாடகம் போலத்தான் இருந்தது.

அகிலனைப் பார்த்த வினோதினி, பரவசப்பட்டாளா, பரிதாபப்பட்டாளா என்று வரையறுப்பது கடினம். இனி எல்லாம் முடிந்துவிட்டது என்றுதான் நினைத்திருந்தாள். போன உயிர் திரும்பி வந்தது, பட்ட மரம் துளிர்த்தது போன்ற பல உதாரணங்கள் அலைமோதின. அவள் கண்களில் கனமழை. ஓடிவந்து அணைத்துக்கொள்ளும் முடிவில்தான் அகிலனை நெருங்கி வந்தாள். அகிலனின் கண்களில் பதில்வினையாக எந்தவித ஏக்கமோ, பாசமோ இல்லை. அவன் சலனம் இல்லாமல் பார்த்தான். வினோ, அவனை அணைப்பதற்கு முன் யோசித்தாள், 'இது அகிலன்தானா? அவனைப் போலவே வேறு ஒருவனா?'

அவன் கேட்ட கேள்வி அந்தச் சந்தேகத்தை உறுதிசெய்வதாக இருந்தது. வினோவைப் பார்த்த அகிலன், "கேபின் 1001-ல் வந்த விருந்தாளி நீங்கள்தானா?"

அகிலனுடன் இன்னும் இரண்டு பெண்கள் இருந்தனர். வினோதினியை அவர்கள் இருவருமே கண்களால் எடைபோடுவது போல பார்த்தனர். சிவப்புத் தோலும் பூனைக் கண்களுமாக இருந்த அந்த இரண்டு பெண்களும் அகிலனின் மனதை மாற்றிவிட்டனர் என்ற இயல்பான கோபமும் சந்தேகமும்தான் வினோதினிக்கு

உடனடியாக உதித்தது.

'இவள் ஏன் இப்படித் தவிப்போடு பார்க்கிறாள்?' என்றுதான் ஆலீஸ் நினைத்தாள்.

"இதில் ஆலீஸ் யார்?" என்று கேட்டாள் வினோ.

தன் பெயர் எப்படித் தெரியும் என்ற அதிர்ச்சியில் ஆலீஸ் ஆச்சரியத்தில் உறைந்து நிற்க, கேதரின், "இவள்தான் ஆலீஸ்..." என்று அடையாளம் காட்டினாள்.

ஆலீஸ் சந்தோஷமாக முன்னே வந்து அவளுடன் கைகுலுக்கத் தயாரானாள். ஆனால், வினோதினி கைகுலுக்கத் தயாராக இல்லை. கைவிரல்களை இறுக்கமாக மூடிக்கொண்டாள்.

"இவளை உனக்கு முன்னரே தெரியுமா?" என்றாள் கேதரின்.

"இவளையும் தெரியும். இவள் அகிலனை மயக்கிவைத்திருப்பதும் தெரியும்" என்றாள்.

வினோதினி என்ன சொல்கிறாள் என்பதை ஆராயும்விதமாக நெற்றியைச் சுருக்கிப் பார்த்தாள் ஆலீஸ்.

"நீ என்ன சொல்றே?" என்றாள்.

"இப்ப புரியும்" கோபமாக முஷ்டியை உயர்த்தியபடி ஆலீஸ் மீது பாய்ந்தாள் வினோ.

பூமியில் அந்த உலகப் புகழ்பெற்ற ஆங்கில நாளிதழில் அன்று ஒரு கட்டுரை வெளியாகி இருந்தது. சுவிட்சர்லாந்தைச் சேர்ந்த இயற்பியல் விஞ்ஞானி சார்லஸ் எழுதியிருந்தார். 'பரிதாபத்துக்குரிய 41 ஆயிரம் பேர்' என்பது கட்டுரையின் தலைப்பு. அதன் முதல் வரி இப்படி ஆரம்பித்து இருந்தது.

'மரணத்தின் விளிம்பில் இருக்கின்றனர் அவர்கள். எந்த நிமிடமும் அவர்கள் இறந்துபோவார்கள். அந்த மரணம் எப்படி இருக்கும் என்று நம்மால் யூகிக்க முடியவில்லை. அவர்களுடைய மரண ஓலம் நமக்குக் கேட்கப்போவது இல்லை. இந்நேரம் இறந்துபோயிருக்கலாம் அல்லது இறந்துகொண்டிருக்கலாம். அவர்களைக் காப்பாற்றும் பொறுப்பு நமக்கு இருக்கிறது. ஆனால், காப்பாற்றுவதற்கு வாய்ப்பே இல்லை. வாழ்வில் கடைசித் துளிகளை எண்ணிக்கொண்டிருக்கும் நான், இந்த உண்மைகளை உலகுக்குச் சொல்லிவிட விரும்புகிறேன்.'

பால்கனியில் உட்கார்ந்து கையில் காபியும் பேப்பருமாக அதிகாலையில் அதைப் படித்த முதல் வாசகர், நடிகர் ஆர்னால்ட் ஸ்வாஷ்நெகர். கவர்னராக இருந்த காலத்தில் ஏற்பட்டுவிட்ட பழக்கம். இது ஏதாவது நையாண்டிக் கட்டுரையாக இருக்கும் என்றுதான் நினைத்தார். ஆனால், அடுத்த சில விநாடிகளிலேயே

அதை உலகத்தில் பல லட்சம் பேர் படித்துவிட்டனர். சடுதியில் அது மில்லியனாக உயர்ந்தது.

"அவசரப்பட்டுவிட்டீர்கள் சார்லஸ்" என்று ஒபாமா, அவரிடம் போனில் சொன்னார்.

அப்போது இந்தியா, உறங்குவதற்குத் தயாராகி இருந்தது; ஆனால் உறங்கவில்லை!

14

உலகம் அழியப்போகிறது என்பது மனிதனின் ஆதி அச்சம். ஒவ்வொரு பெருமழையின் போதும் அன்றே கடைசி போல பயந்தவன். கடல் பொங்கியபோது, காடு எரிந்தபோது, நிலம் நடுங்கியபோது, புயல் வீசியபோது... அவன் ஆகாயத்தை நோக்கி இரண்டு கைகளையும் உயர்த்தினான். இப்போது டோபா..! உண்மையிலேயே உலகைக் குலுக்கி நிர்மூலமாக்கப்போகும் எரிமலை. விஞ்ஞானி சார்லஸ் ஆதாரபூர்வமாகச் சொல்லிவிட்டார். அதற்காக இங்கிருந்து 41 ஆயிரம் ஆய்வுக்கூட எலிகள், தண்ணி இல்லாத காட்டுக்கு டிரான்ஸ்ஃபர் செய்யப்பட்டது போல மாற்றப்பட்டிருக்கிறார்கள். மக்கள், பரவலாக - விதம்விதமாகப் பயந்தனர்.

விஞ்ஞானப் பேராசிரியரின் செய்தி வந்த அடுத்த 12 மணி நேரத்தில், அது உலகம் தழுவிய பேரச்சமாக மாறியது. ஏறத்தாழ எல்லா மதத் தரகர்களும், உலகம் அழியப்போவதையும் அதற்குள் தங்கள் கடவுள்களிடம் சரணாகதி அடைந்துவிடுமாறும் கோரினர். இரவோடு இரவாகவோ, பகலோடு பகலாகவோ, அடுத்த ஆறு மாதங்களுக்கான ஜீவனோபயத்துக்கான வழி பிறந்த சந்தோஷத்தில் பலர் முக்திக்கான கூட்டங்களை நிகழ்த்த ஆரம்பித்தனர். இந்த அச்ச வர்த்தகத்தில் அங்கிள் சாம், பாரத மாதா என எந்தப் பாகுபாடும் இல்லை.

மக்களின் இயல்பான உயிர் பயம், ஒரே நாளில் உச்சம் தொட்டது. விஞ்ஞானி சார்லஸ் இப்படி அவசரப்பட்டிருக்கக்கூடாது என்று ஒபாமா பதறியது பலவிதங்களில் சரிதான். பூமி தறிகெட்டுச் சுழன்றது. மக்கள் கிறுகிறுத்துக் கிடந்தனர். பட்டத்தின் பிடிமானம் மெல்லிய நம்பிக்கை நூலில்தான் ஒட்டிக்கொண்டிருந்தது.

அடுத்த 24 மணி நேரத்தில் மீடியா என்ன செய்ய வேண்டும் என்று உலகத் தலைமைகள் முடிவெடுத்தன.

மக்களைக் காக்க ஒரே வழி சினிமா. அன்றுதான் ரிலீஸான படமாக இருந்தாலும் அதை டி.வி-யில் ஒளிபரப்புமாறு உலகம் முழுக்க வலியுறுத்தப்பட்டனர். இலங்கையில் பிரபாகரன் இறந்துபோனதாகச் செய்தி வந்தபோது தமிழ் தொலைக்காட்சி சேனல்களில் தனுஷ், விஜய் நடித்த புதிய படங்களை ஒளிபரப்பியது நல்ல விளைவைத் தந்ததாக உளவுத் துறை ஐடியா கொடுத்தது. அதைவிட வேகமான திசைதிருப்பல் தேவைப்பட்டது. பல சேனல்களில் ஒரே ஒரு மனிதன் ஒரு நாட்டையோ, உலகத்தையோ காப்பாற்றுகிற அதிரடி ஆக்ஷன் திரைப்படங்கள் ஒளிபரப்பாகின.

உலக சேனல்கள் அனைத்திலும், சார்லஸ் ஆறு மாதங்களாக மனநலம் பாதிக்கப்பட்டு மருந்து சாப்பிட்டு வந்த செய்தி பல்வேறு ஆதாரங்களுடன் ஒளிபரப்பாகின. மனநல மருத்துவமனையின் உள்ளே செல்வது, வெளியே வருவது, அவர் சாப்பிட்டு வந்த மருந்துகளின் பட்டியல் எல்லாவற்றையும் ஒரு சேனல் புட்டுப் புட்டு வைத்தது. அவருக்கு இப்போது மருத்துவமனையில் சிறப்பான சிகிச்சைகள் அளிக்கப்பட்டு வருவதையும் காட்டின. விஞ்ஞானிகளும் பத்திரிகையாளர்களும், கடந்த ஒரு வருடமாகவே அவர் பல்வேறுவிதமாக உளறி வருவதாகவும், அப்படியெல்லாம் இல்லை இது அமெரிக்காவின் சூழ்ச்சி என்றும் தனித்தனி டேபிள்களில் உட்கார்ந்து கருத்து மோதினார்கள்.

எப்போதும்போல உலகம் அழியும் புரளிகளின்போது ஹாலிவுட்டில் அதை அடிப்படையாக வைத்து சில திகில் படங்கள் தயாராகும். அப்படியான முயற்சியில் இருந்த ‘2025 - எண்ட் ஆஃப் த எர்த்’, ‘தி அதர் பிளானெட்’ போன்ற படங்கள் உடனடியாகத் தடுத்து நிறுத்தப்பட்டன.

சார்லஸ் எழுதிய ஒரு வார இடைவெளியில் இவ்வளவும் நடந்துகொண்டிருக்க, அமெரிக்காவின் வெள்ளை மாளிகையில் நடந்த் அவசரக் கூட்டத்தில் ஏறத்தாழ 20 பேர் இருந்தனர். நாசா, பென்டகன், சி.ஐ.ஏ., முப்படைத் தளபதிகள்... என உயர்நிலைப் பின்னல். ஒபாமா நேரடியாக விஷயத்துக்கு வந்தார்.

“இன்னும் இந்த பூமி எத்தனை ஆண்டுகள் இருக்கும்?”

“சுமார் ஒன்பது ஆண்டுகள்.”

“581 ஜி-ல் வாழ்வதற்கான ஏற்பாடுகள் தயாரா?”

“ஆர்கானிக் உணவுகள், ஆக்சிஜன் செறிவூட்டல் போன்றவை நம்பிக்கை அளித்துள்ளன. புதிய மனிதன் பிறந்து புஷ்டியாக வளர்ந்து வருகிறான். மக்கள் இன்னும் இரண்டு மாதங்களில் கலங்களைவிட்டு வெளியே செல்ல அனுமதிக்கப்படுவார்கள். ஆனால்...”

"கடைசியாக உச்சரித்த வார்த்தை, எனக்குப் பிடிக்காதது" - ஒபாமா சிரித்தார். அனைவரும் அதை ரசித்தவிதமாக மெல்லிய புன்னகை பூத்தனர்.

"அங்கு வந்திருக்கும் 'டெர்பி' என்ற ஏலியனை இந்த வாரத்துக்குள் அழித்துவிட முயற்சி செய்து வருகிறோம்!"

"முடிவு செய்திருக்கிறோம்!" - ஒபாமா திருத்தினார். அனைவரும் முந்தைய புன்னகையை ரிபீட் செய்தனர்.

மிஸ்டர் பிரெசிடென்ட் என்ன சொல்லப் போகிறார் என்பதை யூகித்து மற்றவர் பதில் சொல்வதும், மற்றவர் சொல்லப்போகும் பதில்களை யூகித்து பிரெசிடென்ட் அதற்கு அடுத்த கேள்விக்கு மாறுவதும் தொடர்ந்தது. ஒவ்வொரு கேள்வி-பதிலுக்கும் இடையில் நிறைய உரையாடல்கள் மௌனங்களால் நிகழ்ந்தன. அதுவும் சில இடங்களில் கண் இமைக்கும் மௌன நேரம்தான்.

சிரித்தபடி, "இனி 581-ஜிக்கு டிக்கெட் போட்டுவிடலாமா?" என்றார்.

"இப்போதுதான் சார்லஸை மனநலக் காப்பகத்துக்கு அனுப்பியிருக்கிறோம். அவர் ஆறு மாதங்களாகவே பைத்தியமாக இருப்பதாகச் சொன்னதில் பதற்றத்தைக் கட்டுப்படுத்தி விட்டோம். இந்த நேரத்தில் 581-ஜிக்குப் போவதற்கு டிக்கெட் என்றால், ஜனங்களுக்கு சந்தேகம் வந்துவிடும். ஒரு வருடம் போகட்டும்!"

"போகட்டும். அதுவரை சிறிய போர்கள் ஏதாவது ஏற்பாடு செய்தால் போதும்... மனித உரிமையை மீறும் ஏப்பசாப்பையான நாடு எதையாவதைக் குறித்துக்கொடுங்கள்... மீடியாவும் மக்களும் பாப்கார்ன் கொறிக்க." என்று அட்டகாசமாகச் சிரித்தார்.

கூட்டத்தில் அதன் பிறகு விவாதிக்கப்பட்டவை, இந்தக் கதைக்குச் சம்பந்தம் இல்லாத விஷயங்கள் என்பதால்... 581-ஜிக்கு ஒரு ஜம்ப்!

சொல்லப்போனால் 581 ஜி-யில் நடந்த முதல் காதல், மோதல் வினோதினி - ஆலீஸ் இடையே நடந்தது. ஆனால், வினோதினியின் கோபத்தில் ஒரு நியாயமும் இல்லை. அது அவளுக்குத் தெரியவும் இல்லை. கேதரினும் அகிலனும் சேர்ந்துதான் அவர்களைப் பிரித்தனர். அகிலன் கேட்ட கேள்வி, அவளைத் தெளிவாக்கியிருக்க வேண்டும்.

"நீங்க யாரு? எதுக்காக வந்ததும் முதல் வேலையா அடிக்க இறங்கிட்டீங்க?"

'நீங்க யாரா? விளையாடுகிறானா? எத்தனை மாதப் போராட்டம்? ஊரைவிட்டு உறவைவிட்டு ரோடு ரோடாக இறங்கிப் போராடி... நாடுவிட்டு... பூமிவிட்டு வந்தால் இப்படியா கேட்பான்? கிண்டல்

தமிழ்மகன் | 93

செய்கிற நேரமா?'

அவள், அவனைத் தள்ளிவிட்டபடி சற்று தூரம் போய் அமர்ந்து, பொறுமையாக அழுதாள். அழுது அழுதுதான் ஆற்றவேண்டியிருந்தது. கண்ணீரால் கரைக்கவேண்டிய சோக மலை. அப்படியே தரையில் அமர்ந்து ஓவென அழ ஆரம்பித்தாள்.

கேதரின் எழுந்துபோய், "என்ன ஆச்சு உனக்கு?" என்றாள்.

ஆலீஸூம் "யார் நீங்கள்... என் மீது என்ன கோபம்?" என்றாள் பாந்தமாக.

அகிலனோ, இது ஏதோ பெண்கள் விவகாரம் என்பதுபோல் விலகி நின்று வேடிக்கை பார்த்தான். சத்யவான்- சாவித்திரி என்று நினைத்திருந்த ஜோடி, துஷ்யந்தன்- சாகுந்தலையாக மாறிவிட்ட காட்சி அது!

வினோவைத் தேற்ற முடியாமல் கேதரினும் ஆலீஸூம் தவித்துக்கொண்டிருந்த நேரத்தில் வண்டு, 'விஷயத்தைப் போட்டு உடைத்துவிடலாமா?' என்று நினைத்தது. ஆனால், அம்மாவின் உத்தரவு அதைத் தவிரக்கச் செய்தது. அகிலனுக்குக் காதல் நினைவுகள் திரும்புகிறதா என்பதைத் தெரிந்துகொள்ளவதற்கான ஒரு பரீட்சை இது.

ஏமாற்றத்தைக் கண்ணீராக வெளியேற்றிக் கொண்டே இருந்தாள் வினோதினி. மற்ற நால்வருக்கும் வேலையே ஓடவில்லை. நடுவிலே ஒருத்தி உட்கார்ந்து அழுதுகொண்டிருப்பது அவர்களின் வேலையைப் பாதித்தது.

வினோ, அழுகை ஓய்ந்து களைத்துப்போய் இருந்தாள். கண் இமைகள் ஈரம் சுமந்து ஒட்டியிருந்தன. அவளுக்கு சில திராட்சைகளையும் கொஞ்சம் வேர்க்கடலையும் கொண்டுவந்து கொடுத்தாள் ஆலீஸ்.

"அடையாளம் தெரியாமல் என்னைத் தாக்கிவிட்டீர்கள் என்று புரிகிறது... மனதை வருத்திக்கொள்ள வேண்டாம்" என்றாள்.

"அடையாளம் தெரியாமல்போனது அகிலனுக்குத்தான்" என்றவள், அகிலனை நோக்கி, "ஏன் என்னைச் சித்ரவதை செய்கிறாய்? அகிலன், என்னை நிஜமாகவே தெரியலையா?"

வெர்டிகல் ஹைட்ரோபோனிக்கில் ஆரஞ்சு செடிகளுக்கு நுண்ணூட்டம் செய்துகொண்டிருந்த அகிலன், அதிர்ச்சியாகத் திரும்பிப் பார்த்தான். அவன் கண்களில் 'அட, இது என்ன புதுக் கதை?' என்ற மூன்றாம் மனித ஆர்வம்தான் இருந்தது.

"பூமியில் நாங்கள் இருவரும் காதலித்தோம்" என்று ஆரம்பித்து

ராயப்பேட்டை மார்ச்சுவரி, இந்தியப் பத்திரிகைகளில் வெளிவந்த அகிலன் விவகாரம் எல்லாவற்றையும் சொல்லி முடித்தாள். அகிலனுக்கு ஒரு புள்ளியாக ஏதோ நினைவு வந்தது. சத்யம் தியேட்டரில் படம் பார்க்கப் போனதும் டால்பின் டாட்டுவும் மட்டுமான புள்ளி.

தன் பொருட்டு இவ்வளவு போராடியவளா என்ற பரிதாபம் மட்டும் அவனுக்குள் எழுந்தது. அகிலன் நெருங்கிவந்து அவளைக் கைபிடித்துத் தூக்கினான். "மன்னித்துக்கொள்ளுங்கள். நிஜமாகவே நீங்கள் என் நினைவில் இல்லை. அளவுக்கு மீறிய பாசம் இங்கே தடை செய்யப்பட்டுள்ளது. காதலும்கூட. நம் எல்லோருடைய ஒரே லட்சியம், இப்போது அம்மாவுக்குத் துணை நிற்பதுதான். வேறு சிந்தனை வேண்டாம்" என்றபடி, "உங்கள் பெயர் என்ன?" என்றான் பணிவான குரலில்.

டாக்டர்கள் மைக்கேல், கேப்ரியல், கார்ட்டர், மீன் ஆகியோர் இரண்டு நாட்களாகத் தூங்கவில்லை. டெர்பி விஷயத்தில் ஒரு முக்கியமான தடயத்தை மீன் சொன்னாள்.

"மின்னல் வெட்டும்போது ஏற்படும் உயர் மின்சக்தியால் நைட்ரஜன் மூலக்கூறுகள் அணுக்களாக உடையும். டெர்பிகளுக்கான அமினோ அமிலங்கள் தடையில்லாமல் உடனடியாகக் கிடைப்பது இந்த மின்னல்களால்தான்.அவற்றின் உடலில், அதாவது வயிற்றில் தொடர்ச்சியாக மின்னல்கள் உருவாகியவண்ணம் இருக்கின்றன. நைட்ரஜன் இல்லை என்றால் அவை இறந்துபோகும்; அல்லது அந்த மின்னல்களைத் தடுத்தாலும் இறந்துபோகும்!" - மீன் சொன்ன இந்தத் தகவல் எதோ ஒருவிதத்தில் வாழ்வதற்கான வழியைக் காட்டியது.

மைக்கேலும் வழிமொழிந்தார், "ஆமாம். அந்த மின்னல்களை ஒழிப்பதுதான் ஒரே வழி"

"ஒழிப்பதா... மின்னல்களையா?" கார்ட்டருக்கு மண்டை காய்ந்தது. 'பெற்ற மகளை அடையாளம் தெரியாமல்போன அப்பனிடம் இன்னும் என்னென்ன யோசனைகளை எல்லாம் எதிர்கொள்ள வேண்டியிருக்குமோ' என்று ஒரு கணம் யோசித்தார். "ஏன் அவற்றைச் சுட்டுத் தள்ள முடியாதா?" என்றார்.

"வாய்ப்பே இல்லை. இந்திய புராணத்தில், 'மகிஷாசுரன்' என்ற ஓர் அரக்கன் வருவான். அவனை எத்தனைத் துண்டுகளாக வெட்டினாலும் அத்தனை மகிஷாசுரனாக மாறிவிடுவான். டெர்பி கிட்டத்தட்ட அப்படித்தான். சிதைத்தால் வேகமாகப் பெருகும்!"

மின்னலைக் கொல்வது எப்படி என்று யோசிப்பது வேடிக்கையாகத்தான் இருந்தது. "மரபுச் சங்கிலியில் மாற்றம்

செய்தால் சாத்தியமா என்று பார்க்கிறேன். ஏன் இன்று கேதரின் வரவில்லை?" என்றாள் மீன்.

"வெர்டிக்கல் அக்ரோ பிரிவில் திசு வளர்ப்பில் வேலை பாக்கி இருந்தது. அதனால்தான் போயிருக்கிறாள். அதுவும் இல்லாமல் நாளை அவளுக்கும் அகிலனுக்கும் வெல்க்ரோ நடக்கப் போகிறது" என்றார் கார்ட்டர்.

"ஏன் இன்னொரு குழந்தைக்கா? முதல் குழந்தையைப் பார்த்துவிட்டு ஆரம்பிக்கலாமே!" என்றார் மைக்கேல்.

"இதில் குரோமசோம் இணைப்பு இல்லை. அவர்களின் அக்ரோ சாதனையைக் கொண்டாடும் விதமாக அம்மாவின் பரிசு. ஆலீஸ், வஸீலியேவுக்கும் உண்டு!"

"ஓ" என்றார் கார்ட்டர்.

15

சென்னை மீர்சாகிப் பேட்டை ஏரியா. உலகில் பின்னாளில் லாரிகள் உருவாகும் என்ற உத்தேசம் இல்லாமல் ஜனித்த தெரு. அநியாயக் குறுகல். மக்கள், மாடுகள், நாய்கள் சமரசமாக நடமாடிக் கொண்டிருந்தனர். அடிபம்பு, அரசியல் கொடிக் கம்பங்கள் போக இடுக்கான அந்த வீட்டின் முன் மூன்று சைக்கிள்கள் இருந்தன. அந்த வீட்டுக்கான மாடிப்படி, தெருவில் இருந்தே தொடங்கியது. அதில் ஒருவர் ஏறிச் செல்லும்போது இன்னொருவர் எதிரே இறங்க முடியாது. மேலே போனால் சிறிய அறையில் அது முடியும். அங்கே 15 இளைஞர்கள் இருந்தனர். சிலர் சிகரெட் பிடித்தனர்.

புகை பிடிக்காதவர்களும் சிகரெட் கங்குகள்போல கோபமாக இருந்தனர். ஓர் இளைஞன் பேசத் தொடங்கினான்.

"தோழர்களே, சார்லஸுக்கு பைத்தியக்காரன் பட்டம். மனிதர்களை வேறு கிரகத்துக்குக் கடத்திச் சென்றதாகச் சொன்ன உலகின் மகத்தான விஞ்ஞானிக்கு நேர்ந்த கதி, நமக்குச் சொல்லும் பாடம் என்ன? உலகில் யாரெல்லாம் வாழ வேண்டும் என்பதை ஆதிக்க நாடுகள் முடிவு செய்கின்றன. இதுவரை பல லட்சம் மக்கள் கடத்தப்பட்டு கிட்னி, கண், இதயம் போன்ற அவயங்களுக்காகத் தனியே ஓர் இடத்தில் வளர்க்கப்படுகிறார்கள். தேவைப்படும்போது அவயங்களை எடுத்துக்கொள்வார்கள். இதற்குத்தான் இந்த ஏற்பாடு. தமிழ்நாட்டில் அகிலன் என்பவனைக் காணவில்லை என ஒரு பெண் போராடினாள். நினைவிருக்கிறதா?"

'ஆமாம்' என அசைந்தன 14 தலைகளும்.

"வினோதினி என்கிற அந்தப் பெண்ணையும் இப்போது காணவில்லை. வேறு கோளில் மனித உறுப்புகள் தயாரிக்க மனிதர்களைக் கடத்திச் செல்லும்

இந்த அநியாயத்துக்கு எதிராக மாணவர்கள் திரள வேண்டும். நாம்தான் அவர்களைத் திரட்ட வேண்டும். தமிழகத்தில் உருவாகும் இந்த எழுச்சி... உலகம் முழுதும் பரவ வேண்டும்.”

எதிரில் இருந்த அனைவரும் தீவிரமாக ஆமோதித்தனர்.

டாக்டர் ழீன் ஒரு விஷயத்தில் தெளிவாகிவிட்டாள். டெர்பிகளின் வயிற்றுக்குள் ஏற்படும் இடைவிடாத சிறு சிறு மின்னல்கள்தான் அந்த உயிரினத்தின் ஆதாரம். அங்கேதான் இருக்கிறது அதன் உயிர். நைட்ரஜனை அணுக்களாகப் பிரிக்கும் ஆர்கானிக் மின்னல்கள். ஆழ்கடல் மீன்கள் சில, டார்ச் அடித்துக்கொண்டு உயர்மின் அழுத்தங்களோடு உலா வருவதைப் போல இவையும் மின்சார பலத்தால் இயங்கும் உயிரினங்கள். சுருக்கமாக... மின்சாரம் தடைபட்டால் அவை இறக்கும். i4 மெகாபைட்டுக்குப் பக்கம் பக்கமாக கெமிக்கல் ஈகுவேஷன் எழுதிப்பார்த்துவிட்டாள். அந்த மின்னல்களை அழிப்பது டாக்டர் ழீனுக்கு சவாலாகத்தான் இருந்தது.

சவாலில் ஜெயித்தால் அம்மாவின் பரிசு கிடைக்கும் என்றது வண்டு.

41 ஆயிரம் பேரும் ஏதோ ஒரு வகையில் இந்தக் கிரகத்துக்காகப் பணியாற்றி வருகிறார்கள். எல்லோருமே ஒருவகையில் சாதனையாளர் கள்தான். அதனால் மக்களின் பாலியல் தேவைகள் இனிமேல் வாரத்துக்கு ஒரு தரம் வெல்க்ரோ இணைப்பு மூலம் நிறைவேற்றப்படும் என்ற தகவல்தான் அவளைப் பாடாய்ப்படுத்தியது. ‘இயற்கையோடு அதிகமாக விளையாடுவது விபரீதமான முடிவுகளைத் தரும்’ என்று எச்சரித்துப் பார்த்தாள். ‘காதலை அகற்றுவதால், மோசமான விளைவுகள் ஏற்படும்’ என்று விளக்கினாள். அம்மாவுக்கு ழீன் சொல்வதில் உடன்பாடு இல்லை. காதலால் நேரமும் காமமும் விரயமாவதாகவும் அதன் பொருட்டு விரோதங்கள், மன உளைச்சல்கள், திராபையான இலக்கியங்கள்... எனச் சங்கிலித் தொடராகப் பிரச்னைகள் உருவாவதாகவும் சொன்னார்.

‘அம்மா என்ன பெண்தானா?’ என்ற நியாயமான கேள்வி, ழீனுக்கு முதல் நாளில் இருந்தே குடைந்தது. அந்தக் கேள்வி இப்போது குட்டிப் போட்டு இன்னும் சிலவாகச் சேர்ந்துவிட்டன. முக்கியமாக ‘அம்மா’ என்ற அதிகார மையத்தின் மீது ஒருசில கேள்விகள் இருந்தன. மிக எளிமையான முதல் கேள்வி, அவர் யார்? அவருக்கு எல்லாவற்றையும் தீர்மானிக்கிற அதிகாரத்தைக் கொடுத்தது யார்? அதிகாரத்தைக் கொடுத்த அந்த அதிகார மையம் 581-ல் இருக்கிறதா, பூமியிலா? நிர்வகிப்பது தனியார் அமைப்பா,

அரசுகளா? லாபத்துக்காக இயங்குகிறதா? அப்படியானால் என்ன மாதிரியான லாபம்?

டெர்பி ஆராய்ச்சியோடு இவையும் சேர்ந்துகொண்டன!

உண்மையில் அவள் விரும்பிச் செய்ய நினைத்த ஆராய்ச்சியே வேறு. இரண்டு லட்சம் ஆண்டுகளுக்கு முன்பு ஆப்பிரிக்காவில் பிறந்த ஆதிமனிதனை ஆராயும் ஆய்வாளர்கள், 17 லட்சம் ஆண்டுகளுக்கு முன்பு அதிரம்பாக்கத்தில் வாழ்ந்த மனிதனை உதாசீனப்படுத்துவது ஏன்? 3,000, 4,000 ஆண்டு கிரேக்க, சுமேரிய நாகரிகத்தைச் சிலாகிக்கும் ஆய்வாள்ர்கள் 10,000 ஆண்டுகளுக்கு முன்பு வாழ்ந்த ஆதிச்சநல்லூர் மக்களை ஆராயாமல் விட்டது ஏன்? தமிழர்கள் என்பவர் யார்? மனித குலம் தொடங்கிய உடனே நாட்டை ஆண்ட அந்த மனிதக் கூட்டம், நாடே இல்லாமல் போனது ஏன்? இந்தியக் கடற்கரை எங்கும் புதையுண்டுபோன நாகரிகத்தின் கண்ணிகளைச் கோப்பது எப்படி என்பதுதான் அவளுடைய நிரந்தரமான ஆசைகளாக இருந்தன.

பூமிவிட்டு 581ஜி-க்கு வந்த பிறகு, அவளுடைய அந்த ஆராய்ச்சிக்கு அர்த்தம் இல்லாமல் போய்விட்டது. மனித நாகரிகம் எங்கே தோன்றியது என்பதுதான் இப்போது முக்கியமா? மனிதன், நாகரிகம் என எல்லாமே அந்தலை சிந்தலையாகிவிட்ட இந்தப் புதிய கோளத்தில், அந்த ஆராய்ச்சியைத் தொடர முடியாமல் போனதும், அதை நிரூபிப்பதில் என்ன பலன் இருக்க முடியும் என்றும் இருந்தது. மனித இனம் தழைத்தால், ஒருவேளை தனக்குப் பின்னால் வரும் யாராவது ஒருவர் மனித நாகரிகம் பூமியில் தொடங்கியது என்பதைக்கூட பொருட்படுத்துவார்களா என்று தெரியவில்லை.

'நாம் பூமியில் பிறந்தோம் என்பதைத் தெரிந்துகொள்ளாமலேயேகூட வாழ்க்கையைத் தொடர முடியும்தானே? பிறகு எதற்கு பூமியின் சரித்திரத்தைத் திரும்பிப் பார்க்க வேண்டும்?' என்று அம்மா அதை ஒரு வரியில் நிராகரித்துவிட்டார்.

டெர்பியை ஆராய்வதைவிட அம்மாவை ஆராய்வதுதான் மனித குலத்துக்கு மிகவும் முக்கியம். மீனுக்கு அது நன்றாகவே தெரிந்தது. ஆனால், அம்மாவின் உலகத்தில் அம்மாவின் ஆய்வுக்கூடத்தில் அதைச் செய்வதில் கடும் சிக்கல் இருந்தது. மைக்கேல், அகிலன், கேத்ரின், ஆலீஸ்... போன்ற சிலர் மூளைச்சலவை செய்யப்பட்டு அடிமைகள் போல கிடப்பதை அவள் பார்த்தாள். நினைவுகளை அழித்துவிடும் இந்த விபரீதங்கள், தனக்கும் நேர்வதற்கான வாய்ப்பை ஏற்படுத்தி விடக் கூடாது.

எல்லா யோசனைகளோடும் மீன் தன் கடமையில் கவனமாக

இருந்தாள். டெர்பிக்கு அரை மணி நேரத்துக்கு ஒரு தரம் மட்டுமே நைட்ரஜன் அளிக்கப் பட்டது. தெளியவெச்சு தெளியவெச்சு அடிக்கும் டெக்னிக்! நைட்ரஜனோடு வேறு சில டாக்ஸிக் சாமாசாரங்களை உட்படுத்திப் பார்த்தபோதும் அது இறப்பதற்கான ஆரம்பக்கூறுகள் இருப்பதாகத் தெரியவில்லை. மாறாக அவையும் உணவாக ஜீரணிக்கப்பட்டன. அவளுடைய மெடுலா தளத்தில் சின்ன ஸ்பார்க்.

“கண்டுபிடித்துவிட்டேன்... டாக்டர் மைக்கேல். இந்த ஜீவனை அழிப்பதற்கான வழியைக் கண்டுபிடித்து விட்டேன்...” என்றாள் மிகுந்த உற்சாகத்தோடு. மைக்கேல், கார்ட்டர், கேப்ரியல் மூவரும் புதையலைக் கண்ட மாதிரி பார்த்தனர்.

அக்ரோ முயற்சியில் வெற்றி கண்டதற்காக அம்மா நால்வருக்கும் பரிசு அளிக்கப்போவதாக வண்டு முதலில் அறிவித்தது. இந்த வனாந்திர கோளில் ‘பரிசு’ என்பதன் அர்த்தம் விளங்கிக்கொள்ள முடியாததாக இருந்தது வினோதினிக்கு. என்ன பரிசைக்கொண்டு மனிதர்களைச் சந்தோஷப்பட வைத்துவிட முடியும்? வண்டு வழிகாட்டுதலுக்கு ஏற்ப, நால்வரும் இரண்டு இரண்டு பேராகப் பிரிந்து நின்றனர். கேத்ரின் அவளுடைய சட்டையின் கைப் பகுதியில் இருந்து எதையோ எடுத்து அகிலனின் கைப் பகுதியில் இணைத்தாள். அதே போல ஆலீஸும் வஸீலியேவும். தியானம் போல சில நிமிடங்கள் நின்றுவிட்டு புன்னகையோடு பிரிந்தனர்.

ஏதோ போதைப் பொருளை அவர்களுக்குள் செலுத்துவதாகத்தான் வினோதினி பயந்தாள்.

அவர்களின் முகங்களில் சற்றுமுன் இல்லாத ஏதோ ஒரு மகிழ்ச்சி பூசப்பட்டிருந்தது. கண்களில் ஒரு சரணாகதித்தன்மை இருந்தது.

“என்ன பரிசு அது?” என்று வாயைவிட்டே கேட்டாள்.

நால்வரும் ஒருவரை ஒருவர் பார்த்துக்கொள்ள, வண்டு, “அந்தப் பரிசு எப்படி இருக்கும் என யாராலும் சொல்ல முடியாது. ஒருவகையில் மூளை சம்பந்தப்பட்டது. அங்கு நடக்கும் சிறிய எலெக்ட்ரிசிட்டி. ஏதாவது சாதிக்கும்போது, அது உனக்கும் கிடைக்கும்” என்றது அதற்குப் புரிந்த வரையில்.

ஹெராயின், அபின், பிரவுன் ஷுகர்... என கலவையாக ஓர் அச்சம் உருவானது. அகிலனைப் பரிதாபமாகப் பார்த்தாள். அவன் இன்னொரு பரிசுக்காக அடுத்த சாதனையில் மூழ்கியிருந்தான்.

வஸீலியேவ், கேத்ரின் இருவரும் அவனுக்குத் துணையாக சிறுதானிய உற்பத்திக்கான செயல்பாடுகளில் தீவிரமாக இருந்தனர். மிகக் குறைவான தண்ணீர் இருந்தாலே இந்தக் கோளில் இருக்கும்

அனைவருக்குமான உணவைப் பறிமாற முடியும் என்று அம்மாவிடம் சொல்லி அனுமதி வாங்கியிருந்தான். அடுத்த மாதம் கோளின் புது மனிதன் பிறக்கும் நாளில் எல்லோரும் கிரக மண்ணில் கால் பதிக்க ஏற்பாடு செய்வதாக அம்மா சொல்லியிருந்தார். அதற்கு முன்னால் ஏகப்பட்ட கடமைகள் அவர்கள் முன் இருந்தன.

ஆலீஸ்தான் வினோதினியின் அருகே இருந்து தேற்றிக்கொண்டிருந்தாள்.

"இந்தியாவில் பலரும் கற்பைப் போற்றுவார்கள் என்று தெரியும். அது உடல் சம்பந்தப்பட்டதா... மனம் சம்பந்தப்பட்டதா?"

ஆலீஸின் இந்தத் திடீர் கேள்வி, வினோதினியைக் குழப்பத்தில் ஆழ்த்தியது.

"எதற்கு திடீரென்று இப்படிக் கேட்கிறாய்?"

"மனித குலம் ஒரு வசதிக்காகக் கண்டுபிடித்த நம்பிக்கை..." ஆலீஸ் முடிப்பதற்கு முன்பே வினோதினி கோபமானாள், "என்னது வசதியா?"

"பல நாடுகளில் ஆணும் பெண்ணும் கொஞ்ச நாள் வாழ்ந்து பார்க்கிறார்கள். மனசு எப்போது சரி என்கிறதோ, அப்போது கல்யாணம் செய்கிறார்கள். மேற்கத்திய நாடுகளில் மட்டுமல்ல... சீனாவிலும் இது பரவலாகி வருகிறது."

"வளர்ந்த நாடுகள், கலாசாரத்தைத்தான் முதலில் உடைக்கின்றன."

"ஆப்பிரிக்கா வளராத நாடுதானே? அங்கே ஒரு பழங்குடியினர் கல்யாணத்துக்கு முன்பே கர்ப்பமாகும் பெண்ணைக் கற்புக்கரசியாக நினைக்கிறார்கள். அதாவது அவளுக்குக் குழந்தை பாக்கியம் இருக்கிறது என்று உறுதியாவதால், அவளை மணக்கப் போட்டியும் அதிகம் இருக்குமாம். இதைத்தான் நான் வசதியான நம்பிக்கை" என்றேன்.

"என்ன சொல்ல வருகிறாய்?" என்றாள் வினோதினி.

"நாம் அந்த நம்பிக்கைகளில் இருந்து வெகு தொலைவில் இருக்கிறோம். வேறு கோளில். புதிய நம்பிக்கைகள் இங்கே பின்பற்றப்படுகின்றன. நாமும் பின்பற்றித்தான் ஆக வேண்டும்."

"இங்கே உருவாகும் நம்பிக்கைகள் பற்றி எனக்குக் கவலை இல்லை" என்றாள் வினோதினி.

"கவலைப்படமாட்டாய் என்றால் ஒன்று சொல்கிறேன். சற்று நேரத்துக்கு முன் எங்களுக்கு வழங்கப்பட்ட பரிசு..."

ஆலீஸ், சொல்ல வருவதை வினோதினியால் வேகமாக அனுமானிக்க முடிந்தது. வேகமாக அகிலனைப் பார்த்தாள்.

அவன் கேத்ரினின் கன்னத்தைச் செல்லமாகக் கிள்ளி உதட்டில் ஒட்டிக்கொண்டிருந்தான். அவளுக்கு 581 ஜி-யே தலைகீழாகச் சுற்றுவது போல இருந்தது!

டெர்பிகள் அங்கே ஒன்றுகூடி இருந்தன. தம்மில் ஒருவர் எதிரியிடம் பிடிபட்டுவிட்டது அவற்றுக்கு வருத்தம் ஏற்படுத்துவதாக இல்லை. மாட்டிக்கொண்ட டெர்பியை மீட்கும் உத்தேசமும் அவற்றிடம் இல்லை. மாட்டிக்கொண்ட புதிய டெர்பியின் எண்ணை உடனடியாக அழித்துவிட்டன.

“அவர்கள் ஆக்சிஜன் எடுக்கிறார்கள். நமக்கு அதனால் ஒரு தொல்லையும் இல்லை. வீணாக அவர்களைக் கொல்ல வேண்டாம்” என்றது மூன்று.

“ஆனால், அவர்கள் வீணாகப் பிறரைக் கொல்லும் சுபாவம் உள்ளவர்கள் போல இருக்கிறார்கள். நம்முடைய ஸ்பேஸ் ஷிப் நம்மை அழைத்துச் செல்ல வருவதற்குள் நம் எல்லோரையும் தீர்த்துக்கட்டிவிடுவார்கள்.”

“நாளை இரவு ஸ்பேஸ் ஷிப் வந்துவிடும். அதற்குள் ஒன்றும் நேர்ந்துவிடாது. நாளை நாம் தலைமையிடத்தில் பேசி முடிவுக்கு வருவோம். இதைவிட நல்ல இடம் கிடைத்திருந்தால் அங்கு சென்றுவிடுவோம். தேவைப்பட்டால் தலைமையின் தயவோடு இவர்களைத் தீர்த்துக்கட்டுவோம். நமக்கென்ன... இரண்டு நிமிட வேலை” என்றது இரண்டு தெனாவட்டாக.

‘சில் சில்’ என்றபடி எல்லா டெர்பிகளும் தலையோடு தலை முட்டிக்கொண்டன!

16

சென்னை மாநிலக் கல்லூரி வாசலில் பெரிய பேனர் ஒன்று வைக்கப்பட்டது. 'ஏகாதிபத்திய நாடுகளே... மனிதர்களைக் கடத்திக் கூறு போட்டு விற்கும் முயற்சியை நிறுத்து. ஒரு லட்சம் மக்களை உடனே திருப்பி அனுப்பு. இந்திய அரசே துணை போகாதே!' என்று அதில் எழுதியிருந்தது.

ஷாமியானா பந்தல். அனைத்துக் கல்லூரி மாணவர்கள் உண்ணாவிரதப் போராட்டம் என்ற தடாலடி அறிவிப்போடு, ஆயிரக்கணக்கான மாணவர்கள் அங்கே குழுமி இருந்தனர்.

'தென் அமெரிக்க, ஆப்பிரிக்க, இந்திய மக்களை மனித உறுப்புகளுக்காகக் கடத்திச் சென்று வேறு கிரகங்களில் அடைத்து வைத்துள்ளனர். கிட்னி, இதயம், கண், கணையம் போன்ற உறுப்புகளுக்காக, அவர்களை தனியே இனவிருத்தி செய்கின்றனர். வல்லரசுகளின் கூட்டுச் சதியான இதைத் தடுக்க வேண்டும்' என்பதுதான் மாணவர்களின் கோரிக்கை.

'இது ஆதாரம் இல்லாத குற்றச்சாட்டு!' என்று ஆளும் காங்கிரஸ் அரசு தரப்பில் வாதிட்டனர். விஞ்ஞானி சார்லஸ் எழுதிய கட்டுரையையும், இந்தியாவில் காணாமல்போயிருந்த பல நூறு பேர்களையும் பட்டியலிட்டனர் மாணவர்கள். பத்திரிகைகளும் ஊடகங்களும் இதுகுறித்த விவாதங்களை நடத்த ஆரம்பித்தன. இந்திய அரசிடம் இருந்து இதற்கான நடவடிக்கை எடுக்கப்படும் என்ற தீர்மான பதிலுக்காக, மாணவர்கள் கட்டுக்கோப்பாக இருந்தனர்.

நான்காவது நாள் உண்ணாவிரதத்தின்போது 12 மாணவர்கள் மயங்கி விழுந்தனர். மருத்துவக் கல்லூரி மாணவர்கள் வந்து அவர்களுக்கு குளுக்கோஸ் ஏற்றும் பணியில் ஈடுபட்டனர். பெண்கள் கல்லூரியில் இருந்துவந்த சில மாணவிகள்தான் படுதீவிரமாக இருந்தனர். அதைப் பார்த்து ஆண்கள் கல்லூரியினர்

ஆவேசமாக இருந்தனர். மாணவர்களின் இந்த ஈடுபாடு, பெற்றோர்கள் தரப்பில் பெருமைக்குரிய இரக்கத்தை உண்டாக்கியது.

மிக விளக்கமாகத் துண்டு அறிக்கைகள் தயாராகின. கடற்கரையில் காற்று வாங்க வந்த மக்களிடம் ஏராளமான துண்டுப் பிரசுரங்கள் விநியோகிக்கப்பட்டன. பலர் படித்தனர். அதில் சிலர் பயந்தனர்.

மத்திய அமைச்சர் நாராயணசாமி சென்னை ஏர்போர்ட்டில் கேட்டார்.

"இவர்களுக்கெல்லாம் எங்கிருந்து பணம் வருகிறது?"

ஹைட்ரோ போனிக் தாவரச் சரத்தில் அவரைக் கொடி பூத்திருந்தது. அவரைக் கொடியின் சுருள் நீட்சி ஒன்று, படர்வதற்கு ஏங்கியது. ஒரு மன்னன், கொடி படர்வதற்காக தேரைவிட்டு இறங்கிப்போனது அகிலனுக்கு நினைவு வந்தது. சுருக்கமான நல்ல பெயர் அந்த மன்னனுக்கு. ஆனால், பெயர் மறந்துவிட்டது. வெளுத்துவிட்ட வானவில் போல திட்டுத் திட்டாக சில நினைவுகள் அவனுக்கு இப்படி சில சமயம் வந்துபோனது. இருந்தாலும் முழுசாக நினைவு வரவில்லையே என்ற பரிதவிப்பு எல்லாம் ஏற்படுவது இல்லை. மூன்றெழுத்தில் என் மூச்சிருக்கும் என்பதுபோல கடமையில் மூழ்கிக்கிடந்தான்.

அகிலனுக்குச் சாதனை நாயகன் பட்டம் கிடைக்காத குறை. பூமியின் பல செடி, கொடிகள் இங்கே தழைக்கத் தொடங்கிவிட்டன. அவரைப் பூவைப் பார்த்துக்கொண்டிருந்தபோது அவனுக்குத் திடீரென 'அவரைப் பூ நாசி' என்ற வாக்கியம் ஏனோ நினைவு வந்தது. அது தற்செயலானதுதான். அந்த வாக்கியம், அவனுக்கு ஒரு பெண்ணைப் பற்றிய நினைவுகளைக் கிளறச் செய்தது. அவன் உடனடியாக கேத்ரினைத் திரும்பிப் பார்த்தான். அவளுக்கானது அல்ல அது. மனதில் பதிந்திருந்த ஒரு வாக்கிய வடு.

யாருக்காகவோ மூளையின் டெம்போரல் லோப் அதை நினைவில் பதித்துவைத்திருந்தது. எதற்காக இதை யோசித்தோம் எனப் புரியவில்லை. இப்போது அதைப் புரிந்துகொள்கிற அவகாசமும் இல்லை. 'இன்னும் ஒரு வாரத்தில் டெர்பிகளை அழித்துவிட்டால், அதன் பிறகு களத்தைவிட்டு இறங்கி, புதிய கோளில் நாற்றங்கால் அமைக்க வேண்டியிருக்கும்' என்று அம்மாவின் தினச் சுற்று அறிக்கையை வண்டு தெரிவித்திருந்தது.

581 ஜி-யில் வசிக்கும் 41 ஆயிரம் பேரும் என்னென்ன செய்துகொண்டிருக்கிறார்கள் என்பதைத் தனித்தனியாக விவரிப்பது அத்தனை சுலபமானது அல்ல. ரோட்டோரமாக சூடான பஜ்ஜியும் டீயும் விற்பனை செய்யாத குறைதான். ஒவ்வொரு கேபினிலும் வந்த 40 பேர்களுக்கான குடியிருப்புகள், அந்தந்தக் கேபினுக்கு

அருகிலேயே தயாராகி இருந்தன.

ஹோலோகிராமில் வண்டு குடியிருப்புகளைக் காட்டியது. 1,001 கேபின்வாசிகளும் அவற்றைப் பார்த்தனர். கொஞ்சம் அரக்கு மாளிகை டைப்பில் இருந்தாலும் பாண்டவர்கள் காலத்து ஆபத்து ஏதும் நடக்காத வகையில், எரியாத ஃபைபரால் கட்டடங்களை உருவாக்கியிருந்தனர். சில வீடுகளுக்கு முன் ரோபோக்கள் பயிராக்கிய சிறிய தோட்டங்கள் இருந்தன. குரோட்டன்ஸுக்குப் பதில் முள்ளங்கியோ, கேரட்டோ பயிராக்கப்பட்டு இருந்தன. அழகும் ஆதாயமும் கலந்த ஹெர்பிவோரஸ் வகையறாக்கள். சாம்பிள் தாவரங்கள் அனைத்துமே இந்தக் கோளின் தட்பவெப்பத்துக்கு நன்றாகச் செழித்திருந்தன.

எல்லோர் முகங்களிலும் வாழ்க்கையை ஆரம்பிக்கும் நம்பிக்கை முதல்முறையாகத் துளிர்விட்டது. 82 ஆயிரம் கைகளும் கரகோஷம் எழுப்பின. அகிலன் குழுவினருக்கு மகிழ்ச்சி தாளவில்லை. வினோதினி எல்லோரும் தட்டுகிறார்களே என்பதற்காக தன் கைகளையும் ஒற்றி எடுத்தாள். அவள் முகம், அழுகையின் தடயங்களில் இருந்து இன்னும் மீண்டு வரவில்லை. இந்தக் கோளின் நடைமுறை என்னவாகவும் இருந்துவிட்டுப் போகட்டும். மாற்றாள் கணவனாகவும் மாறிப்போன அகிலனை, அவள் மெள்ள மறந்தாக வேண்டும். மனதின் ரணத்தை ஆற்ற வேண்டும். ஏதோ ஒருவகையில் பயனுள்ள பணியில் மனதைச் செலுத்த வேண்டும்.

வினோதினி நீரால் முகத்தைத் துடைத்துக் கொண்டு தாவரப் பராமரிப்புப் பகுதிக்குச் சென்றாள். அவள் முகம் பளிச்சென்று இருந்தது. அழுத களைப்போ, முகத்தைத் துடைத்ததனாலோ, அவள் மூக்கு சிவந்து இருநதது. அகிலன் எதேச்சையாக அதைக் கவனித்தான். அவனுக்கு அவரைப் பூவின் நினைவு வந்து போனது.

அவளைக் கூர்ந்துபார்க்கும் நோக்கோடு அவளை அருகே வருமாறு சைகை செய்தான். வினோதினி அலட்சியமாகத் திரும்பிக் கொண்டாள். அவன் மீண்டும் அழைத்தான். இந்த முறை அவள் திரும்பவே இல்லை. அகிலன் அவளை நெருங்கிவந்து அவளைத் தன் பக்கம் திருப்பும் விதமாக இடது கையைப் பிடித்து இழுத்தான். அவனுடைய செயல் அவளுக்கு எரிச்சலை ஏற்படுத்த, விருட்டென விலக நினைத்தாள். அதே நேரம் அவன் அவளைப் பிடித்து இழுக்க, இடது தோள்பட்டையில் இருந்து அவளுடைய கை உறைப் பகுதி தனியாகப் பிரிந்துவந்தது.

வினோதினியின் இடது மேல் கையில் பதிந்திருந்த டால்பின் டாட்டூ அகிலனின் மனப் பூட்டுக்கான சாவியாக இருந்தது. வியந்து பார்த்துக்கொண்டே இருந்தான். மெள்ள அவனுடைய வலது

கை அவனுடைய இடது கை சட்டைப் பகுதியை அவிழ்த்தது. இருவரின் கை டால்பின்களையும் இரண்டு தடவை ஒப்பிட்டுப் பார்த்தான்.

"நீ... நீங்கள் வினோதானே?" என்றான் பள்ளிக்கூடத்தில் உடன் படித்தவளை, கல்யாண வீட்டில் சந்தித்த மாதிரி

17

மீனின் முகத்தை ஆர்வத்தோடு பார்த்த மூவரில் மைக்கேல் கேட்டார். "மீன்... என்ன கண்டுபிடித்தாய்?"

"டெர்பிக்களை அழிக்க அவற்றை தண்ணீரில் மூழ்கடித்தால் போதும். வயிற்றுக்குள் தண்ணீரை நிரப்பினால், சில விநாடிகளில் நீரில் மின்சாரம் பாய்ந்து இறந்துபோகும். வயிற்றுக்குள் இருக்கும் மின்னல்களே, அவற்றை எரித்துவிடும்."

"அப்படியானால் இவை தண்ணீரை அருந்துவதே இல்லையா?"

"அருந்தும். ஆனால், அப்படி பருகும்போது மின்னல்கள் சற்றே நிற்கும். நாம் தண்ணீர் குடிக்கும் போது சுவாசிப்பதை நிறுத்திக்கொள்வது போல!"

"ஓ... அருமை. ஆனால், ஒவ்வொரு டெர்பி யையும் இப்படி பிடித்துவந்து தண்ணீரில் மூழ்கடித்துக் கொள்வது சாத்தியமா?"

வண்டின் மூலம் அம்மாவுக்குத் தகவல் தரப்பட்டது. அம்மா தோன்றி, "நாம் வெற்றியின் அடுத்த படிக்குச் சென்றுவிட்டோம். அதை எப்படிச் சாத்தியமாக்குவது என்பதுதான் நம் அடுத்த மூவ்" என்றார்.

"வெறும் நீர்தான் அவற்றைக் கொல்லப் போகிறது என்பது எளிமையாக இருக்கிறது. எப்படி என்பது கடினமானதாக இருக்கிறது" என்றார் மைக்கேல்.

"எல்லா எளிமையும் அதற்கு முன் கடுமையாக இருந்தவைதான்" என்ற பொன்மொழியை கோள் வாசிகளுக்காக அர்ப்பணித்தார் அம்மா.

மீண்டும் அவரவர் ஆய்வில் அனைவரும் தீவிரமாக, மைக்கேல் மெதுவாக கார்ட்டர் அருகில் சென்றார்.

"அம்மாவை இதற்கு முன் எங்கேயோ பார்த்த மாதிரி இருக்கிறது எனக்கு..." என்றார்.

கார்ட்டர், தான் அடைந்த மகிழ்ச்சியை உடனடியாக வெளிப்படுத்தாமல் கட்டுப்படுத்திக் கொண்டார். அதாவது, சலவைப் பிரிவுக்குச் சென்று வந்தவர்களுக்கு மெள்ள நினைவு திரும்ப ஆரம்பித்திருந்தது.

மக்கள் சென்றிருக்கும் கோள்களில் ஏலியன்கள் மூலம் ஆபத்து ஏற்பட்டிருப்பது, விஞ்ஞானிகள் மத்தியில் கடும் அச்சத்தை ஏற்படுத்தியிருந்தது. "இரவோடு இரவாக அங்கு இருக்கும் அத்தனை பேரையும் பூமிக்குத் திரும்ப அழைத்துக்கொள்ளலாம்" என்றார் ஒரு விஞ்ஞானி. "அங்கே அவற்றைப் போராடி அழிப்பதற்கான ராணுவத்தை அனுப்பலாம்" என்றார் இன்னொருவர்.

"'புதியதோர் உலகம் செய்வோம். கெட்ட போரிடும் உலகத்தை வேரோடு சாய்ப்போம்...' என்பதுதான் நம் தாரக மந்திரம். அதன்படி புதியதோர் உலகத்தைச் செய்துவிட்டோம். அங்கே போரே தேவை இல்லாமல் செய்ய வேண்டும். ஆயுதங்களை ஒருமுறை தொட்டால், தொடர்ந்து நம்மைப் பற்றிக்கொள்ளும்" என்று தீவிரமாக மறுத்துவிட்டார் அலெக்ஸ். "பதிலாக அவற்றுடன் பேசித் தீர்க்க முடியுமா என்று பார்க்க வேண்டும்."

"அதற்கு வாய்ப்பு இல்லாமல் போனால்?"

"அப்போது திரும்புவதைப் பற்றி முடிவெடுப்போம். ஒரே நாளில் அத்தனை பேரையும் பூமிக்குத் திருப்புவோம். இருக்கும் ஒன்பது ஆண்டுகளையாவது அவர்கள் உயிரோடு கழிக்கட்டும்."

எதற்கும் தயாராக அதற்கான ஏற்பாடுகளும் நடந்தன. அதுவரை ஒருவழிப் பாதையாக இருந்த 581 ஜி பயணம், முதல்முறையாக அன்று இரு வழிப் பாதையானது!

18

தண்ணீரில் மூழ்கடிக்கப்பட்டால் டெர்பி இறந்துவிடும் என்பது தெரிந்ததும், அவற்றை அழிப்பது எளிய போராகவே மாறிவிட்டது!

அம்மா சொன்னார். “டெர்பிகளைப் பிடிப்பது மட்டும்தான் சிரமம்; அவற்றை அழிப்பது எளிது!”

இந்தச் சாதாரண வாக்கியம்கூட கேபின் 18-ல் இருந்தவர்களுக்கு, ‘டூ ஆர் டை’ போல உணர்ச்சிகரமானதாக இருந்தது. டெர்பியை அழித்தே ஆக வேண்டும் என்று முஷ்டியை உயர்த்தி சங்கல்பம் செய்தனர். அவர்கள் எல்லோரும் வல்லரசுகளின் ராணுவங்களில் இருந்து பிடித்துவரப்பட்டவர்கள். அவர்களிடம் ஒரு கட்டுப்பாடும், கட்டுக்கடங்காதத் தன்மையும் இயல்பாகவே கலந்திருந்தன. புதிய கோளில் இறங்கியதும் கிரிப் காப்டர்களை இயக்கக்கூடிய பயிற்சியை வெகு சீக்கிரத்தில் அவர்கள் கற்றுக்கொண்டனர். எடுத்த நான்காவது விநாடியிலேயே 1,000 கி.மீ. வேகத்தைத் தொடும் வானூர்திகள் அவை. 25 மேக் அளவுக்கு வான் வேகம் கொண்டவை.

##~##

டெர்பிகளை அழிப்பது மூன்று கட்டங்களால் ஆனது. நரம்பு மண்டலங்களைத் தாக்கி தற்காலிகமாக நினைவிழக்கச் செய்யும் ரசாயனங்களை வைத்துத் தாக்குவது. பின்னர் ஃபைபர் வலைகளில் அவற்றைச் சுருட்டுவது. கடைசியாக அவற்றை நீரில் அமிழ்த்துவது... இதுதான் செயல்திட்டம்.

ஜேம்ஸ்பாண்ட் கதையின் மிஸ்டர் க்யூ போலச் செயல்பட்டாள் ழீன். டெர்பிகள், எந்த விஷத்துக்கும் சாவது இல்லை என்பது தெரிந்ததால், கடுமையான நியூரோடாக்ஸிக்கைத் தயாரித்தவள் அவள்தான். விஞ்ஞானத்தில் சொல்வதானால் அவற்றின் ஆக்ஸான் ஹில்லாக்குகளைச் சற்றே மறை கழல

வைக்க முடியும். தமிழில்... கொஞ்ச நேரம் நினைவு தப்பும்படி செய்யலாம்!

டெர்பிகள் இருக்கும் இடத்தை அடையாளம் காட்டும் ரேடியோ டிரான்ஸ்மீட்டர்களை கிரிப் காப்டர்களில் பொருத்தியிருந்ததால், அந்தக் கோளில் அவை எங்கு இருந்தாலும் தப்பிக்க முடியாது என்ற ராணுவ மிதப்பு அவர்களுக்கு இருந்தது. டிஜிட்டல் சிக்னல் புராசஸர் பொருத்தப்பட்ட அதிநுட்பம், குகையில் இருந்தாலும் படம்பிடித்துக் காட்டிவிடும்.

40 ராணுவ வீரர்-வீராங்கனைகள் 10 கிரிப் காப்டர்களில் ஓசை எதுவும் இல்லாமல் புறப்பட்டு, சில விநாடிகளில் புள்ளியாகி மறைந்தனர். மத்தியக் கேந்திரத்தில் ஆய்வில் ஈடுபட்டுக்கொண்டிருந்தவர்களுக்கு, வந்த இடத்தில் இப்படி எல்லாம் ஆபத்து ஏற்பட்ட பயம் இருந்தாலும் வாகனம் புறப்பட்டுப்போன வேகத்தைப் பார்த்ததும் நம்பிக்கையாகத்தான் இருந்தது.

சென்னை மாநிலக் கல்லூரியின் மணிக்கூண்டு, 3.10 மணி காட்டியது. அதிகாலை இருட்டும், கடல் இரைச்சலும் சேர்ந்து இரண்டாம் கட்டத் தூக்கத்துக்கு இழுத்துக்கொண்டிருந்தன. பட்டினிப் போராட்டத்தில் ஈடுபட்டிருந்த மாணவர்களை மயக்கமும் சேர்த்து இழுத்தது.

அந்த அமைதியை விரட்டியபடி ஐந்து டெம்போ டிராவலர்கள் உள்ளே நுழைந்தன. அதன் பின்னால் இரண்டு போலீஸ் ஜீப்கள். அதற்கு பொறுப்பு வகிப்பவர் மாதிரி இருந்த போலீஸ் அதிகாரி ஒருவர், ஜீப்பைவிட்டு இறங்கி மாணவர்கள் முன்னால் நின்றார். மாணவர்கள் அலட்டிககொள்ளவில்லை. எந்த நிலைகளில் இருந்தார்களோ அப்படியே இருந்தபடி கண்களை மட்டும் அவர் பக்கம் திருப்பினர்.

அதிகாரி, குத்துமதிப்பாக ஒரு மாணவனைப் பார்த்து, "எல்லோரையும் வெகேட் பண்ணுங்க" என்றார். பிறகு என்ன நினைத்தாரோ... "எல்லோரும் வெகேட் பண்ணுங்க" என்றார்.

மாணவர்கள் அமைதியாக இருந்தனர்.

பொறுமை இழந்து, 'வலுக்கட்டாயமாகக் கொண்டுசெல்ல வேண்டியிருக்கும்' என்றபடி காவலர்களுக்குச் சைகை காட்டினார். முதல் மாணவனை ஒரு காவலர் தொட்டபோது, "போலீஸ் அராஜகம் ஒழிக!" என்ற முதல் குரல் கேட்டது.

மாணவர்கள் ஒவ்வொருவராக வாகனங்களுக்கு இழுத்துச் செல்லப்பட்டனர். 'மனிதர்களைக் கூறுபோடும் சர்வதேச சதி

ஒழிக!', 'மனித வியாபாரத்தைத் தடை செய்!' எனக் குரல்கள் ஓங்கி ஒலித்தன.

"நாளை உங்களில் ஒருவர் உடல் உறுப்பு வர்த்தகத்துக்குக் கடத்தப்படலாம்... அன்று உங்களுக்காகக் குரல்கொடுக்க யாரும் இருக்க மாட்டார்கள்" என்றான் ஒரு மாணவன். சவுண்டு ப்ரூப் பொருத்திக்கொண்டு வந்தவர்கள் மாதிரி, எதையும் காதில் வாங்கிக்கொள்ளாமல் மாணவர்களை இழுத்துப்போய் டெம்போவில் போட்டனர். வாகனங்கள் அனைவரையும் நிரப்பிக்கொண்டு பறந்தன. சில நிமிடங்களில் அந்த இடம் வெறிச்சோடியது. மாணவர்களைக் கைதுசெய்து வலுக்கட்டாயமாக மருத்துவமனைக்கு அனுப்பி வைத்ததுடன், கல்லூரிகளைக் கால வரையறை இன்றி மூடுவதாகவும் அறிவிப்பு செய்யப்பட்டது.

அடுத்த சில நாட்களில் பத்திரிகைகள் இந்தச் செய்தியை முதல் பக்கத்தில் போட்டன. அடுத்த வாரங்களில் எட்டாம் பக்கத்தில்... இடது பக்கமாகச் சின்னதாக வெளியிட்டன. சில சிறிய அமைப்புகள், மாணவர்களுக்கு ஆதரவாக தமிழகத்தின் சில தாசில்தார் அலுவலகங்கள் முன்பு நியாயம் கேட்டன. துண்டுப் பிரசுரங்களை வாங்கிப் படித்த மக்கள், அது உண்மையாக இருக்கக் கூடாது என்ற தங்கள் விருப்பங்களுக் காகவே அதை நம்ப மறுத்தனர்.

ஜோலார்பேட்டை தாண்டி ஒரு சரக்கு ரயில் பெட்டி, குண்டுவைத்துத் தகர்க்கப்பட்டது, போராட்டத்தின் போக்கையே மாற்றிப் போட்டது. அதன் அருகே மாணவர்களின் துண்டுப் பிரசுரங்கள் கிடந்தன. தீவிரமான சில மாணவர்கள் தேடிப்பிடித்துச் சிறையில் அடைக்கப்பட்டனர்.

மாணவர்களைத் தூண்டிவிட்டு, இந்தியாவில் குழப்பம் விளைவிக்கும் இந்தக் கும்பலுக்குப் பின்னால் அந்நிய சக்திகள் சில இருப்பதாக அரசுத் தரப்பில் சொல்லப்பட்டது. பிரதமர், எப்போதும்போல மௌனமாக இருந்தார். இந்திய மாணவர் கழகம் டெல்லியை முற்றுகையிட முயன்றபோது மட்டும் 'விசாரித்து நடவடிக்கை எடுக்கப்படும்' என்றார். ரஜினி வாய்ஸ் கொடுப்பாரா என்று ஃபேஸ்புக்கில் விவாதங்கள் நடந்தன.

மிக நேர்த்தியாகத் தயாரிக்கப்பட்ட புள்ளிவிவரம் ஒன்று, அரசின் விளம்பரமாக இந்திய நாளிதழ்கள் அனைத்திலும் வெளியிடப்பட்டன.

'இந்த ஆண்டு விபத்து விகிதம் அதிகம். குடித்துவிட்டு வாகனம் ஓட்டுவது, ஹெல்மெட் அணியாதது ஆகியவையே இதற்குக் காரணம். அப்படி இறந்துபோன சிலரின் அடையாளங்கள் கண்டுபிடிக்க முடியாமல்போனது. அதை வைத்து 'வேற்றுக்கிரகம்'

எனக் கட்டுக்கதைகள் கிளம்பியிருக்கின்றன. இந்தக் கதைகளின் பின்னணியில் இயங்கும் பிரிவினை சக்திகளை ஒன்று சேர்ந்து முறியடிப்போம்' என்ற அறிக்கையை பல கட்சிகளும் ஒற்றுமையாக வரவேற்றன.

கிரிப் காப்டர் படையினர் அவ்வளவு சீக்கிரம் திரும்பி வருவார்கள் என்று மத்தியக் கேந்திர ஆசாமிகள் யாருமே நம்பவில்லை. மொத்தம் எட்டு டெர்பிகள். குண்டுக்கட்டாகத் தூக்கி வருவது என்றால், இதைத்தான் சொல்ல முடியும். ஒவ்வொன்றும் ஃபுல் அடித்த பொமரேனியன் நாய்க்குட்டிகள் போல கிடந்தன. ஃபைபர் கயிறுகளால் இறுக்கிக் கட்டப்பட்டிருந்தன.

ஒவ்வொன்றும் கிரேன்கள் மூலம் தண்ணீர் தொட்டிக்குள் மூழ்கடிக்கப்பட்டன. தண்ணீரை வயிற்றுக்குள் போகவிடாமல் அவை தம் பிடித்துப் போராடுவது தெரிந்தது. வலைகளால் நன்றாக இறுக்கப்பட்டுக்கிடந்ததால் அவை துள்ள முயன்றது மெல்லிய அசைவாகத் தெரிந்தது. எந்த நேரத்திலும் கயிற்றை அறுத்துக்கொண்டு அவை பறக்குமோ என்ற பயம் இருந்தது. கையைப் பிசைந்தபடி பார்த்துக்கொண்டிருந்தனர். தண்ணீர் வயிற்றுக்குள் சென்ற மறு விநாடி மின்சாரம் தாக்கிய காக்கை போல நீருக்குள் கருகின. அடுத்தடுத்து... சிறிய இடைவெளிகளில் எட்டு கருகிய டெர்பிகள் நீரில் மிதந்தன.

ராணுவ வீரர்கள் 'ஹுர்ரே' என்று கொக்கரிக்க... அம்மா, திரையில் தோன்றி விரலுக்கு வலிக்காமல் கை தட்டினார்.

"மீன் இது முழுசாக உன்னுடைய சாதனை... என்ன வேண்டுமோ கேள்!"

மீன் யோசித்தாள்.

"தயங்காமல் கேள்."

ராணுவ கேபின்காரர்கள், அக்ரோ பிரிவினர், நாசாவில் இருந்து வந்தவர்களும் சேர்த்து அங்கே சுமார் 50 பேர் இருந்தனர்.

அத்தனை பேரும் சேர்ந்து, "தயங்காமல் கேள்..." என்று வழிமொழிந்தனர்.

"நான் மிகவும் மகிழ்ச்சியாக இருக்கிறேன். எதுவாக இருந்தாலும் வழங்கப்படும்... இந்த ராணுவ வீரர்களில் யாராவது வேணுமா?"

ராணுவ வீரர்கள் சட்டென நிமிர்ந்து சேவலைப் போல நின்றனர்.

மீன் கேட்டாள்... "சுதந்திரம் வேண்டும்"

அங்கு சட்டென தீவிரமான ஓர் அமைதி மூடிக்கொண்டது.

அம்மா, புன்னகை மாறாமல், மீனை உற்றுப் பார்த்தார். அவ்வளவு

கனிவாக உற்றுப் பார்ப்பதே அச்சுறுத்தலாகத்தான் இருந்தது.

"அதற்காகத்தான் பாடுபட்டுக் கொண்டிருக்கிறேன். இப்போது நீங்கள் சுதந்திரமாகத்தான் இருக்கிறீர்கள். உங்கள் சுதந்திரத்தை 200 சதவிகிதம் உயர்த்தித் தருவதுதான் என் அடுத்த திட்டம். அதற்கு..." என்றபடி அகிலன் பக்கம் திரும்பினார்.

"அகிலன்... நீங்கள் இந்தக் கிரகத்தில் இறங்கி சிறிய சோதனை நிகழ்த்த வேண்டும்... தயாரா?" என்றார்.

மாணவர்களின் போராட்டத்தை தீவிரவாத கும்பலின் வெறிச்செயலாகச் சித்திரித்த பின்பு, மக்களிடம் இருந்த கொஞ்சநெஞ்ச ஆர்வமும் மறைந்து டி.வி. சீரியல், முக்தி யோகா என திசைமாறிவிட்டது. இங்கே டி.வி. சீரியல் என்றால் அமெரிக்காவில் ஃபேஷன் ஷோ... லண்டனில் பாப் மியூசிக்... சிட்னியில் அழகிப் போட்டி... ஜெர்மனியில் நாய்க் கண்காட்சி என்று திசைகள் வித்தியாசப்பட்டன. அதை அப்படியே பார்த்துக்கொண்டால் போதும் என்றுதான் அரசுகள் நினைத்தன.

19

லண்டன் தெருக்களில் அகிலன், வினோதினி புகைப்படங்களை வைத்து தமிழர்கள் போராட்டத்தில் இறங்க... உலகம் முழுதும் காணாமல் போனவர்களின் பெற்றோர்கள் நிற பேதம் பார்க்காமல் கலந்துகொண்டனர். அகிலன், வினோதினி புகைப்படங்கள் ஒரு போராட்டக் குறியீடு போல உலக நாடுகளில் பரவ ஆரம்பித்தன. பொன்னமராவதியில் வினோதினியின் பெற்றோர் காலவரையற்ற உண்ணாவிரதத்தில் அமர்ந்தனர்.

அதே நேரம் அங்கே... அகிலன் அந்தக் கோளில் இறங்கி, புதிய மண்ணில் கால் பதித்தான். கேத்ரின், ஆர்வமாகப் பார்த்துக்கொண்டிருந்தாள். வினோதினி, பதறிக்கொண்டிருந்தாள். புதிய கோள் மனிதர் வாழ்வதற்கான அத்தனை சோதனைகளில் பச்சைக் கொடி காட்டிய பின்புதான் மனிதரை இறக்கிப் பார்க்க அம்மா சம்மதித்தார். ரோபோக்கள் ஏராளமான செடி, கொடிகளைப் பயிராக்கி வெற்றி கண்டிருந்தன.

அகிலன் இறக்கிவிடப்பட்டிருந்த இடம், ஒரு குடியிருப்புப் பகுதியின் முகப்பு. 20 ஜோடிகள் தங்குவதற்கான இடம்.

புதிய காற்று, புதிய ஒளி, புதிய வாசம், புதிய அழுத்தம்... பழகுவதற்கு சில விநாடிகள் பிடித்தன. அகிலன் குடியிருப்பின் முன்னால் இருந்த நீண்ட வெளியில் நடந்து பார்த்தான்.

"ஒன்றும் பிரச்னை இல்லையே?" என வண்டு கரிசனமாகக் கேட்டது.

"வெளிநாட்டுக்கு வந்தது மாதிரி இருக்கிறது" என்றான்.

கண்ணுக்குத் தெரியும் தூரம் வரை பரவசமாகப் பார்வையைச் செலுத்தினான். மரங்கள், மலைகள் எல்லாமே தெரிந்தன. சில க்ரீனிகள் தூரத்தில் உலவிக்கொண்டிருந்தன.

அக்கறையாக அம்மா, "பிரச்னை எதும் இல்லையே?" என்றார்.

"இல்லை" என்றான்.

அகிலன் தன் கையில் இருந்த சிறிய அகப்பை போன்ற கருவியால் அந்த மணலை எடுத்து விரல்களால் உதிர்த்துப் பார்த்தான். அது தங்கம் போல ஜொலித்தது. போல அல்ல; அதுவேதான்!

20

வெக்கோம்பெர்கா மனநல மருத்துவமனை. மனதைப் பழுதுபார்க்க 100 ஏக்கரில் ஸ்வீடன் நாட்டில் உருவாக்கப்பட்ட 85 வயது சர்வீஸ் சென்டர். ஐரோப்பாவின் மிகப் பெரிய மனச் சேவை நிலையம்.

அங்குதான் பலத்த பாதுகாப்புக்கு இடையில் அரைத் தூக்கத்தில் கிடத்திவைக்கப்பட்டு இருந்தார் விஞ்ஞானி சார்லஸ். அதற்குப் பதில், நிரந்தரத் தூக்கத்தையே அவருக்கு வழங்கி இருக்கலாம். ஒரு மனிதன், தன்னால் முடிந்த நல்ல காரியத்தைச் செய்ததற்காக அரச பயங்கரவாதம் வழங்கிய தண்டனை, அரைத் தூக்கம். வேற்றுக்கிரகத்துக்கு அனுப்பப்பட்ட மனிதர்கள் அதி ஆபத்தில் இருப்பதைச் சொன்னதற்காக உலகம் சுமத்திய எளிமையான பழி, பைத்தியக்காரன் பட்டம்.

அவருடைய குடும்பத்தினரே அவருக்கு அருகில் இருப்பதற்கு அனுமதி இல்லை. பார்வை நேரம் தொடங்கும் காலை 8மணிக்கு வந்து ஜன்னல் பக்கமாக இருந்து பார்த்துவிட்டுப் போய்விட வேண்டும். மியூசியத்தில் வைக்கப்பட்ட 10-ம் நூற்றாண்டின் பழமையான பானையைப் போல எட்ட நின்று பார்க்க வேண்டும். அத்தனை கட்டுப்பாடு.

அவருடன் இணைந்து பணியாற்றிய மனித மேம்பாட்டுக் குழு விஞ்ஞானிகள் சிலர் மட்டும்தான், பரிதாபம் அதிகமாகிப் போனால் வந்து பார்த்துவிட்டுப் போவார்கள். அவர் மீண்டும் எழுந்து ஆதாரபூர்வமாக எதையாவது எழுதிவிட்டால், உலகின் கட்டுக்கோப்பு சிதைந்துவிடும் என்ற அச்சம். அதற்காக அவரைக் கொன்றுவிடவா முடியும்? பைத்தியக்காரன் என்ற பட்டம் கட்டிப் படுக்கவைத்துவிட்டால் போதும் என்று நினைத்தன வல்லரசுகள். மற்ற விஞ்ஞானிகளுக்கு இது ஒரு மறைமுக மிரட்டலாகவும் இருந்தது. பைப் பிடிப்பதற்குக்கூட வாயைத் திறப்பது இல்லை யாரும்.

அன்று ஐந்து விஞ்ஞானிகள் சார்லஸைப் பார்க்க வந்திருந்தனர். அத்தனை பேரும் ஐரோப்பியர்கள். விஞ்ஞானிகள், சார்லஸை எழுப்பி சில நிமிடங்கள் பேசிவிட்டுச் செல்வதற்கு அனுமதி உண்டு. அறிவியல் அலர்ஜி காரணமாகவோ, அதீத மரியாதை காரணமாகவோ அந்த நேரத்தில் காவலர்களும் அருகில் நிற்பது இல்லை.

"டோபா பற்றி இவ்வளவு அஞ்ச வேண்டியது இல்லை. டெக்டானிக் பிளேட் கால்குலேஷன் எப்போதும் அத்தனை துல்லியமாக இருந்தது இல்லை."

"கெப்ளர் 78 பி எவ்வளவோ பரவாயில்லை... அதிலும் அந்த எல்.டபிள்யூ... சேம்பர்... நான் அப்போதே வேண்டாம் என்று சொன்னேன்."

- இப்படி பேசிக்கொண்டிருந்தால் எந்தக் காவலர்தான் பக்கத்தில் நின்று பார்த்துக்கொண்டிருப்பார்? அவர்களுக்கு சார்லஸும் அவரைப் பார்க்க வருபவர்களும் ஒரே மாதிரி தெரிந்ததில் ஆச்சரியம் ஒன்றும் இல்லை.

மெல்லிய சோகம் இழையோட தங்கள் சகதோழருக்கு அவர்கள் ஆறுதல் சொல்லிக்கொண்டிருந்தனர். அதில் ஜெர்மன் விஞ்ஞானி சைமன் கொஞ்சம் ஓவர். சில நாட்களாகவே சார்லஸை வந்து பார்த்துவிட்டுப் போவதில் அதிக அக்கறை காட்டினார்.

சார்லஸின் கையைப் பிடித்துக்கொண்டு அமைதியாக அமர்ந்திருந்தார் சைமன். சார்லஸ் ஏதோ சொல்ல நினைத்தார். அவருக்கு மயக்கத்தில் இருந்து மீண்டு, தெளிவாகப் பேச முடியவில்லை. சைமன் குனிந்து அவருடைய காதில் வைத்துக் கேட்டார்.

"என்ன சொல்கிறார்?" என்றனர் மற்றவர்கள்.

சைமன் சுண்டுவிரலை உயர்த்திக் காட்டிவிட்டு, சார்லஸை கைத்தாங்கலாக மெள்ள பாத்ரூமுக்கு அழைத்துச் சென்றார்.

சார்லஸுக்கு நேர்ந்த கொடுமையைத் தட்டிக்கேட்க முடியாத கோழையாகிவிட்ட வருத்தம், வந்திருந்த அனைவருக்கும் இருந்தது. யார் மீது கோபப்படுவது என்றுதான் தெரியவில்லை.

"பாத்ரூம் போன சார்லஸும் சைமனும் வருவதற்குள் இந்த அடக்குமுறைகள் ஒழிக்கப்பட வேண்டும்" என, விஞ்ஞானிகள் அவசரமாகவும் மெல்லிய குரலிலும் வருத்தப்பட்டனர்.

ஆனால், அந்த அவசரத்துக்குத் தேவை இருக்கவில்லை. உத்தேசிக்கப்பட்ட நேரத்தைவிட இருவரும் அதிக நேரம் பாத்ரூமில் இருப்பதாக விஞ்ஞானிகளுக்குத் தோன்ற ஆரம்பித்த நேரத்தில்... வெளியே சடசடவென சத்தம்!

பாத்ரூம் ஜன்னல் மூலம் மொட்டை மாடிக்குச் சென்ற சார்லஸும் சைமனும் ஒரு மினி ஹெலிகாப்டரில் கயிறு மூலம் ஏறிக்கொண்டிருந்தார்கள். அவர்கள் ஏறியதும் சடுதியில் ஒரு தும்பி போல மருத்துவமனை வளாக வானத்தைவிட்டு வெளியேறியது அது!

அமெரிக்க அதிபர் ஒபாமா, ஃபிரெஞ்சு அதிபர் ஃபிரான்கொயிஸ் ஹோலண்டே, ரஷ்ய அதிபர் விளாதிமிர் புதின்... என சொற்பம் பேர் மட்டும் சார்லஸ் காணாமல்போனதற்காகக் கவலை தெரிவித்து அறிக்கை வெளியிட்டார்கள். 700 கோடிப் பேரின் அன்றாடப் பிரச்னைகளுக்கு நடுவே அந்தக் கவலை சில நிமிடங்கள்கூட தாக்குப்பிடிக்க முடியாமல் கரைந்து காணாமல் போனது.

அன்று சொர்க்கத்தின் திறப்பு விழா. அம்மா அப்படித்தான் சொன்னார். 41 ஆயிரம் பேரும் கேபின் சிறைகளில் இருந்து அன்று 581 ஜி-ல் இறக்கிவிடப்பட்டனர்.

அந்தந்த கேபின்வாசிகளுக்கு அருகே அமைக்கப்பட்டிருந்தன அந்த ஆயத்தக் குடில்கள். கேபின்களில் இருந்து இறக்கிவிடப்பட்ட எல்லோரும் சிதறாமல், பிராய்லர் கோழி போல அந்தந்த இடத்தில் நின்றுகொண்டு இருந்தனர். ஒவ்வொருவருமே பாதுகாப்பாக நடுவில் நிற்க விரும்பினர். காற்று, வெளிச்சம், வெப்பம் எல்லாம் பழைய பூமியை நினைவுபடுத்தின.

கேபின் 24-ல் இருந்தவர்களில் அகி சற்று நகர்ந்து, அங்கிருந்த தாவரத்தின் பெரிய இலையைத் தொட்டுப் பார்த்தாள். பின் தொடர்ந்து இன்னும் சிலரும் அதேபோல சம்பிரதாயமாகத் தொட்டுப் பார்த்தனர். சிலர் மிகவும் விலகிவிடாமல் சற்றே நடந்து பார்த்தனர்.

எல்லோருக்கும் வெளியில் வசிக்க முடியும் என்பதே பாதி சுதந்திரம் கிடைத்தது போல இருந்தது. எங்காவது போய் பிழைத்துக் கொள்ளலாம் போல கோளையே பார்வையால் எடைபோட்டனர். இத்தனை பெரிய உலகில் பிழைக்க ஒரு வழி இல்லாமலா போகும் என்ற பூவுலகின் சித்தாந்தம் தோன்றி மறையாத மனிதர் சிலர்தான். பரந்தவெளி, மலை, தாவரங்கள், தண்ணீர், ஆண்-பெண் இவை போதாதா மனிதன் இன்னொரு பூமியைச் சிருஷ்டிக்க?

அந்தக் கோளில் மரங்கள் காளான்கள் போல குடை குடையாக வளர்ந்திருந்தன. சிவப்பான புற்கள். பெரிய பெரிய இலைகளுடன் அடர்ந்து வளர்ந்திருந்த மரங்கள். பெரிய சமவெளி. அவர்களின் குடியிருப்புகள் இருக்கும் பகுதி நிலநடுக்கோட்டுப் பகுதி என்பதால், குளிரும் வெயிலும் நடுவாந்திரமாக இருந்தது.

சிந்து சமவெளி, சுமேரிய நாகரிகத்தை இன்னொரு ரவுண்டு வருவதற்கான தெம்பு மனித ஜீன்களில் மிச்சம் இருந்தன.

கேபின் 24-ல் இருந்தவர்களுக்கு விடுதி 24 ஒதுக்கப்பட்டிருந்தது. மீனும் அதில்தான் சேர்க்கப்பட்டிருந்தாள். மொத்தம் 40 பேர் என்றாலும் இரண்டு பேர் படுப்பதற்கான 20 படுக்கைகள்தான் இருந்தன. எந்தப் படுக்கையில் எந்த இரண்டு பேர் என்பது குழப்பமாகத்தான் இருந்தது.

பலஜோடிகள் விட்ட வேகத்தில் அறைக்குள் பூட்டிக்கொண்டனர். அகிலன் விரல்களை கேத்ரின் கோத்துக்கொண்டு தங்களுக்கு ஒதுக்கப்பட்ட அறை எண்ணைத் தேடிக்கொண்டிருக்க, அங்கே வினோதினியும் ஹென்ரிச்சும் மட்டும் நின்று கலங்கிக்கொண்டு இருப்பதை அகிலன் பார்த்தான். ஹென்ரிச்சின் கன்னத்தில் விரல் தழும்பு தெரிந்தது. அது வினோதினியின் கைங்கர்யம். ஹென்ரிச், வினோதினியைக் கையாள முயன்றிருக்கிறான்!

'நான் மட்டும் என்ன பாவம் செய்தேன்?' என்று மனம் வெதும்பிய அவனைப் பார்க்கப் பாவமாகத்தான் இருந்தது. கேத்ரினும் அகிலனும் வினோதினியைப் பார்க்க, கடும் கோபத்தோடு பதிலுக்கு அவர்களை முறைத்தாள். எட்டு கண்களும் நான்கு மனங்களும் தீர்மானிக்க முடியாமல் தவித்தன.

"காதல்... பூமியின் தொற்று வியாதி!"

"ஏய் மண்டு. உனக்கு என்ன பொன்வண்டுனு நினைப்பா? பொன்மொழியா உதிர்க்கிறே?" வினோதினி வெகுண்டாள்.

கேத்ரின் ஏதோ முடிவெடுத்தவளாக அகிலனின் விரல்களில் இருந்து விடுபட்டு, வினோதினியை நெருங்கி வந்தாள். இருவரும் நேருக்கு நேர் பார்த்தனர். எழுத்தால் இல்லாத ஏதோ மொழியை இருவரின் கண்களும் பேசின. பின் ஹென்ரிச்சின் கன்னத்தைத் தொட்டாள். அவனுடைய இடுப்பை வளைத்துப் பிடித்தபடி விடுதிக்குள் சென்று மறைந்தாள் கேத்ரின். அங்கே வினோதினியும் அகிலனும் மட்டும் இருந்தனர். தயக்கத்தோடு அவளை நெருங்கி வந்தான் அகிலன்.

"என்னைத் தொட வேண்டாம். இப்படியே விட்டுவிடு. 300 வருஷமும் இப்படியே இருந்து செத்துப்போகிறேன்" என்றாள் கோபமாக.

அகிலன், அவள் கண்களைப் பார்த் தான். அவை அழுது அழுது சோர்ந்து சிவந்துகிடந்தன. கன்னத்தில் இப்போதும் கண்ணீரின் தடம் தெரிந்தது. அவன் அதைத் துடைக்க எண்ணினான்.

"நீ எதற்காகத் தொடுகிறாய் என்று தெரியும். எல்லோரும் எதற்காக உள்ளே ஓடியிருக்கிறார்கள் என்றும் எனக்குத் தெரியும்!"

"அதற்காக இல்லை... வா" என்றான்.

“மனிதத்தன்மையற்ற இந்தக் கூட்டத்தைவிட்டு எங்காவது ஓடிப்போய்விடலாம். இதற்குள் வேண்டாம். இது ஏதோ உயிர்க்காட்சி சாலை போல இருக்கிறது. தண்ணீர் வைக்கிறார்கள்; தீனி போடுகிறார்கள்; இனவிருத்தி செய்யச் சொல்கிறார்கள். இது சொர்க்கம் இல்லை... நரகம்” என்றாள்.

“புதிய சட்டதிட்டம்... புதிய நாகரிகத்துக்கு மாறவில்லை என்றால் பிழைக்க முடியாது.”

“தேவை இல்லை” என்றாள்.

“மரணமும் நம் கையில் இல்லை. எழுதிப் போட்டு அனுமதி வாங்க வேண்டும். ஒரு வாரம் பொறு. புதிய உலகம் செய்யலாம்”

அது என்ன ஒரு வாரக் கணக்கு என்று தெரியவில்லை.

“அதுவரைக்கும் நீ என்னுடன்தான் இருக்க வேண்டும். ஹென்ரிச் இன்னொரு முறை அணுகினால், அறுத்துவிடுவேன்” என்றாள்.

தரைத்தளத்தின் கடைசி யில் இருந்தது அகிலனுக்கான அறை. இருவரும் காரிடாரில் நடந்து அறையை நெருங்கும்போதுதான் பார்த்தனர். அங்கே ழீன், ஆலீஸ், கார்ட்டர், வஸீலியேவ் ஆகியோர் காத்திருந்தனர். வினோதினி, அகிலன் இருவரின் காது மடல் பகுதியில் இருந்த சிறிய கருவியை காந்தத்தில் ஒட்டியிருந்த ஆணியைப் பிய்த்து எடுப்பதுபோல எடுத்தாள் ழீன்.

“இனி நாம் சுதந்திரமாகப் பேச முடியும்” என்றாள். அது மொழிபெயர்க்கப்படாமல் தெளிவான ஆங்கிலத்தில் கேட்டது.

அனைவருமே திடுக்கிட்டனர்.

“வண்டு என்பது, ஒரு சிறிய ஈகியம் புராசஸர் சிப். நிறையத் தகவல்களை சென்ஸார் மூலம் இணைக்கும் வசதி. எல்லா மொழிகளையும் அவரவருக்கு ஏற்ப மொழி மாற்றித் தருவது. அதைத்தான் இப்போது கழற்றினேன்.”

எல்லோரும் ழீனை தேவதூதி வடிவத்தில் பார்த்தனர்.

அடுத்து அவள் சொன்னாள். “இதைக் கழற்றிவிட்டால் யாரும் நம்மை ஒட்டுக்கேட்க முடியாது. டெர்பியை அழித்தாகிவிட்டது. நம் அடுத்த இலக்கு... அம்மா!”

வேறு யாருக்காவது கேட்டுவிடப்போகிறது என்ற அச்சத்தில் இப்படியும் அப்படியும் பார்த்தனர்.

“யாரும் பயப்பட வேண்டாம்” என்று ஒரு குரல் ஆங்கிலத்தில் கேட்டது.

அந்தக் குரல்...

22

'யாரும் பயப்பட வேண்டாம்' என்ற குரல் வந்த திசையில் இருந்து வெளிச்சம் நோக்கி நகர்ந்து வந்தவர், மை... க்... சாட்சாத் மைக்கேல்!

அவரைப் பார்த்ததும், உடனடி அச்சம் காரணமாக மீன் தரப்பினர் திருட்டு முழி முழித்தனர்.

"நீங்கள் நினைப்பது போல அம்மா நமக்கு எதிரி அல்ல" என்று அம்மாவுக்கு ஆதரவாகப் பிரசாரத்தையும் தொடங்கினார். "உங்களால் அம்மா என்று சொல்லப்படுபவர் என்னுடைய மகள். சருகைக்கூட மிதிக்க மாட்டாள். அவள் ஏன் இப்படி மாறிப்போனாள் என்பது தெரியவில்லை. அவள் இந்த ஆபரேஷனின் காரணகர்த்தா. இதற்காக உழைத்தவள். மக்களைக் காப்பாற்ற வேண்டும் என்று பாடுபட்டவள்" -மைக்கேல் தன் மகள் மீது நம்பிக்கையை ஏற்படுத்த சிரமப்பட்டார்.

அம்மாவுக்கு ஆதரவாக அவர் பேசப் பேச, 'இன்னோவா காரில்' வந்து ஓட்டு வேட்டையாடுபவர் போலவே தோன்றினார் வினோதினிக்கு. பிறரும் மைக்கேல் தன் மகளை நியாயப்படுத்துவதில் ஏதும் உள்குத்து இருக்குமோ என்று அவரைப் பார்த்தனர். உளவுபார்க்க வந்தவரோ என சந்தேகித்தனர்.

"என் மகளுக்கு என்னையே அடையாளம் தெரியவில்லை. ஒரு தகப்பனுக்கு இதைவிட வேதனை இருக்க முடியாது. எனக்கும் அவள் அடையாளம் தெரியக் கூடாது என்பதற்காக என்னையே மூளைச்சலவை செய்தார்கள். இதில் இருந்தே தெரியவில்லையா, என்னையும் என் மகளையும் பிரிக்க சதி நடக்கிறது என்பது..?"

அவருக்கு மூளைச்சலவை நடந்தது எல்லோருக்கும் தெரிந்ததுதான் என்றாலும், அவர்மீது பாதி நம்பிக்கைதான் இருந்தது அவர்களுக்கு. மைக்கேலும் அம்மாவும் சேர்ந்து நடத்தும் நாடகமாக இருக்குமோ

என்றும் அவர்கள் நினைத்தனர். சதி வேலைகளில் ஈடுபடுபவர்களைக் கண்டுபிடிப்பதற்கான ஒற்றனா இவர்?

யாரும் தன்னை நம்பவில்லை என்பதை மைக்கேலால் அவர்களின் முகங்களில் இருந்து படிக்க முடிந்தது.

தன் மகள் ஒருத்திக்காக மட்டுமே தான் வாழ்ந்து வருவதை அவர் நிரூபிக்க முடியாமல் தவித்தார். வாழ்வின் கடைசிக் கட்டத்தில்கூட தாம் யாருக்கும் பயன்படாமல்போய்விடு வோமோ என்று அவர் பயந்துதான் போனார். மனிதர்களின் நம்பிக்கையைப் பெறுவது சாதாரணம் இல்லைதான். இந்த மாதிரியான இக்கட்டான கட்டத்திலும் தன்னை இவர்கள் ஏற்றுக்கொள்ளவில்லையே என்ற தவிப்பும் இயலாமையும் அவரைக் கலங்கவைத்தன.

“என் மகள் மாறிவிட்டாள்; அல்லது அவளை யாரோ மாற்றிவிட்டார்கள். அதைச் சொல்லி அழுவதற்குக்கூட எனக்கு யாரும் இல்லை” என்றார் காவிய நாடகத்தின் வசனம் போல.

“நாங்கள் இருக்கிறோம்... ஏன் இப்படிப் பேசுகிறீர்கள்?” - மீன் அவரைத் தற்காலிகமாகத் தேற்ற முயன்றாள்.

“நீங்கள் நம்புவதற்காக ஒன்றைச் சொல்கிறேன். இந்தக் கோள் முழுதும் ஒரு சூப்பர் கம்ப்யூட்டரால் கண்காணிக்கப்படுகிறது. அந்த சூப்பர் கம்ப்யூட்டரைக் கண்காணிப்பவள் என் மகள் ரோஸி. அதுவரை எனக்குத் தெரியும். ஆனால், அதற்காக அவள் என்னையே தெரியாததுபோல இருக்க வேண்டிய அவசியம் இல்லை. நான் அவளுக்காகவே வாழந்தவன்; வாழ்கிறவன். முடிகிறவரை வாழவும் போகிறவன். ஆனால், அவள் என் மகளே இல்லை என்பதுபோல நடந்துகொள்கிறாள். மூன்றாம் தர டபுள் ஆக்ஷன் படத்தில் வரும் இரட்டையர் போல இருக்கிறது அவளுடைய நடவடிக்கைகள். மச்ச வித்தியாசம்போல. சாந்தமானவள்; சாகஸமானவள் என... இப்போதெல்லாம் டி.வி. சீரியல்கள்கூட அப்படி எடுப்பது இல்லை.”

“உங்கள் மகளின் உருவத்தில் உருவாக்கப்பட்ட பொம்மையா இவள்?” என்றாள் மீன். அகிலன் எதுவும் பேசவில்லை.

வினோதினி கேட்டாள். “உங்கள் மகள்தான் இந்தக் கோளை இயக்குவதாகச் சொல்லிக் கொண்டிருக்கிறார்கள். உங்கள் மகளை வேறு யாரோ இயக்குவதாக நீங்கள் நினைக்கிறீர்களா?”

“அப்படியானால் அவர்கள் யார்?” அவனையும் அறியாமல் அகிலன் கேட்டான்.

மைக்கேல் இந்த அவசரக்குடுக்கையும் இங்கேதான் இருக்கிறானா என்பதாக அகிலனைப் பார்த்தார்.

ஏதோ சொல்ல ஆரம்பித்த அவரைத் தடுத்து, மீன், “இங்கே

வேண்டாம். நாளை வெளியே சென்று பேசுவோம்" என்றாள்.

மறுநாள் அவர்கள் சந்தித்த இடம் ஒரு வனம் என்றுதான் சொல்ல வேண்டும். நவீன ஓவியரின் கைவண்ணத்தில் உருவான விநோதமான மரங்கள், செடிகள். சிவப்புப் புல் தரையில் சின்னச் சின்னப் பூச்சிகள் சில அவசரமாக ஓடுவது தெரிந்தன. நம்மைத் தவிர வேறு சில ஜீவராசிகள் இருப்பது ஏதோ சொந்த பந்தத்தைப் பார்ப்பதுபோல சந்தோஷத்தைத் தந்தது.

கேத்ரின் ஒரே நாளில் ஹென்ரிச் வசமானது அகிலனுக்கு ஆச்சரியமாகத்தான் இருந்தது. அவனும் அவளுடைய இடுப்பில் கையை வளைத்தபடி, "அறைக்குள்ளேயே இருந்திருக்கலாம்" என அவளுடைய காது மடலைக் கடிக்கிற தூரத்தில் பிதற்றினான். கேத்ரின் முகச் சிவப்பு இரட்டிப்பாகிவிட்டது.

"ஒருவரையே தொடர்ந்து காதலிப்பது சொத்து சேர்க்கும் ஆசைக்கு வழி வகுக்கும். மறுபடியும் இது இன்னொரு பூமி ஆகிவிடும் என்பது அம்மாவின் கண்டுபிடிப்பு. காதலுக்குத் தடை இருப்பது நினைவிருக்கட்டும்" என்றாள் ஆலீஸ்.

மைக்கேலுக்கு எப்போதுமே ஆலீஸின் புத்திசாலிதனத்தின் மீது நம்பிக்கை உண்டு.

"ஆலீஸ்... நீ பெரும்பாடுபட்டு மத்தியக் கேந்திரத்தில் நுழைவதற்கான பாஸ்வேர்டைக் கண்டுபிடித்தாய். உன்னைப் போலவே இங்கு வந்திருக்கிற பலர் இங்கிருந்து தப்பிச் செல்வதற்காக உதிரி உதிரியாக முயற்சி செய்துகொண்டுதான் இருக்கிறார்கள். ஒன்றை மறந்துவிடக் கூடாது. யாரிடம் இருந்து தப்பிக்கப் போகிறோம்; எங்கே தப்பிச் செல்லப் போகிறோம் என்பது தெரிய வேண்டும்" அடிப்படையான கேள்வியில் இருந்து ஆரம்பித்தார் மைக்கேல்.

"அம்மாவிடம் இருந்து தப்புவதா... அம்மாவை நாம் தப்பிக்கவைப்பதா..? அதுதானே உங்கள் கவலை?" என்றான் அகிலன்.

அவன் சரியாகச் சொல்லியிருந்தாலும் ஏதோ கிண்டலாகச் சொன்னதாகத்தான் மைக்கேல் நினைத்தார்.

"இவனுடைய கிண்டலைக் கவனித்தாயா?" -புகார் சொல்லும் தொனியில் மீனிடம் சொன்னார்.

"யாரும் யாரையும் தவறாகப் புரிந்துகொள்ளாமல் இருப்பது நல்லது. அகிலன், சரியாகத்தான் சொன்னான். இப்போது சொல்லுங்கள்... நாம், உங்கள் மகள்... எல்லோருமே பாதுகாப்பாகப் பூமிக்குத் தப்பிக்க வேண்டும். அதற்கு வழி இருக்கிறதா சொல்லுங்கள்?"

"இருக்கிறது. எல்.டபிள்யூ. சேம்பர் இங்கே அமைக்கப்பட்டுவிட்டது. அங்கு செல்வது 'திறந்திடு சீஸேம்' போல அத்தனை சுலபமாக இருக்காது."

"ரோஸி... அதாவது உங்கள் அம்மாவைச் சந்தித்தாக வேண்டும். அதாவது நிஜமான, ரத்தமும் சதையுமான அம்மாவை; ஹாலோகிராம் அம்மாவை அல்ல."

"அதற்கு?"

"மத்தியக் கேந்திரத்தில் ரோஸி எங்கே இருக்கிறாள் எனக் கண்டுபிடிக்க வேண்டும்."

23

அது எப்படி? கேப்ரியல் ஒருவன் மட்டுமே, ஆரம்பத்தில் இருந்து எல்லா வகையிலும் இந்தத் திட்டங்களுக்கு ஜால்ரா போட்டவன். தலைமைக் கேந்திர ரகசியம் தெரிந்தவன். மைக்கேல், அவனை எப்படி வழிக்குக் கொண்டுவருவது என்ற யோசனையில் ஆழ்ந்தார். வினோதினி, அகிலன், வஸிலீயேவ், ஹென்ரிச்... ஆகியோரும் துணையாக யோசிக்க ஆரம்பித்தார்கள். கிரீனிகள் ஆசையாக அவர்களை நாடி வந்தன. ஆலீஸ் ஒரு குட்டி கிரீனியைத் தூக்கிவைத்துக் கொஞ்ச ஆரம்பித்தாள். அதனுடைய ஆக்சிஜன் சூழ் உடம்பு நுகரும்போது புத்துணர்ச்சியாகத்தான் இருந்தது.

சார்லஸுக்கு ஆச்சரியமாக இருந்தது. 581-ஜிக்கு அனுப்பப்பட்ட கேப்ரியல் திடீரென எப்படி தன் அறைக்கு வர முடியும்? விநாடியில் அது சந்தோஷமாக மாறியது. ஆஸ்பத்திரியில் இருந்து கடத்தி வந்தது யார் என்றே தெரியாமல் இருந்தவருக்கு கேப்ரியலைப் பார்த்ததும் தனித் தீவில் சிக்கியவன் படகைக் கண்டது மாதிரி பரவசமானார்.

“எப்படித் தப்பித்து வந்தாய் கேப்ரியல்?” என்றார் பெரும் பதற்றத்துடன்.

கேப்ரியல், தம் ஆறு மாத வெளிக்கிரக வாசத்தை சுவாரஸ்யமாகச் சொல்ல ஆரம்பித்தார்.

“ஒரு ஆபத்தும் அங்கே இல்லை. எல்லாப் பிரச்னைகளும் தீர்க்கப்பட்டன. பயிர், பச்சை விவகாரத்தில் வெற்றி. குழந்தை பெற்றெடுப்பதில் வெற்றி. இனி சிங்கம், புலி, மான், லவ்பேர்ட்ஸ் எல்லாமே அங்கே கொண்டுபோகலாம். இயற்கை சுழற்சியை ஏற்படுத்தலாம். பூமிக்கும் அதற்கும் மைக்ரோ சிரமங்களைச் சரிசெய்து விட்டால் நமக்கு இன்னொரு காலனி சிக்கியது போலத்தான்.”

சார்லஸ் குறுக்கிட்டார்.

"உன்னைப் போலவே அங்கு இருப்பவர்கள் அனைவரும் இங்கு வருவதற்கான ஏற்பாடுகள் செய்யப்பட்டுவிட்டனவா?" என்றார் ஆசையாக.

"அதற்குத்தான் அவசியம் இல்லை என்கிறேன். அது ஒரு டார்க் சிட்டியாக அப்படியே இருக்கட்டும். கிட்னி, லிவர், இன்சுலின் சுரக்கும் லாங்கர் ஹான் தீவுப் பைகள், இதயம் எது வேண்டுமோ, அங்கு இருந்து எடுத்துக்கொள்ளலாம்."

சார்லஸுக்கு கொஞ்ச நேரம் எதுவும் புரியவில்லை. சார்லஸின் எதிரில் அமர்ந்தார் கேப்ரியல்.

"புரிந்துகொள்ளுங்கள் சார்லஸ். அது ஒரு பொக்கிஷம். நாம் விரும்பினால்தான் சாக முடியும். அவ்வளவு வாழலாம். அங்கே தோண்டும் இடம் எல்லாம் தங்கம் கிடைக்கிறது; தோரியம் கிடைக்கிறது. ஐயோ என்னவென்று சொல்வேன். அள்ள அள்ளப் பணம். அந்தக் கோளை நாம் கைப்பற்றி விட்டால், ஒரே கல்லில் இரண்டு கோள்கள். எனக்கு என்னவோ இன்னும் ஒன்பது ஆண்டுகளில் இந்த டெக்டானிக் பிளேட் தகராறு எதுவும் செய்யவில்லை என்றால்... இந்த பூமிக்குத் தேவை இல்லாதவர்களை எல்லாம் அங்கே கொண்டுபோய் தள்ளிவிடலாம். பூமியில் பிரச்னை ஏற்படும் என்றால், தேவை இல்லாத ஜென்மங்களை இங்கேயே கழற்றிவிடலாம். இதோ பாருங்கள்."

பெட்டியைத் திறந்து சில பல கண்ணாடிக் குடுவைகளை எடுத்து வைத்தார். எல்லாமே விலை மதிக்க முடியாத கனிமங்கள்.

"என்ன சொல்கிறீர்கள்?" என்று வர்த்தகம் பேச ஆரம்பித்தார் கேப்ரியல். "உலக மக்களுக்கு உங்கள் மீது எப்படியோ ஒரு பரிதாபம் ஏற்பட்டுவிட்டது. விஞ்ஞானிகளும் நீங்கள் சொன்னால் இறங்கி வருவார்கள். இதை வைத்து நாம் தலைமை இடத்துக்கு நகர்ந்துவிட முடியும். அதற்காகத்தான் உங்களை ஆஸ்பத்திரியில் இருந்து கடத்தி வரச் சொன்னேன்."

"அடப்பாவி..."

"அவசரம் இல்லை. கொஞ்ச நேரம் பாழாய்ப்போன சமூக அக்கறையோடு திட்டிவிட்டு, கோள்களின் அரசனாகும் வாய்ப்பை யோசியுங்கள். நான் வருகிறேன். நாளை சந்திப்போம்... இனிப்பான இரவு."

கேப்ரியல் வேகமாக வெளியேறினார்.

அன்றுதான் 581-ஜியில் முதல் மனிதன் பிறந்தான். விடுதிகள் எல்லாம் பிரகாசமாக இருந்தன. அம்மா, குழந்தையைத் தூக்கிக் காட்டினார். நாட்டு மக்களுக்கு அர்ப்பணிக்கப் போவதாகச்

சொன்னார். நாட்டு மக்களுக்காக அர்ப்பணிப்பது என்றால் என்னவென்று புரியவில்லை. இருந்தாலும் எல்லோரும் சந்தோஷம் காட்டினார்கள்.

கேத்ரின் சொன்னாள்... "அப்படியே அகிலனின் சாயல்!"

வினோதினி நிதானமாக இன்னொரு தரம் குழந்தையைப் பார்த்தாள். பிறகு அகிலனைப் பார்த்தாள்.

24

அம்மா உயர்த்திப் பிடித்துக் காண்பித்த குழந்தைக்கு, ஒரு மாத வயதுதான் இருக்கும். கன்னத்தில் குழி விழ, காரணம் தேவை இல்லாமலேயே சிரித்தது. அம்மா அதன் கன்னத்தை, பட்டாம்பூச்சி பிடிப்பதுபோல இரண்டு விரல்களால் கவ்விக் கொஞ்சினார். மக்களும் உற்சாகக் குரல் கொடுத்து, கரகோஷம் இட்டனர்.

"முதல் மனிதன்" என்றார் அம்மா. எல்லோரும் அவசரமாக செவி கருவியை இணைத்துக்கொண்டனர்.

அகிலனும் கேத்ரினும் ஒருவரை ஒருவர் பார்த்துக்கொண்டனர். தங்களுக்குப் பிறந்தவன் என்று சொல்வது எத்தனை சதவிகிதம் சரியான கூற்று என வரையறுக்க முடியவில்லை. "குழந்தைக்கான ரா மெட்டீரியல் தந்து உதவிய கேத்ரினுக்கும் அகிலனுக்கும் நன்றி" என்று அம்மா சமய சந்தர்ப்பம் இல்லாமல் நன்றி தெரிவிக்க, அகிலன், வினோதினியைப் பரிதாபமாகப் பார்த்தான்.

கேத்ரினுக்கு தாய்மைப் போராட்டம் எதுவும் ஏற்படவில்லை. அகிலனுக்கும் பிரசவ வார்டில் கை பிசைந்து நடக்கும் தந்தை உணர்வு கொப்பளிக்கவில்லை. ஆனால், வினோதினி இதன் பொருட்டு விரோதம்கொள்வதை அவன் உணர்ந்தான்.

'ஐயோ எனக்கு எதுவும் தெரியாது. நீ நினைக்கிற எந்தத் தவறையும் நான் செய்யவில்லை' என்றான் சைகைகளின் மூலமாக. அகிலனின் சங்கடத்தை உணர்ந்து, 'அது எங்களுக்கே தெரியாமல் நடந்தது...' என்று புரியவைக்க நினைத்தாள் கேத்ரின். வண்டுகூட, "ஆமாம் அவர்களுக்கே தெரியாது" என்றது. வினோதினி, கோளையே எரித்துவிடுவதுபோல பார்த்தாள்.

நல்ல வேளையாக அதற்குள் அம்மாவின் பிரசங்கம் ஆரம்பமாகிவிட்டது. கேபின் முகப்பு மேடை அருகே

எல்லோரும் குழுமி இருந்தனர்.

"இங்கே நோய் இல்லை; ஊழல் இல்லை."

அம்மாவின் பிரசங்கம் கோள் முழுதும் ஒரே நேரத்தில் நிகழ்ந்தது.

மக்கள் "ஆமாம்... ஆமாம்" என்றனர்.

"கடன் இல்லை; கடமை உண்டு."

"ஆமாம்... ஆமாம்."

"மகிழ்ச்சி உண்டு... மரணம் இல்லை."

"ஆமாம்... ஆமாம்."

"நம் கோளின் இளவரசனுக்கு என்ன பெயர் வைக்கலாம்?"

யோசிக்கிறோம் பேர்வழி என எல்லோரும் அமைதியாக இருந்தனர்.

"நானே சொல்லட்டுமா? மார்க்கஸ் அரேலியஸ்.

2,000 ஆண்டுகளுக்கு முன்பு வாழ்ந்த ரோம் அரசன். மரம் பலனை எதிர்பார்க்காமல் கனி தருவதுபோல மற்றவர்களுக்கு உதவ வேண்டும் என்றவன்."

மக்கள் கொத்தாக, 'மார்க்கஸ்... மார்க்கஸ்' என்றனர். குழந்தை, குத்துமதிப்பாக ஒரு திசையைப் பார்த்துச் சிரித்தது.

டெர்பிகளால் வந்த ஆபத்து நீக்கப்பட்டது, அக்ரோ பிரிவில் நிகழ்த்தப்பட்ட சாதனை, கோள் சமநிலை உருவாக்கம்... என அம்மாவின் சந்தோஷத்துக்கு நிறையக் காரணங்கள் இருந்தன.

"வேறு என்ன வேண்டும்? ப்ளீன், மறுபடியும் சுதந்திரம் என்று சொல்லிவிடாதே... 73 சதவிகித சுதந்திரம் கொடுக்கப்பட்டுவிட்டது. வண்டு இணைப்பைக் கழற்றிவிட்டு உங்கள் சொந்த மொழிகளிலேயே இப்போதெல்லாம் என் மீது கோபப்படுவீர்கள் என்று நினைக்கிறேன்... வேறு ஏதாவது?"

பலருக்கும் என்ன கேட்பது என்ற பிரக்ஞை அழிந்து வெகுகாலம் ஆகிவிட்டது.

"எங்களுக்கும் குழந்தை பிறக்குமா?" - அகி கேட்டாள்.

"எல்லோரும் பெற்றுக்கொள்ளலாம். அதுவும் சொந்த முயற்சியில் ஈடுபடலாம். அதற்கான உரிமம் வழங்கப்பட்டுவிட்டது. ஆனால், அது உங்கள் குழந்தை ஆகாது. அது அரசாங்கத்தின் குழந்தை; அம்மாவின் குழந்தை. குழந்தை வளர்ப்பு, படிப்பு, உடுப்பு... எல்லாமே அரசாங்கத்தின் பொறுப்பு."

நீண்ட கைதட்டல்.

மார்க்கஸை இந்தக் கோளத்தின் இளவரசனாக... தன் வாரிசாக வளர்க்கப் போவதாக அம்மா சொன்னார். உடல் ஆரோக்கியம், புத்திக்கூர்மை அடிப்படையில்தான் கோளின் அதிபர்கள் உருவாக்கப்படுவார்கள் என்றும் சொன்னார்.

"பூமிக்குச் சென்று வருவதற்கு அனுமதி உண்டா?" என்றாள் மீன்.

"பெரிதினும் பெரிது கேட்பதே உன் வேலையாகிவிட்டது. கேபின் 645, 718... என எல்லாவற்றிலும் உன்னைப் போலவே இதே நேரத்தில் கோரிக்கை வைத்திருக்கிறார்கள். இப்போது கேப்ரியல் பூமிக்குச் சென்றிருக்கிறார். அவர் வரட்டும். நிலைமையை உத்தேசித்து முடிவு எடுக்கப்படும்" - மின் முத்தங்கள் தந்து அம்மா விடைபெற்றார்.

சீன லூசூன், ஜப்பான் அகியை இழுத்து அணைத்து, "சொந்தமாக முயற்சி செய்யலாமா?" என்றான்.

ஜப்பான், சீன வித்தியாசத்தைப் பார்த்துப் பழக்கம் இல்லாதவர்கள் அத்தனை சுலபமாக அவர்களில் வேறுபாட்டைக் கண்டுபிடிக்க முடியாது. இரு தேசத்தாரும் மஞ்சள் நிறம், சிறிய மூக்கு, சராசரி உயரம் என கராத்தே, குங்ஃபூ மார்ஷியல் ஆர்ட் படங்களில் வருகிறவர்கள் மாதிரிதான் இருந்தனர்.

அகிலன், "இனம் இனத்தோடு சேரும்" என்றான் கண்களைச் சிமிட்டி.

அகி, "ஏன் வேறு இனமாக இருந்தால் சேராதா?" என அகிலனின் வயிற்றில் வலிக்காமல் குத்தினாள்.

"சும்மா மங்கோலிய இனம் என்பதற்காகச் சொன்னேன்."

எல்லோரும் அம்மா அளித்த சுதந்திரத்தைப் பருக ஆளுக்கொரு பக்கம் கிளம்பினர்.

"உங்களுக்கெல்லாம் வெட்கமே இல்லையா?" - வினோதினி, அகிலனின் காதருகே கோபமாகக் கேட்டாள்.

அதற்குள் அங்கே மைக்கேல், மீன், ஆலீஸ், வஸீலியேவ் ஆகியோர் வந்தனர். வினோதினியின் கோபத்தில் இருந்து தப்பித்த திருப்தியில் அகிலனும் அவர்கள் தரப்போகும் தகவலில் கவனத்தைத் திருப்பினான். காதுக் கருவியை அனிச்சையாகக் கழற்றினர். ரகசியம் பேசும் தருணங்களில் அவர்கள் வண்டுவைத் தவிர்த்துவிட்டால் போதும் என நினைத்தனர்.

மைக்கேல் ஆரம்பித்தார். "நான் சொன்னேன் இல்லையா, லைட் வேவ் சேம்பர் இங்கே செயல்படுகிறது என்று. இங்கிருந்து பூமிக்குச் செல்ல முடியும். கேப்ரியல் எதற்காகப் போனான் எனத் தெரிய வேண்டும். வந்ததும் கேட்கிறேன்."

கேப்ரியல் வந்தால் எல்லாப் பிரச்னைகளுக்கும் தீர்வு கிடைத்துவிடும் என்று நினைத்தனர்.

அவர்கள் காலாற நடந்துவந்து ஓர் இடத்தில் நின்றனர். ரோபோக்கள் உழுது நடவுசெய்திருந்த 1,000 ஏக்கர் கோதுமை வயல், இன்னும் சில மாதங்களில் கதிர்விடும் நிலையில் இருந்தது. புரத மாத்திரையில் இருந்தும் விடுதலை கிடைக்கும். வயல்களில் சிறு சிறு பூச்சிகள் ஊர்ந்துகொண்டிருந்தன. சில தத்தித் தாவின.

“சூழல் சங்கிலியை நாம் உருவாக்க வேண்டும் என்று பதறிக்கொண்டிருக்கிறோமே, இயற்கையே புதிய சங்கிலியைத் தொடங்குவதைப் பாருங்கள்” என சந்தோஷமடைந்தாள் hரீன்.

“40 பேர் கொண்ட கேபினில் நாம் ஆறு பேர் மட்டும் செக்கு மாட்டு வாழ்க்கையில் இருந்து விலகி யோசிக்கிறோம். உலகம் செயல்படுவதே இப்படி விலகிச் சிந்தித்த சிலரால்தான்” - தம் குழுவை மைக்கேல் மெச்சிக்கொண்டார்.

ஆலீஸ், அதைப் புன்னகைத்து ஏற்றுக்கொண்டபடி, “ரோஸிக்கு கிரீஸைப் பற்றிச் சொன்னது நீங்கள்தானா?” என்றாள்.

“எங்கள் நாட்டில் கணியன் பூங்குன்றனார் என்று ஒருவர் இருந்தார். ‘எல்லா நாடும் நம் ஊரே... எல்லா மக்களும் நம் உறவினர்களே’ என்று பாடியிருக்கிறார். ‘உடையை இழந்து நிற்பவனின் கையைப்போல நண்பனின் சிரமத்தைத் தீர்க்க வேண்டும்’ என்று வள்ளுவர் என்பவர் பாடியிருக்கிறார். எல்லாமே 2,000 ஆண்டுகளுக்கு முந்தையவை” என்றான் அகிலன்.

“உன் குழந்தைக்கு ரோம் அரசனின் பெயரை வைக்கப் பிடிக்கவில்லை என்றால், வள்ளுவன் என்றோ, பூங்குன்றன் என்றோ வைத்துவிடு. அதெற்கெல்லாம் அம்மாவுக்கு அதிகாரம் இல்லை. கிரேக்கர்களுக்கு நாகரிக வழிகாட்டியாக இருந்தவர்கள் தமிழர்கள்தான். என் ஆராய்ச்சிக்கு வாய்ப்பு கிடைத்தால் அதை நிரூபிப்பேன்” என்றாள் hரீன்.

“அது அவ்வளவு முக்கியமா?” என்றார் மைக்கேல்.

“மனிதகுல வரலாறு தவறாக எழுதப்பட்டு அதை உலகமே நம்பிக்கொண்டிருப்பது மட்டும் முக்கியமா?” என்றான் அகிலன்.

500 ஆண்டு ஆங்கிலத்துக்குக் கிடைக்கிற எந்த மரியாதையும் 5,000 ஆண்டுகளுக்கு முந்தைய தமிழுக்குக் கிடைக்கவில்லையே என்று எட்டாத தூரத்திலும் வலியாகத்தான் இருந்தது அவனுக்கு.

சற்று தூரத்தில் அமர்ந்திருந்த வினோதினி கோபமாக அகிலனை 90 டிகிரி திருப்பி, “டாக்டர் hரீன் சொல்வது உண்மைதானா?” என்றாள்.

"உண்மைதான். கிரேக்கர்களுக்கு நாம்தான் நாகரிக முன்னோடி."

"நான் அதைக் கேட்கவில்லை. உன் குழந்தை என்கிறார்களே அது? நான் ஒருத்தி இருப்பதை நீ மறந்துவிட்டாய்... அப்படித்தானே?"

"ஐயோ... அது என் குழந்தைதான். ஆனால், அது நீ நினைக்கிற மாதிரி எல்லாம் உருவாகவில்லை" என்று வினோதினியின் தலை மீது கையை வைத்தான்.

"என்ன நடந்தது என்று நான் சொல்கிறேன்" -மைக்கேல், வினோதினியை நெருங்கினார்.

சார்லஸின் பேட்டி ஒளிபரப்பாவதாகக் காலையில் இருந்தே எல்லா சேனல்களிலும் ஸ்க்ரோல் ஓடிக்கொண்டிருந்தது. புதிய கோள்... புதிய தகவல்... மனிதன் வசிக்க புதிய கிரகம் தயார். பூமி அழியுமா? என சேனல் சுபாவத்துக்கு ஏற்ப பரபரப்புப் பண்ணிக்கொண்டிருந்தனர்.

இந்திய நேரம் இரவு 8.30 மணிக்கு சென்னையில் ஒளிபரப்பானது. பேட்டி கண்ட அந்தப் பெண், எந்த நேரமும் உலக அழகிகளுக்குக் கிரீடம் அணிவிக்கும்போது ஏற்படும் டிரேட் மார்க் பிரமிப்புடன் இருந்தாள். பேட்டி முழுக்க அதை நிரந்தரமாக அவள் முகத்தில் தவழவிட்டு இருந்தாள். சார்லஸ் நிதானமாக சில உண்மைகளைச் சொன்னார். டி.வி. வால்யூமை அதிகரித்தாலும் கூர்ந்து கவனிப்பதன் மூலம் புரிந்துகொள்ள வேண்டியிருந்தது.

'நாம் வசிக்கும் உலகத்துக்கு முதுமை தட்டிவிட்டது. மனிதகுலம் கால் ஊன்றுவதற்கான இன்னொரு தரையைக் கண்டுபிடித்துவிட்டோம்' என்று ஆரம்பித்தார். இரவு 9.30 மணி வரை பேட்டி ஒளிபரப்பானது. அன்று இந்தப் பூமிப்பந்தில் சார்லஸின் பேட்டியைப் பார்க்காதவர்கள், பச்சைக் குழந்தைகள், மனநலம் பிறழ்ந்தவர்கள் என சில கோடிப் பேர்தான். ஏறத்தாழ 600 கோடிப் பேர் திகைப்புடன் பார்த்தனர். ஜேம்ஸ் கேமரூன் எடுக்கும் அடுத்த படத்தின் கதை போல இருந்தது நிகழ்ச்சி.

70 ஆயிரம் ஆண்டுகளுக்கு முன் டோபோ என்ற எரிமலை வெடித்து, உலகம் ஏற்கெனவே ஒருதரம் செத்துப் பிழைத்ததை அவர் சொன்னார். அது மீண்டும் வெடிக்க இருக்கும் அபாயத்தை, கோண்டுவானா டெக்டானிக் தட்டு முதல் மேக்மா சாம்பல் வரை விலாவாரியாக விவரித்தார்.

உலக மக்கள்தொகையில் பாதிப் பேர், அதை உலகம் இரண்டாகப் பிளக்கப்போவதாக சுருக்கமாக நினைத்துப் பயந்தனர். இதற்காகத்தான் உயிரினத்துக்கான புதிய கோளைக் கண்டுபிடித்தோம். அங்கு ஏற்பட்ட சின்னச் சின்ன ஆபத்துகள்

நீக்கப்பட்டன என்பதையும் சொன்னார்.

இதுவரையான விஷயங்களைச் சொல்வதில் சார்லஸுக்கு எந்தத் தயக்கமும் இல்லை.

அடுத்த ஒரே ஒரு வரி. “நாளை முதல் புதிய கோளுக்குப் பயணிக்க விரும்புகிறவர்கள் பதிவுசெய்யலாம். பதிவுக் கட்டணம், ஒரு பில்லியன் டாலர்.”

இந்திய மதிப்பில் சுமார் 6,000 கோடி ரூபாய்.

ஒரே செக்கில் பணம் கட்டிவிட்டுப் புதிய கோளில் பறக்க கரன்சி மிகுந்த மக்கள் சிலர் பரபரப்பாக வேலையில் இறங்க, பெரும்பகுதி மக்கள் விரக்தியில் உறைந்திருந்தனர்.

பேட்டி முடிந்தது. சார்லஸை, கேப்ரியல் கைத்தாங்கலாக அழைத்துச் சென்றார். “என்ன சொன்னேனோ அதை அழகாகச் சொல்லி விட்டீர்கள். இப்போதைக்கு இதுபோதும்” என்றார் கேப்ரியல்.

“உலகத்தையே அழித்துவிடுவேன் என நியூட்ரான் பாமைக் காட்டுகிறாயே பாவி” என்றார் சார்லஸ்.

“பயப்படாதே சார்லஸ்... இந்த உலகத்தை அழித்துவிட்டால் என் திட்டம் என்ன ஆகும்? இவர்களை வைத்துத்தானே என் வியாபாரமே...” - டிராகுலாவின் குரோதப் புன்னகையைச் சிந்தினார் கேப்ரியல்.

25

செயின்ட் எலினா தீவு. அங்குதான் நெப்போலியன் சிறை வைக்கப்பட்டிருந்தான். ஆர்சனிக் விஷம் கொடுக்கப்பட்டு சிறுகச் சிறுக செத்துப்போனான். உலகையே ஆள விரும்பியவனின் இறுதிக் காலம் அங்குதான் முடிவுக்கு வந்தது. யாருடைய முடிவும் எல்லோருக்கும் பாடமாகிவிடுவது இல்லை. அப்படிப் பாடம் கற்காத சிலர் அங்கே குழுமியிருந்தனர்.

அந்தத் தீவை ஒட்டிய கடலில் இயற்கைக்குச் சவால்விடும் செயற்கையாக நின்றிருந்தது அந்தக் குரூஸ் வகை உல்லாசக் கப்பல். 'பளிங்குக் கற்களால் இழைத்ததுபோல இருந்தது' என வர்ணிப்பார்கள். அந்த வர்ணனைக்கு உயிர்கொடுத்த உதாரணமாக தண்ணீரில் அசைந்துகொண்டிருந்தது. அதைவிட முக்கியம், அதன் மேல் தளத்தில் நின்றிருந்தவர்கள். தங்களின் வியாபார வேர்களால் மற்ற நாடுகளை உறிஞ்சும் நவீன நெப்போலியன்கள் இவர்கள். ஜி-7 நாடுகளின் தலைவர்கள். அமெரிக்கா, பிரான்ஸ், இங்கிலாந்து, ஜெர்மன், இத்தாலி, ஜப்பான், கனடா... என ஏழு நாட்டுத் தலைகள் ஒரே இடத்தில் இத்தனை ரகசியமாகச் சந்தித்துக்கொள்ள முக்கியமான காரணம் இருந்தது.

ஒரே நாளில் இந்த உலகம் விஞ்ஞானிகளின் கைக்கு மாறியது, அவர்கள் அத்தனை பேருக்கும் அதிர்ச்சியாக இருந்தது. 'உயிர் பிழைக்க வேண்டுமானால் வேறு கிரகத்துக்குக் குடிபெயர வேண்டும் என்றும், அதற்காக தலைக்கு ஒரு பில்லியன் டாலர் பணம் என்றும்' யாரைக் கேட்டு சார்லஸ் அறிவித்தார் என்பது அவர்களுக்குப் புரியவில்லை. உலகத்தில் உள்ள அத்தனை விஞ்ஞானிகளும் சார்லஸ் சொல்வதை வழிமொழிந்திருக்கிறார்கள். ஒரு நாட்டின் வலிமைக்கும் வர்த்தகத்துக்கும் விடப்பட்ட சவால்.

உலகைக் காப்பாற்ற வேண்டுமானால் அது இனி ராணுவத்திடமோ, நிதி அமைச்சரிடமோ,

வெளியுறவுத் துறையிடமோ இல்லை. அது எல்லாமே பூமியின் சம்பிரதாயங்களுக்கு மட்டுமே பொருந்தும். 'இது கிரகங்கள் சம்பந்தப்பட்டது. விஞ்ஞானிகளின் ஒத்துழைப்பு இல்லாமல் எதுவுமே நடக்காது' என்று ஒட்டுமொத்த விஞ்ஞானிகளின் சார்பில் சார்லஸ் அறிக்கை வெளியிட்டிருந்தார். "மீறித் தலையிட்டால், எல்லோரையும் அப்படியே நட்டாற்றில் விட்டுவிட்டு நாங்கள் மட்டும் ஜி 581-க்குப் போய்விடுவோம்" என்றார்.

அவர்கள், ஏற்கெனவே இரண்டு சுற்றுப் பேச்சுவார்த்தையை முடித்துவிட்டனர். இது முடிவுச் சுற்று. இந்த முறை இவர்கள் முடிவுக்கு வரவில்லை என்றால், இறுதி முடிவை விஞ்ஞானிகள் எடுத்துவிடுவார்கள் என்று அப்பட்டமாகத் தெரிந்தது.

முதலில் மூன்றாம் உலகப் போர் ஒன்றை நிகழ்த்தலாம் என்றுதான் உலகம் முழுதும் இருக்கும் அத்தனை நாடுகளும் சேர்ந்து ஆசைப்பட்டன. இது நாடுகளுக்கு இடையே ஆனது அல்ல. நாடுகளுக்கும் விஞ்ஞானிகளுக்குமான போர். ஆனால், அந்த வெற்றியைக் கொண்டாட கரப்பான்பூச்சிகூட மிச்சம் இருக்காது என்பதால், அந்த யோசனையை விட்டுவிட்டனர்.

இத்தாலி பிரதமர் ரென்ட்சி, வயதில் இளையவராக இருந்தும் பொறுமையுடன் பேசினார்.

"சிம்பிள்... உலகம் அழியப்போகிறது; மக்கள் புதிய கோளுக்குப் போயாக வேண்டும். அதற்கு ஏற்பாடு செய்யவேண்டியது அரசாங்கம். இதற்கு இவ்வளவு அதிகக் கட்டணம் எதற்கு என்பது புரியவில்லை?" என்றார்.

"உலகமே அழியப்போகிறது என்றால், இந்தப் பேப்பர்களுக்கு மட்டும் என்ன மரியாதை இருக்கப்போகிறது?"- ஒபாமா நியாயமான கேள்வியைக் கேட்டார்.

"புரியவில்லையா? புதிய கோளிலும் டாலர் இருக்கும்" -பிரான்ஸ் அதிபர் பதில் சொன்னார்.

"விஞ்ஞானிகளை வழிக்குக் கொண்டுவர முடியாதா?"

ஒபாமா, விளக்க ஆரம்பித்தார். "அது சாத்தியம் இல்லை. ஆனால், கேப்ரியல் ஒரு கருத்தைச் சொல்கிறார். ஒரு பில்லியன் டாலரில் *500 மில்லியன் டாலர் அவர்களின் விஞ்ஞானச் செலவுகளுக்கு. மீதி 500 மில்லியன் டாலர் அந்தந்தத் தேசத்துக்கு*... அதாவது சீனாவில் ஒருவர் 581 ஜிக்குப் போக விரும்பினால் அவர், சீன நாட்டுக்குப் பாதி, விஞ்ஞானக் கழகத்துக்குப் பாதி என்று பணம் கொடுக்க வேண்டும்.

"இது நன்றாக இருக்கிறதே?" என்றது ஜெர்மனி.

“ஆனால், நல்லதுக்கு இல்லை. பிடி அவர்கள் கைக்குப் போகிறது. அனைத்து உலக நாடுகளுக்கும் துண்டு துண்டாகக் கிடைக்கும் தொகையும், விஞ்ஞானக் கழகத்துக்குக் கிடைக்கும் தொகையும் சமமாக இருக்கும். போதாததுக்கு எதிர்காலம், எதிர் உலகம் எல்லாமே அவர்கள் கைக்குப் போய்விடும்...” - இங்கிலாந்து பிரதமர் டேவிட் கேமரூன்.

“மிஸ்டர் பராக்... அதனால் என்ன? இன்னும் ஒன்பது ஆண்டுகள் இருக்கின்றன. அவ்வளவு ஆண்டுகள் ஆண்டால் போதும். அப்புறம் நடக்கப்போவதை எண்ணி இப்போதே கவலைப்பட வேண்டியதில்லை” - ஜப்பான்.

ஏழு தலைகளும் மௌனமாக இருந்தன. தலைக்குள் பூகம்பம். சீகல் பறவைகள் தலைக்கு மேலே மௌன சாட்சிகளாகச் சிறகடித்துக் கொண்டிருந்தன. யோசிக்கும் வேளையைக் கடக்க, ஆளுக்கொரு கோப்பையை கையில் எடுத்துக்கொண்டு மெள்ள சுவைத்தனர். ஒன்று, எல்லோரும் அழிந்துபோவது; இல்லை, விஞ்ஞானி களோடு இணங்கிப்போவது... இரண்டு விரல்களில் ஒன்றைத் தொட வேண்டும்.

இங்கிலாந்து அதிபர், “அறிவுஜீவிகளால் ஆசைதான் பட முடியும்; ஆள முடியாது. சம்மதித்துக் கையெழுத்துப் போடுவோம்” என்றார் ஒரு முடிவுக்கு வந்தவராக.

அமெரிக்க அதிபர் அதை ரசித்தார். அவருடைய கறுத்த உதடுகள் அதைப் புன்னகையாக வெளிப்படுத்தின. “வெல்... அப்படியே செய்துவிடுவோம்” என்றார் பராக் ஒபாமா.

அனைவரும் வர்த்தகம் முடிவுக்கு வந்த மகிழ்ச்சியை, இன்னொரு கோப்பையை உயர்த்தி மகிழ்ந்தனர்.

மைக்கேல் சொன்ன விளக்கம்தான் வினோதினியை ஓரளவுக்குச் சமாதானப்படுத்தியது. அவர்கள் இருவரும் தனிமையில் பேசட்டும் என்பதுபோல் எல்லோரும் நயத்தகு நாகரிகத்தோடு வேறு இடத்துக்கு நகர்ந்தனர்.

கண்களையே உண்மை அறியும் சோதனைக் கருவியாக்கி அகிலனைத் துருவினாள். ‘வெள்ளைத் தோலுக்கும் பூனைக் கண்ணுக்கும் ஆசைப்பட்டு என்னை ஒரு நொடியில் மறந்துபோனாயா?’ என்ற கேள்வியால் அவனை ஸ்கேன் செய்தாள்.

அதைப் புரிந்துகொண்டவன் போல அவனாகவே, “அப்படியெல்லாம் இல்லை” என்றான்.

வினோதினி, “கேத்ரினை நீ காதலிக்கவில்லை அல்லவா?” என்றாள் அப்பாவியாக.

“மனதில் நீ இருக்கும்போது வேறு ஒருத்தி எப்படி உள்ளே நுழைய முடியும்?” என ஒரே போடாகப் போட்டான்.

“ஓவர் பெர்ஃபாமன்ஸ் உடம்புக்கு ஆகாது... போதும்” என்றாள்.

“இங்கே தொட்டுப் பார்” மனசு இருக்கும் இடம் என நம்பப்படும் இடத்தைக் காட்டினான்.

“என்னமா சீன் போடுறே நீ? நான் இனிமே வர மாட்டேன்னு முடிவு பண்ணிட்ட இல்ல? கேத்ரின்கிட்ட அப்படி என்ன இருக்கு? என்னைவிட கொஞ்சம் பெருசா இருக்கா... சரியான ஜொள்ளுப் பார்ட்டிடா நீ.”

“இல்ல வினோ... மைக்கேல் சொன்னார்ல? எங்களுக்கே தெரியாது.”

இந்த நேரத்தில்... இவ்வளவு தூரத்தில் மீண்டும் அவன் கிடைத்துவிட்டது அவளுக்கு ஆறுதலாக இருந்தது.

“உங்க அம்மா, அப்பா எல்லாரும் என்னைத் தூக்கி எறிஞ்சுட்டாங்க. ஆனா, நாடே எனக்கு ஆதரவா இருந்தது. பூமியில் நமக்கு சத்யவான்-சாவித்ரினு பேர் தெரியுமா? இந்நேரம் சின்னதாக் கோயில்கூட கட்டியிருப்பாங்க!”

அவள் பூமியில் நடந்த அத்தனை விவரங்களையும் சொல்லச் சொல்ல, அகிலன் பிரமிப்புடன் கேட்டான்.

அகிலனுக்குக் கொஞ்சம் தாமதமாகத்தான் காதல் மொட்டுகள் மலர்ந்தன. காதல் போராட்டத்தைக் கேட்டபோது அவனுக்கு அதிர்ச்சியாகவும் வியப்பாகவும் இருந்தது. நாம் அந்த அளவுக்கு இவளுடைய நினைவுகளைப் போற்றவில்லையே என்ற குற்றஉணர்வுகூட ஏற்பட்டது.

இருவரும் அமைதியாக அந்தச் சோலையின் நடுவே அமர்ந்திருந்தனர். கண்கள் பேசுவதைப் புரிந்துகொள்ள முடிந்தது.

திடீரென “அந்தப் பூவைப் பறிக்க முடியுமா?” என்றாள் வினோதினி.

அவள் காட்டிய திசையில் ஆரஞ்சும் நீலமுமான வண்ணத்தில் கண்களைப் பறித்தது அந்த மலர். அன்பை வெளிப்படுத்த கிடைத்த அரிய வாய்ப்பாக பூவைப் பறிக்கப் புறப்பட்டான்.

பூவைப் பறிக்க விரும்பும் பெண்கள், கோள் மாறினாலும் மாற மாட்டார்கள் போலும். ராமனிடம் சீதை கேட்ட மாயமான் போல அதை எட்ட முடியாமல் சிரமப்பட்டான். ஏறிப் பறிக்கும்படியான மரமும் இல்லை.

“என்னைத் தூக்கிவிடு அகிலன். நான் பறிக்கிறேன்” என்றாள்.

அவளை இடுப்புக் கிழே பிடித்து அப்படியே தூக்கினான். ஸ்பரிஸம், வாசனை... அவன் அப்படியே அவளைப் பிடித்துக்கொண்டிருந்தான். அவள் பூவைப் பறித்துவிட்டு அவன் இறக்கிவிடுவான் என எதிர்பார்த்தாள். அவன், அவளைத் தூக்கிக்கொண்டு அப்படியே அறையை நோக்கி நடந்தான்!

அதே நேரத்தில் அகியும் லூசூனும் அம்மாவின் விடுதலை பறிபோவதற்குள் கொண்டாடிவிட வேண்டும் என்ற விசேஷ தாகத்தோடுதான் அறைக்குள் சென்றனர். அகி, அவசரப்படவில்லை.

அனல் மூச்சுடன் சட்டையைக் கழற்ற எத்தனித்தவனை, "ஒரு சின்ன டெஸ்ட். அதில் நீ பாஸ் ஆனால்தான் மற்றதெல்லாம்..." என்றாள்.

"'மற்றதெல்லாம்' முடித்துவிட்டு டெஸ்ட் வைத்துக்கொள்ளலாமே!" என்றான்.

"ஜப்பானில் கல்யாணத்தின்போது பெண்கள், தலையில் வெள்ளைத் துணியால் போர்த்தியிருப்பார்கள், தங்கள் கன்னித்தன்மையை கடவுளுக்குச் சொல்லும்விதமாக. நான் இதோ தலையில் இந்த வெள்ளைத் துணியைக் கட்டிக்கொள்கிறேன்."

சரி என்பதாகக் காத்திருந்தான் லூசூன்.

"இதன் முடிச்சை அவிழ்த்த பின்தான் என்னை நீ எடுத்துக்கொள்ள முடியும்."

"அவ்வளவுதானே!" என அவளை நெருங்கினான்.

எதிர்பாராதவிதமாக அவள் இரண்டு, மூன்று பல்ட்டி அடித்தாள். நிமிர்ந்து பார்ப்பதற்குள் அவள் அறையின் இன்னொரு மூலையில் இருந்தாள். இந்த முறை சிரத்தையோடு இரண்டு கைகளையும் அகல விரித்தபடி அவளை நெருங்கினான். ஒரே துள்ளலில் அவனைக் கடந்து மறுபுறம் சென்றாள். இருவரும் மாறி மாறி ஓடிக்கொண்டிருக்க, நடுவானத்தில் இரண்டு ஏரோபிளேன்கள் மோதிக்கொள்ளும் வாய்ப்பு போல இருந்தது அவளை நெருங்குவது.

இந்தப் போட்டியே வேண்டாம் என்ற முடிவுக்கு வந்துவிட்ட அவன், "உன்னை ஜெயிப்பதற்கு முன் நானும் ஜிம்னாஸ்டிக் கற்றுக்கொள்ள வேண்டும்" என்றான் அலுப்புடன்.

"என்னை எப்போது பிடிக்க முடிகிறதோ அதற்குப் பிறகுதான் எல்லாம்" என்றாள் பிடிவாதமாக.

"ஐயய்யோ!"

அந்த அகன்ற அறையில் அவளைப் பிடிப்பது சிரமம்தான். இன்னொரு முறை ஆவேசமாகப் பாய்ந்தான். தரையில் கையை

ஊன்றி பல்டி அடித்து அதே உக்தியைப் பயன்படுத்த எத்தனித்தாள். சர்ர்ர்... என அவள் காலுக்குக் குறுக்கே பாய்ந்து அவளை இடறி விழவைத்தான். மல்லாந்து விழுந்துகிடந்த அவள் மீது பாய்ந்தான். தலையில் கட்டியிருந்த ஸ்கார்ப்பை அவிழ்த்த அதே வேகத்தில் சட்டை பட்டனையும்...

கேப்ரியல் வந்துவிட்டார் என்ற செய்தி, மைக்கேலுக்கு பூமிக்கான சாவி கிடைத்துவிட்டதுபோல இருந்தது. அவரும், "மைக்கேல்... உங்களைத்தான் பார்க்க வந்தேன்" என்றார் அதே ஆர்வத்தோடு.

இரண்டு உலகமும் விஞ்ஞானிகள் கைக்கு வந்துவிட்டதைச் சொன்னார். அதில் இருக்கும் நன்மை-தீமைகளை உணர்ந்து அதை வரவேற்பதா, எதிர்ப்பதா என்று தடுமாறினார் மைக்கேல்.

"நீ என்ன சொல்ல வருகிறாய் என்பதை வேகமாகக் கிரகிக்க முடியவில்லை. என்னுடைய ஆசையைச் சொல்லிவிடுகிறேன். அது சுலபமாகப் புரியக்கூடியது. இங்கு இருப்பவர் எல்லோரும் பூமிக்குத் திரும்பிவிட வேண்டும். இல்லை என்றால் இதை எல்லாவிதத்திலும் பூமி போல மாற்ற வேண்டும். ஒரேயடியாக இவ்வளவு விஞ்ஞானத்தை மக்கள் தாங்க மாட்டார்கள்" என்றார்.

"இல்லை. புதிய கோளில் இன்று எல்லோருமே சந்தோஷத்தின் உச்சத்தில் இருக்கிறார்கள்."

"நிஜமாகவா, எப்படி?"

"விஞ்ஞானம்தான் காரணம்."

"நீ சொல்வது புரியவில்லை."

"இன்று கிரகத்தில் எல்லா ஆணும் பெண்ணும்..." கண்ணைச் சிமிட்டிவிட்டு, "எல்லோருக்கும் எம்.டி.எம்.ஏ. செலுத்தப்பட்டிருக்கிறது."

"மோலி செலுத்தியிருக்கிறாயா?"

"ஆமாம். இன்பத் தூண்டலுக்கான மருந்து. குறைவான டோஸ்தான் கொடுத்தேன். எல்லோரும் மூடுக்கு வந்துவிட்டார்கள்..."

"என்ன காரியம் செய்தாய்... இப்போது மோலி செலுத்தவேண்டிய அவசியம் என்ன?"

"இருக்கிறது... சொல்கிறேன்!" கேப்ரியல் பாந்தமாக மைக்கேலின் தோள் மீது கையைப் போட்டுக்கொண்டு பேச ஆரம்பித்தார்

26

இங்கிலாந்து நாட்டின் புகழ்பெற்ற லிங்கன்ஷியர் விமான நிலையத்தில் நுழைந்த அந்த இருவருக்கும் 20 வயதுகள். நார்வே செல்வதற்கான விசா, டிக்கெட் சம்பிரதாயங்களை வைத்திருந்தார்கள். ஆனால், நோக்கம் நார்வே செல்வது அல்ல. கேட் எண்: 12-ல் அவர்கள் உள்ளே நுழைந்தபோது பெண் பாதுகாப்பு அதிகாரி முகமன் சொல்லிவிட்டு ஷூ, பர்ஸ், பெட்டி, பேனா... என சகலத்தையும் ஸ்கேன் ட்ரே-வில் வைக்கச் சொன்னாள். ஏற்கெனவே மூன்று இடங்களில் வடிகட்டித்தான் இந்த இடத்துக்கு அவர்கள் வந்திருந்தார்கள். அவர்களையும் மீறி பதற்றச் சுரப்பிகள் முகத்தில் சில வியர்வை முத்துக்களை உற்பத்தி செய்தன.

எந்திரத்தின் வயிற்றுக்குள் நுழைந்து மறுபுறம் வந்து விழுந்த தத்தமது உடைமைகளை மீண்டும் எடுத்துக்கொண்டனர். பெண் பாதுகாப்பு அதிகாரி மீண்டும் ஒரு புன்னகையைச் சிந்தினாள். நிமிடத்துக்கு ஒன்று என புரோகிராம் செய்யப்பட்ட புன்னகை.

விமானப் புறப்பாட்டுக்கு இன்னும் அரை மணி நேரம் இருந்தது. சிறிய காத்திருப்புக்காகப் பயணிகள் அமரவைக்கப்பட்டனர். இளைஞர்கள் இருவரும் சற்றே ஒதுங்கியிருந்த நாற்காலிகளில் அமர்ந்தனர். அவர்களுக்கு எதிரே ஸ்டார் டி.வி-யில் ஏதோ பெயர் தெரியாத நாட்டின், பெயர் தெரியாத தலைவர் புதிய கோளுக்குச் செல்வதற்கு மக்கள் வேகமாக விண்ணப்பிக்க துரிதப்படுத்தியபடி இருந்தார்.

அந்த இரண்டு இளைஞர்களும் தங்கள் காதுகளில் பொருத்தியிருந்த ஹெட்போனில் இருந்து ஒயர்களைப் பிடுங்கி, வாக்மேனில் இருந்த பேட்டரியைப் பிரித்து, ஷூக்களில் பதிந்திருந்த சிறு சிறு குச்சிகளைக் கோத்து, கட்டியிருந்த கைகடிகாரத்தோடு இணைத்து... வேகமாக இயங்கினார்கள். சுருக்கமாகச் சொன்னால்...

அதற்கு அவசியம் வைக்காமல் அதே நேரத்தில் ஸ்டார் டி.வி-யில் ஒரு ஃப்ளாஷ் நியூஸ்.

'பல ஐரோப்பிய நாடுகளின் வெளிநாட்டு விமானதளங்களில் வெடிகுண்டு மிரட்டல்.' டி.வி-யில் வார்த்தைகள் அவசரமாக நகர்ந்தன. அதைவிட அவசரமாக லிங்கன்ஷியர் விமான நிலையத்தின் நடவடிக்கைகள் மாறின. சில நிமிடங்களில் எங்கிருந்து அத்தனை போலீஸார் அங்கே குவிந்தார்கள் என்றே தெரியவில்லை. இளைஞர்கள், தப்பி ஓடுவதா, தகர்ப்பதா எனத் தீர்மானிக்க அவகாசம் இன்றி தடுமாறினர். நிலைமையை உத்தேசித்து உருமாற்றம் செய்த கருவியைத் தடயமற்று பழையபடி ஆக்க முயற்சிக்க, சரசரவென உள்ளே நுழைந்த லிங்கன்ஷியர் போலீஸார் அந்த இளைஞர்களை நெருங்கி, அவர்களின் கையில் இருந்த அத்தனை உபகரணங்களையும் கைப்பற்றி, வலிக்காமல் அவர்களை அங்கிருந்து அகற்றினர்.

'நோ வயலன்ஸ்... நோ நார்கோடிக்ஸ்... ஆபரேஷன் நோவா' என அவர்களின் உடையில் வரிகள் பொறித்திருந்தன. ஆனால், பாதுகாப்பு குறைந்த ஆப்பிரிக்க, லத்தின் அமெரிக்க நாடுகளின் ஏர்போர்ட்களில் வெடிவிபத்து நடந்திருப்பதாக உலகச் செய்தி நிறுவனங்கள் அலறின. சின்னதும் பெரிதுமான விமான நிலையங்கள். ஆனால், விபத்து பிரமாண்டமானதாக இருந்தது. எல்லாம் ஒரே நேரத்தில் வெடித்ததில் எந்த இயக்கத்தோடு தொடர்புபடுத்துவது என்று குழப்பம். இந்த மதம்தான் என்று இல்லாமல் எல்லா மத நாடுகளிலும் விபத்து. இநத இனம் என்று இல்லாமல் எல்லா இன நாடுகளிலும் குண்டு வெடிப்பு. யார் மீது பழியைப் போட்டு நிலைமையைச் சமாளிக்கலாம் என அனைத்து நாட்டினரும் ரத்தம் வராத குறையாக தலையைச் சொறிந்தனர்.

'நாங்கள் பொறுப்பேற்கிறோம்' என்றது 'எதிர் நோவா தீவிரவாத இயக்கம்'. உலகம் முழுக்கக் கிளைகள் உள்ள ஒரே இயக்கமாக இருந்தது அது. நோவாவுக்குச் செல்வதற்கான அனுமதிக் கட்டணமான 6,000 கோடி ரூபாய்க்குக் குறைவாக பணம் வைத்திருப்பவர் எல்லோருமே ஒடுக்கப்பட்ட மக்கள். வறுமைக்கோட்டின் ரசமட்டம் ஒரே நாளில் பலகோடி மடங்குக்கு உயர்ந்தது.

'பணம் வைத்திருப்பவன் மட்டும்தான் மனிதனா?' என்பதுதான் அவர்களின் எளிமையான கேள்வி. அதற்குப் பதில் சொல்ல வேண்டியவர்களுக்கு அந்தக் கேள்வி எட்டவே இல்லை. அதற்காகத்தான் இந்த விமான நிலையத் தாக்குதல். மனிதர்களை 581 ஜி கோள்களுக்கு அனுப்பிவைக்கும் நாடு எங்கு இருக்கிறது என்று மக்களுக்குத் தெரியவில்லை. ஆனால், அந்த நாட்டுக்கு

ஏதோ ஒரு விமானத்தில்தான் அந்த 6,000 கோடி ரூபாய் மனிதன் பயணித்தாக வேண்டும். ஆக, எந்த நாட்டுக்கும் விமானப் போக்குவரத்து இல்லாமல் செய்தால் போதும். உலகம் அவர்களைத் திரும்பிப் பார்க்கும். உலகில் சாஃப்ட்வேர், ஹார்டுவேர் படித்த அத்தனை இளைஞர்களுமே அதற்காகப் புதிதாக யோசித்தார்கள். எத்தனை எளிமையாக வெடிவிபத்துகள் ஏற்படுத்தலாம் என்பதில்தான் அத்தனை மாணவர்களும் தூங்காமல் யோசித்தனர். ஆன்லைன்... ஃபேஸ்புக்... செல்போன் எல்லாவற்றிலும் அவர்கள் தொடர்புகொண்டார்கள்.

'உலகத்தில் உள்ள எல்லா விமானநிலையங்களும் விமானங்களும் இன்னும் சில தினங்களில் க்ளோஸ். பணக்காரர்கள் எப்படி நாட்டைக் கடந்து புதிய கோளுக்கான விமான நிலையங்களை அடைக்கிறார்கள் என்று பார்ப்போம்!' - என்றது ஜி-7 நாடுகளுக்கு வந்த ஃபேக்ஸ் செய்திகள்.

"இந்தக் கோளில் தங்கம், கனிமங்கள் வரிசைகட்டி விளையாடுகின்றன. அத்தனையும் டாலர்கள்..."-பாந்தமாகப் போத்தியிருந்த கையால் மைக்கேலின் மெலிந்த தோள்களை மெள்ள அழுத்தினார் கேப்ரியல்.

மைக்கேலுக்கு நிஜமாக எதுவுமே புரியவில்லை. "நான் மனிதர்கள் பற்றிப் பேசுகிறேன். நீ டாலர்கள் பற்றிப் பேசுகிறாய்."

"இரண்டுக்கும் தொடர்பு இருக்கிறது மைக்கேல்."

"இங்குமா 'டாலர் வியாதி?' "

"அது இல்லை என்றால், வாழ்க்கை சுவைக்காது. ஆளாளுக்குச் சாப்பிட்டுவிட்டுத் தூங்குவார்கள். சாப்பாடும் தூக்கமும் வெறுத்துப்போய் அவசரமாகச் செத்துப்போகக் காரணம் தேடுவார்கள். இன்பத்தூண்டல் கொடுத்து இனப்பெருக்கம் செய்ய நான் முடிவெடுத்ததற்குக் காரணம், எல்லோருக்கும் சீக்கிரம் குடும்பங்கள் உண்டாக வேண்டும். அனைவரும் கூடுகட்டி குஞ்சு பொறிக்க ஆரம்பித்தால்தான், வாழ்க்கை சுவைக்கும்; பணத்தைத் தேடுவார்கள்; அதற்காக உழைப்பார்கள்; தில்லுமுல்லு செய்வார்கள்; பொய் பேசுவார்கள்; அப்போதுதான் அரசாங்கம் நடக்கும்; அதாவது விஞ்ஞான அரசு... நம் அரசு!"

"என்னைச் சேர்க்காதே. உன் அரசு என்று சொல்."

"பரவாயில்லை... என் அரசு. இரண்டு கோள்களையும் நானே ஆண்டு தொலைக்கிறேன். ஆனால், நீ எனக்குத் துணை இருக்க வேண்டும்."

"முடியாது என்றால்..?"

“நரகத்தில் போடுவேன். எண்ணெய்க் கொப்பறை, ஆசன வாயில் ஈட்டி செருகுவது, நச்சுப் பாம்புக் கொத்தல்களுக்கு இடையே வாசம்... சாகவே மாட்டாய். ஆனால், சித்ரவதை மட்டும் நிற்காது. மைக்கேல், உனக்கு அந்தக் கதி வேண்டாம். உன் மகள் இப்போது என் வசம்தான் இருக்கிறாள். அவளைப் போலவே உன்னையும் பார்த்துக்கொள்கிறேன்.”

மைக்கேல் முகத்தில் அப்போது தோன்றிய உணர்ச்சியை வகைப்படுத்துவது சிரமம். அதில் தோன்றியது மகிழ்ச்சியா, மிரட்சியா?

“எ... ன் ம... க.. ளா?” எழுத்துக் கூட்டினார்.

“ஆமாம்.. அம்மா என்கிற ரோஸி.”

மைக்கேல் தீர்க்கமாகப் பார்த்தார். “என் மகள் எங்கே இருக்கிறாள் காட்டு. நீ சொல்வதைக் கேட்கிறேன்!”

அவர் சொன்னதைப் பெருந்தன்மையுடன் ஏற்றதை மெல்லிய அணைப்பினால் வெளிப்படுத்தினார் கேப்ரியல்.

அப்படி அணைத்தவாறே தன் கையில் மாட்டியிருந்த எல். டபிள்யூ. பட்டனை அழுத்தினார்.

விநாடி வித்தியாசத்தில் இருவரும் வேறு இடத்தில் இருந்தனர். அது மத்தியக் கேந்திரம். மைக்கேலை உள்ளே அழைத்துச் சென்றார் கேப்ரியல். கையில் கட்டியிருந்த வாட்ச், நேரம் காட்டுவதுடன் பல்வேறு வேலைகளையும் செய்தது.

சீரான கண்ணாடித் தடுப்புகளைக் கடந்தபோது இரு பக்கங்களிலும் விஞ்ஞானத்தின் ஆட்சியை உணர முடிந்தது. கேப்ரியல் நடக்க நடக்க, பல தடுப்புகள் வழிவிட்டன.

ஆங்காங்கே திரைகளில் பல பிரிவுகளில் மனிதர்கள் தீவிர ஆராய்ச்சியில் இருப்பதைப் பார்க்க முடிந்தது. கார்ட்டர், ழீன், ஹென்ரிச், அகிலன், ஆலீஸ்... என தெரிந்த முகங்கள் கண்ணில் பட்டன.

சில பெண் ரோபோக்கள் வணக்கம் வைத்தன. மெத்தென்ற சில தப்படிகள் மட்டும் கேட்டன.

ஓர் இடத்தில் நின்றார். அங்கே ஒரு குடுவையில், கூர்ந்து பார்த்தபோது திரவத்தில் மிதக்கும் மூளை. இன்னும் கூர்ந்தபோது நிறைய மூளைகள் சங்கிலித்தொடர் போல இணைக்கப்பட்டிருந்தன. நியூரான்களோடு இணைக்கப்பட்ட செப்பு சர்க்யூட்கள்... சிப்புகள்.

“இதுதான் நம் இரண்டு கோள்களையும் வழி நடத்தப்போகும் சூப்பர் கம்ப்யூட்டர்” என மிதக்கும் மூளையைக் காட்டினார் கேப்ரியல்.

திகைத்துப்போய் பார்த்த மைக்கேலிடம், தனது திட்டத்தை வேகமாக விளக்க ஆரம்பித்தார்.

"பூமி என்ற கோளுக்கு வயதாகிவிட்டது. 581 ஜி இள ரத்தம். தனிமங்கள், இயற்கை வளங்களுக்குப் பஞ்சம் இல்லை. அங்கே நோய்... இங்கே ஆரோக்கியம். அங்கே பெரும்பாலும் சர்க்கரை, இதய நோய், கேன்சர் போன்ற வீணாய்ப்போன நோய்களுக்கு மக்கள் கோடி கோடியாகப் பணம் இறைக்கத் தயாராக இருக்கிறார்கள். அதற்குத் தேவை சில ஹ்யூமன் ஆர்கன்ஸ். லாங்கர்ஹான் தீவுகள், இதயங்கள், கணையம், கிட்னி... இந்தச் சாதாரண விஷயங்களுக்காக மக்கள் எவ்வளவு வேண்டுமானாலும் செலவழிப்பார்கள்.

இங்கே உருவாக்கப்படும் மனிதக் கருக்களில் இருந்து வேகமாக உடல் உறுப்புகளை உற்பத்தி செய்ய முடியும். அந்த நோய்களை இன்னும் கொஞ்சம் அதிகரித்தால் போதும். பணம் கொட்டும். மனித உறுப்புகளுக்கு நாம் வைப்பதுதான் விலை. போதாததற்கு கனிமவளம். தங்கம், தோரியம் எல்லாமே இருக்கிறது... போதாதா? இறவாத் தன்மையுடன் இரண்டு உலகையும் ஆளலாம்."-இதைத்தான் அவர் ஒரு மினி சொற்பொழிவு போலச் சொன்னார்.

"நீ சொர்க்கத்துக்குப் போக மாட்டாய்" எனச் சபித்தார் மைக்கேல்.

"சொர்க்கம், நரகம் இரண்டையுமே ஆள்கிறவன் நான்தான். அதில் நீ எதை வேண்டுகிறாய் என்பதைச் சொல்."

"முதலில் என் மகளைக் காட்டு."

சிரித்தார் கேப்ரியல்.

"நீ உன் மகள் அருகில்தான் நிற்கிறாய். இவள்தான் உன் மகள்" என்றார் குடுவையில் மிதக்கும் மூளையைக் காட்டி.

திடுக்கிட்டுத் திரும்பிப் பார்த்தார் மைக்கேல். குடுவைக்குள் இருந்த திரவத்தில் மூளை, சலனம் இல்லாமல் மிதந்தது.

"ரோஸி... யார் வந்திருக்கிறார் பார்" என்றார் கேப்ரியல்.

"என் அப்பா" என்றது சிந்தசைஸ்டு குரல்!

27

இனி அடுத்தடுத்து அதிரடி ஆக்ஷன்கள் தொடங்க இருப்பதால், இதுவரையிலான நிகழ்வுகள் ஒரு 'விருட் ஃப்ளாஷ்பேக்'கில்...

பூமியில் இருந்து சுமார் ஒரு லட்சம் மக்கள், 581 ஜி என்ற கோளுக்குக் கடத்தப் படுகிறார்கள். 'டோபா எரிமலையால் பூமிக்கு அழிவு ஏற்படப்போகிறது. மனித இனத்தைக் காப்பாற்ற வேண்டும்' என்பதற்காக விஞ்ஞானிகள் எடுத்த நடவடிக்கை அது.

புதிய கோளை ஆள்வது, 'அம்மா' எனப்படும் ரோஸி. விஞ்ஞானி மைக்கேலின் மகள். ஆனால், அவள் தன் தந்தையை அடையாளம் காண முடியாத அளவுக்கு மாறிப்போயிருக்கிறாள். இதே நேரத்தில் வேற்றுக்கிரக ஜீவராசியான டெர்பிக்களால் ஆபத்து ஏற்படுகிறது. அதை ஒருவாறு சமாளித்துவிட்டுப் பார்த்தால், பூமியில் காணாமல்போனவர்களைத் தேடும் உறவினர்களால் சச்சரவு ஏற்படுகிறது. அமெரிக்க அதிபர் ஒபாமா முதல் உலக நாட்டின் தலைவர்கள் எல்லோருமே மக்களைச் சமாளிக்கும் முயற்சியில் இறங்குகிறார்கள்.

இந்த நேரத்தில், விஞ்ஞானி கேப்ரியல் பூமியையும் புதிய கோளையும் தானே ஆள வேண்டும் என்று நினைக்கிறார். புதிய கோளுக்கு அழைத்துச் செல்ல பூமியில் இருப்பவர்களிடம் 6,000 கோடி ரூபாய் கட்டணம் கேட்கிறார். இதனால் பூமியில் கலவரம் வெடிக்கிறது.

அகிலன், வினோதினி, கேத்ரின், ஆலீஸ் போன்றோர், புதிய கோளில் இருந்து பூமிக்குத் தப்பிச் செல்வதற்காக ஆரம்பத்தில் இருந்தே போராடுகிறார்கள்; ரோஸியிடம் இருந்து எப்படி தப்பிப்பது என்ற யோசனையில் இருக்கிறார்கள். ரோஸியிடம் அவரது தந்தை மைக்கேலை அழைத்துச் செல்கிறார் கேப்ரியல். அவர் காட்டிய இடத்தில் ரோஸி இல்லை. அவளுடைய மூளை மட்டும் ஒரு குடுவையில் மிதந்துகொண்டிருந்தது.

இனி...

ஒன்றரைக் கிலோ உருண்டையைக் காட்டி, ‘இதுதான் ரோஸி’ என்று சொல்வதற்கு கேப்ரியலுக்கு எவ்வளவு மன அழுத்தம் இருந்ததோ? அதற்கு நிகரான எதிர்வினையாக மைக்கேல் அதிர்ச்சியில் உறைந்தார். முதலில் ஏதோ அறிவியல் சோதனைக்காகப் பாடம் செய்துவைக்கப்பட்ட கணையமோ, கல்லீரலோ என்றுதான் மைக்கேல் நினைத்தார். பிறகுதான் அது ஒரு மனித மூளை என்பது புரிந்தது. ‘என் அப்பா’ என்ற குரல் எங்கிருந்து வந்தது என்று அவரால் ஊகிக்க முடியவில்லை. எல்லாவற்றையும் அவசரமாக முடிச்சுப் போட்டு... ஆவேசப்படுவதா, அழுவதா என்று தடுமாறி ஸ்தம்பித்திருந்தார்.

கேப்ரியல், ஒருவிதப் பெருமிதத்தோடு “எப்படி?” என்றார்.

இந்தச் சுயநலக்கார மன வியாதிக்காரனிடம் இருந்து தன் மகளை எப்படி மீட்பது என்பதை மைக்கேலால் உடனடியாக ஊகிக்க முடியவில்லை. “நீ என்ன சொன்னாலும் கேட்கிறேன்... என் மகளைத் திருப்பிக் கொடுத்துவிடு” என்றார்.

“இதுதான் உன் மகள். நிம்மதியாக இருக்கிறாள். உடலைச் சுமக்கும் தொல்லை இல்லை. உணவு, குளிர், நோய், நமைச்சல், முதுமை... என எந்தத் தொல்லையும் இல்லை. அப்படித்தானே ரோஸி?”

“ஆமாம். ஏகபோக மகிழ்ச்சியாக இருக்கிறது. முடி கொட்டாது; சளி பிடிக்காது; முதுகு பிடிக்காது; மூட்டு வலிக்காது. நிறையத் தகவல்களை நொடியில் ஜீரணிக்கிறேன். ஷேக்ஸ்பியரின் 37 நாடகங்களையும் மனப்பாடம் செய்து முடிப்பதற்கு, 42 நிமிடங்களே போதுமானது. ‘தாஸ் கேப்பிட்டல்’ படித்து முடிக்க 57லு நிமிடங்கள்; ‘சர்வைவல் ஆஃப் தி ஃபிட்டெஸ்ட்’- டுக்கு 12 நிமிடங்கள். உலகத்தில் இன்று இருக்கும் அத்தனை நூல்களையும் ஆறு மாதங்களில் படித்து முடித்துவிடலாம். நிமிடத்துக்கு 100 பக்கங்களைத் தாண்டுகிறேன்.”

“போதும் ரோஸி. என்ன சொல்கிறாய் மைக்கேல்?”

என்ன சொல்வது? மைக்கேலுக்கு இன்னும் தனக்குப் பைத்தியம் பிடிக்காமல் இருப்பது ஆச்சரியமாக இருந்தது.

“உன் மகள் ரத்தமும் சதையுமாக இருந்து கல்யாணம் முடித்து, பிள்ளை பெற்று சீக்கு வந்து சாவதுதான் அவளுக்கு நீ செய்யும் கடமை என்று நினைத்தால், அதற்கு நான் ஒன்றும் செய்வதற்கு இல்லை. 30 வருடங்கள் வேலை பார்த்து ரிட்டையர்டு ஆவதுதான் உன் மகளின் சந்தோஷம் என்று தீர்மானிப்பது முட்டாள்தனம். அவள் இப்போது இருக்கும் நிலைதான் உலகத்திலேயே உன்னதமான

நிலை. அதை வேறு யாருக்கும் வழங்காமல் உன் மகளுக்கு வழங்கியிருக்கிறேன். உண்மையில், இந்த இரண்டு உலகங்களையும் அவள்தான் ஆள்கிறாள். அவள் மூலவர், நான் உற்சவர்... இந்தியக் கோயில்களில் கடவுள்களை இப்படித்தான் சொல்வார்கள்!"

ஆத்திரத்தில் வெடித்தார் மைக்கேல். "அடேய் பைத்தியக்கார முட்டாளே..! என் மகளைக் கொலை செய்துவிட்டு என்னடா பிதற்றுகிறாய்?"

"முதலில், பூமியின் முட்டாள்தனத்தில் இருந்து நீ வெளியே வா மைக்கேல். இல்லை என்றால், உன்னை ஒரு மினி சலவை செய்ய வேண்டிவரும்."

ஏற்கெனவே ஏற்பட்ட அனுபவத்தால் மைக்கேல் மிரட்சியுடன் பார்த்தார்.

"பூமியில் குரங்கில் இருந்து மனிதன் உதித்தபோது ஏற்பட்ட சென்டிமென்ட்டுகளை எல்லாம் தூக்கி எறி மைக்கேல். பாசம், அன்பு, நேசம் போன்ற வார்த்தைகளை எல்லாம் கேட்கவே வெறுப்பாக இல்லையா?"

மைக்கேலால், 'இல்லை' என்று மனதில் மட்டும்தான் நினைக்க முடிந்தது. இருப்பினும், "பாசம்..." - வெளியே கேட்காமல் உச்சரித்துப் பார்த்தார்.

டெக்ஸாஸின் வசந்த காலம். பள்ளியில் படித்துக்கொண்டிருந்த ரோஸிக்கு, அவர் சைக்கிள் பழகச் சொல்லிக்கொடுத்தது நினைவு வந்தது.

"அப்பா... பத்திரமாகப் பிடிச்சிக்கோங்க. விழுந்துடப்போறேன்."

"ஒண்ணும் ஆகாது... பயப்படாம ஓட்டு."

"விழுந்தா ரத்தம் வரும்பா!"

"கஷ்டப்பட்டாத்தான் எதையுமே கத்துக்க முடியும். இடுப்பை வளைக்காதே... நேராப் பாரு..!"

"ரத்தத்தைப் பார்த்தால் நான் பயந்துடுவேன்."

"அப்பாதான் கூட இருக்கேனே, அப்புறம் என்ன பயம்?"

அவள் சைக்கிளை அச்சத்துடனே மிதிக்க ஆரம்பித்தாள். மைக்கேல், சைக்கிளைப் பிடித்தபடி பின்னாலேயே ஓடினார்.

"அப்பா... பேலன்ஸ் இல்லாம எனக்கு கை, கால் எல்லாம் நடுங்குது. எங்கேயாவது விழுந்து முகத்துல அடிபட்டு, அதைப் பார்த்து என் ஃப்ரெண்ட்ஸ் எல்லாம் என்னை கிண்டல் பண்ணப்போறாங்க!"

"பயத்தையும் கற்பனையையும் ஓரமா வெச்சிட்டு, தைரியமா ஓட்டு."

அப்பா உடன் இருக்கும் நம்பிக்கையில், முதுகை நெளியாமல் பேலன்ஸ் தப்பாமல் மிதித்தாள். பின்னால் பிடித்திருந்த பிடியை மைக்கேல் லேசாக எடுத்தார். அவள் நன்றாகவே ஓட்டினாள்.

"வெரிகுட்" என்று கைதட்டினார் மைக்கேல்.

அப்போதுதான், அப்பா சைக்கிளைப் பிடித்துக்கொண்டு இருக்கவில்லை என்பது அவளுக்குத் தெரிந்தது. சட்டெனத் திரும்பிப் பார்த்ததில் சிறிய தடுமாற்றம் ஏற்பட்டு, "ஐயோ அப்பா..."

"அப்பா" என்றது ரோஸி. 'என்றாள்' என்று எப்படிச் சொல்வது? நினைவில் இருந்து திரும்பி, மிதக்கும் மூளையைப் பார்த்தார்.

"நான் நன்றாகத்தான் இருக்கிறேன்."

"ரோஸி... நீ என்னைப் பார்க்கிறாயா?"

"நன்றாகப் பார்க்கிறேன். தாடியில் நரை கூடிவிட்டது. சென்ற முறை பார்த்ததைவிட 26 நரைகள் அதிகரித்துவிட்டன. ஏழு கிலோ இளைத்துவிட்டீர்கள்."

"ரோஸீ..." குடுவை மீது தலையைச் சாய்த்து அழ ஆரம்பித்தார்.

"போதும் வா மைக்கேல்..." - கேப்ரியல் அவரை அவசரமாக அங்கிருந்து நகர்த்திக்கொண்டு போனார்.

அந்தப் புல்வெளியில் கேத்ரின், ஆலீஸ், வினோதினி, அகிலன், ஹென்ரிச், அகி, லூசூன், மீன் ஆகியோர் இருந்தனர். அது வார விடுமுறை நாள். மற்ற ஆறு நாட்களுக்கு எல்லோருக்கும் வேலைகள் பிரித்துக் கொடுக்கப்பட்டிருந்தன.

காலையில் பணிக்குக் கிளப்பப்பட்டனர். மாலையில் வீடு திருப்பப்பட்டனர். இன்று எந்த இடத்தில் வேலை என்பது அழைத்துச் சென்று விடப்பட்டதும்தான் தெரிந்தது. ஹைட்ரோ காப்டர்களில் கண் இமைக்கும் நேரத்தில் ஆயிரம் கிலோமீட்டர் தூரங்களைக் கடந்து சென்று இறக்கிவிட்டனர். மூன்று வேளை ஊட்ட உணவுகள் வழங்கப்பட்டன. மாலையில் ஒரே ஒரு மது வகைதான். ஜி பானம். குடிக்க வேண்டும் என்ற கட்டாயம் இல்லை. இரவில் இன்பத் தூண்டல். இந்த மாற்றங்கள் எல்லாம் நல்லதுக்கா, கெட்டதுக்கா என யோசிக்க அவகாசம் இல்லை.

"மாற்றங்களை எல்லாம் கவனித்து வருகிறீர்களா?" சுற்றியிருந்தவர்களுக்கு நடுவே நடைபோட்டபடி மீன் கேட்டாள். அவள் முகத்தில் ஆழ்ந்த யோசனை அப்பியிருந்தது.

"பலருக்கும் இந்த மாற்றங்கள் பிடித்திருக்கின்றன" என்றாள்

கேத்ரின்.

"பலருக்கும் பிடிக்கும்படியாக மாற்றங்களைச் செய்திருக்கிறார்கள்" என்று மூீன் திருத்தினாள்.

மூீன், தன் சந்தேகங்களை மனதுக்குள் பட்டியலிட்டாள். கட்டுப்பாடுகள் தளர்த்தப்பட்டது போல் இருந்தது. எல்லோரின் உழைப்பையும் அவர்களால் செலவிடப்பட்ட உற்பத்திகள் மூலம் அளக்கிறார்கள். அவரவர் உழைப்பை அவரவருக்கான காந்த அட்டையில் புள்ளிகளாகக் கணக்கு வைக்கிறார்கள். ஒருவகையில் இதுதான் பணம். உணவுக்கு, ஜி பானத்துக்கு... என்று அந்தப் புள்ளிகளில் இருந்து கழிக்கிறார்கள். உழைப்பில் இருந்து கழிப்பு. நமக்கே தெரியாமல் சம்பாதிக்கிறோம்; செலவழிக்கிறோம். பணம் என்ற ஒன்று ஏதோ ஒரு ரூபத்தில் நுழைக்கப்படுகிறது.

அதனால் என்ன என்பதுதான் கேத்ரினின் வாதம். அவளுடைய காந்த அட்டையில் 4,032 புள்ளிகள் இருந்தன. ஹென்ரிச்சின் அட்டையில் 345 புள்ளிகள்தான் இருந்தன. எதற்காக இந்த ஏற்றத்தாழ்வு?

"பணம் என்று வந்துவிட்டால் ஊழல் வரும்; லஞ்சம் வரும்; லாபம் வரும். குடிநீரில் ரசாயனக் கழிவுகள் கலக்கும்; மதக் கலவரம் வெடிக்கும்..."

"ஏன் எல்லாவற்றையும் எதிர்மறையாகப் பார்க்க வேண்டும்? நம்முடைய ஆசை எல்லாம் மீண்டும் பூமிக்குச் செல்ல வேண்டும் என்பதுதானே? இதுவே பூமி போல மாறுவதில் என்ன தவறு?" என்றாள் அகி.

எல்லா இளசுகளையும் ஜோடி சேர அனுமதித்ததில், பலரும் அப்படியே அம்மா கட்சிக்குத் தாவிவிட்டது தெரிந்தது. இன்பத் தூண்டல் எல்லோரையும் மாற்றிவிட்டது.

அகிலனும் வினோதினியும், மூீன் சொல்வதில் இருக்கும் நியாயத்தை ஆதரித்தனர். இன்னும்கூட புதிய கோளில் என்ன நடக்கிறது என்பது முழுதாகத் தெரியாத நிலையில் யார் பக்கமும் சாய்ந்துவிடுவதில் அர்த்தம் இல்லை என்றுதான் அவர்களுக்குத் தோன்றியது. 'அழைத்து வந்தது விஞ்ஞானிகளா... வியாபாரிகளா?' என்ற சந்தேகம் அகிலனுக்குள் ஆரம்பத்திலிருந்தே வளர்ந்தது. வினோதினி, 'இந்நேரம் பூமியில் எத்தனை பேர் காணாமல்போனார்களோ... எத்தனை கலவரங்கள் வெடித்தனவோ' என யோசித்துப் பார்த்தாள்.

"பூமி போல் மாற வேண்டாம் என்ற முடிவில் இருந்த அம்மா, திடீரென இப்படி தன் கொள்கையை மாற்றிக்கொண்டதற்கு

என்ன காரணம் என்பதுதான் சந்தேகங்களைக் கிளப்புகின்றன" என்றாள் மீன்.

"கோளின் நிலநடுக்கோட்டுப் பகுதியில் குடியிருப்புகள் வேகமாகக் கட்டப்பட்டு வருகின்றன. எல்லாம் பாலிவினைல் குளோரைடு கட்டடங்கள். பல லட்சம் பேருக்கான ஏற்பாடுகள். சில நாட்களாக எனக்கு அங்குதான் வேலை" என்றான் ஹென்ரிச்.

அம்மா, ஏதோ முடிவோடுதான் இருக்கிறார்.

பல ஆயிரம் ஹெக்டேரில் விவசாய வேலைகள் துரிதப்பட்டு வருவதை அகிலனும் சொன்னான். ரகசியமாகப் பெரிய மாற்றத்துக்கு 581 ஜி தயாராகி வருவதை உணர முடிந்தது.

கேப்ரியல் வந்ததும் நமக்கெல்லாம் விடிவு காலம் பிறந்துவிடும் என்று மைக்கேல் சொல்லியிருந்தார். இப்போது மைக்கேல் அவருடன்தான் இருக்கிறார் என்பதால், அவர் வந்து நிலவரம் சொல்லும் வரை பொறுமையாக இருப்போம் என்று முடிவெடுத்தனர்.

அப்போது, அவர்களுக்கு 500 மீட்டர் தொலைவில் ஒரு விண்கலம் உயிர்பெற்று, உருப்பெற்று நின்றது.

மீன் உற்றுப் பார்த்துவிட்டு, "இது... இது... எல்.டபிள்யூ.சேம்பர் மூலம் பூமியில் இருந்து அனுப்பப்பட்டுள்ளது. மனிதர்கள் வந்திருக்கிறார்கள்" என்றாள். எல்லோரும் ஆர்வமாக எழுந்தனர்.

28

ஒரு நகரமே நகர்ந்து வந்தது போல இருந்தது அந்த விண்கலம். அத்தனை பிரமாண்டம். வியந்து எழுந்த அகிலன், சில அடிகள் அதை நோக்கி நடந்தான். அவனுக்கு இரண்டு அடி இடைவெளி விட்டு மற்றவரும் தொடர்ந்தனர்.

"நெருங்கிச் செல்ல வேண்டாம்... வந்தது யார் என்று பார்ப்போம்" - ழீன் மட்டும் கடைசியாக வந்தாள்.

பல கோடி மைல் தூரம் பயணிதத களைப்பு போல, கலத்தின் அடிப்பாகத்தில் இருந்து பெருமூச்சாக காற்று ஒன்று வெளிப்பட்டது. அதைத் தொடர்ந்து ஹைட்ராலிக் படிக்கட்டு ஒன்று வலிக்காமல் தரை இறங்கியது. இதற்காகத்தான் காத்திருந்தது போல அகிலன் கூர்ந்து பார்த்தபடி நின்றான்.

ழீன், "அகிலன்... கொஞ்சம் மறைவாக நிற்கலாம்" என்றாள். வந்திருப்பது மனிதனா, டெர்பியா என்ற அச்சம் அவளுக்கு. உடனடியாக கேத்ரின், ஹென்ரிச், அகி மூவரும் ஒரு மரத்தின் பின் பதுங்கிக்கொண்டனர். படபடப்பு அதிகமாக இருந்தது. 581 ஜி, நிலவு விண்கலத்துக்கு மறுபுறத்தில் இருந்ததால் இருட்டு அதிகமாக இருந்தது. மரத்தின் பின்னால் மறைந்து கொள்ளலாமா, அகிலனைப் பின்தொடரலாமா என்ற மைக்ரோ தயக்கத்தை உதறிவிட்டு, அகிலனைக் கட்டிப்பிடித்துக்கொண்டாள் வினோதினி.

அதே நேரத்தில் விண்கலத்தின் பல புள்ளிகளில் இருந்து ஒளிக்கற்றைகள் புறப்பட்டு, அந்த இடத்தை அலசின. அகிலனும் வினோதினியும் நின்ற இடத்தை வேகமாகக் கடந்துசென்ற ஒளிகள், திரும்பிவந்து அவர்கள் மீது நிலையாக நின்றன. வினோதினி இன்னும் அழுத்தமாக அகிலனை இறுக்கிக்கொண்டாள். இருவரும், வேட்டைக்காரர்களின் டார்ச் வெளிச்சத்தில் சிக்கிய முயல்கள் போல திகைத்து நின்றிருந்தனர்.

ழீன், "ஓடிவந்து மறைந்துகொள்ளுங்கள்" என்றாள் மறுபடி.

"இப்போது நாங்கள் வந்தால், நீங்களும் மாட்டிக்கொள்வீர்கள். அவர்கள் பார்த்து விட்டார்கள்" - உதடு பிரிக்காமல் உச்சரித்தான் அகிலன்.

விண்கலத்தின் வயிற்றுப் பகுதியில் படிக்கட்டு இறக்கப்பட்ட இடத்தில் டச் ஸ்கிரீன் கதவு ஒன்று மென்மையாகத் திறந்தது. அதில் இருந்து இறங்கியவர்கள் மனிதர்கள். டெர்பி இல்லை. அப்பாடா!

அடுத்த சந்தேகம்... வந்திருக்கும் மனிதன் பகைவனா, நண்பனா?

எதிர் வெளிச்சத்தின் காரணமாக எல்லோரும் இருட்டு உருவங்களாகத் தெரிந்தனர். அச்ச அதிர்ச்சியோடு நின்றிருந்த இருவரையும் நோக்கி அவர்கள் வந்தனர்.

வினோதினிதான் முதலில் பரவசமானாள். "ஏஞ்சலினா ஜோலீ" என்றாள் சந்தோஷமாக. ஹாலிவுட் அதிசயம். அடுத்து அடையாளம் தெரிந்தவர் பிராட் பிட். கணவன்-மனைவி சமேதரராக வந்திருந்தனர்.

"ஹாய்" என்றார் ஏஞ்சலினா.

சற்றுத் தயங்கியபடி பதிலுக்கு "ஹாய்" சொன்னாள் வினோதினி.

"உங்களைப் பார்த்த பின்புதான் புதிய கோளில் வசிக்க முடியும் என்ற தைரியம் வந்தது. நீங்கள் எப்போது வந்தீர்கள்?" ஏஞ்சலினாவின் ஆங்கில உச்சரிப்பைப் புரிந்துகொள்ள மொழிக் கருவியைப் பொருத்த வேண்டியிருந்தது. ஏஞ்சலினா கேட்ட கேள்விக்குப் பதில் சொல்வதற்குள் வரிசையாக ஆச்சரியங்கள் தொடர்ந்தன. மைக்ரோசாஃப்ட் பில்கேட்ஸ், ஸ்டார் டி.வி. ராபர்ட் முர்டோக் என சர்வதேசப் பிரபலங்கள் லைன் கட்டினார்கள். 'இவர்கள் ஆறு ஆயிரம் கோடி பணம் கட்டி வந்தவர்கள்' என, ஒவ்வொருவரின் உடலிலும் எழுதி ஒட்டியிருந்தது.

"ஃப்ளைட்டில் பக்கத்து மாகாணத்துக்கு வந்து இறங்கியது மாதிரிதான் இருக்கிறது...

விஞ்ஞானம்" என, கட்டைவிரலை உயர்த்திக் காட்டினார் பில்கேட்ஸ்.

ழீன், கேத்ரின், அகி, ஹென்ரிச் ஆகியோரும் மரம் விலகி வெளியே வந்தனர். வந்திருந்த புதியவர்கள், மறைந்திருந்து வெளியே வந்தவர்களைப் பார்த்து அந்நியமாக உணர்ந்தனர். மறைந்திருந்து தாக்க வருகிறார்களோ என்ற அச்சம். பரஸ்பர பயங்களோடு எதற்கும் இருக்கட்டும் என்ற ஒரு டிஃபென்ஸ் புன்னகையைப் பரிமாறிக்கொண்டனர்.

“இங்கே பிரச்னை எதுவும் இல்லையே?” என்றார் முர்டோக்.

புதிதாக வந்த 100 பேருக்கும் உடனடியாக கேட்கவேண்டிய 100 கேள்விகள் இருந்தன. பூமியைப் பற்றி விசாரிக்க, அகிலன் தரப்பினரிடம் 1,000 கேள்விகள் இருந்தன. கோச்சடையான் ரிலீஸ் ஆகிடுச்சா?, விஸ்வரூபம்-2க்கும் கமல் வெளிநாட்டில் குடியேற வேண்டியிருக்குமா? என்ற சுவாரஸ்யக் கேள்விகள் வினோதியிடமும் இருந்தன.

பெரிய ஆச்சரியங்களும் சின்ன விசாரிப்புகளுமாக, ஒருவகையில் பொது உடைமை ஏற்பட்டுவிட்ட திருப்தியில் உலகத்தின் முதல் 100 பணக்காரரர்களும் சாதாரணமானவர்களும் அங்கே பேசிக்கொண்டிருந்தனர்.

அப்போது... அவர்கள் இருந்த வனாந்தரத்தில் சட்டென ஐந்து அடி உயர ஹாலோகிராம் திரை சிணுங்கியது. எல்லோரும் போப் ஆண்டவர் தேர்வு செய்யப்பட்டதைக் காட்டும் வெண் புகை சிக்னலைப் பார்ப்பதைப் போல ஒரே நேரத்தில் பார்த்தனர்.

அம்மா! கலையாத புன்னகையோடு, “பூமியில் இருந்து வந்திருக்கும் விருந்தாளிகளுக்கு வணக்கம்.. நான் அம்மா. இந்தக் கிரகத்தின் நிர்வாகம் என்னிடம்தான் இருக்கிறது. ஹைட்ரோகாப்டர்கள் ரெடி. நீங்கள் உங்களுக்காக ஒதுக்கப்பட்ட இல்லங்களில் இறக்கிவிடப்படுவீர்கள். நாளை முதல் எப்படி இருக்க வேண்டும் என்பதை வண்டு உங்களுக்கு விளக்கும். ஆரம்பத்தில் இருந்தது போல கெடுபிடியான விதிகள் இப்போது இல்லை. என்ன அகிலன், நான் சொல்வது சரிதானே? ஒரே ஒரு விதி மட்டும் உண்டு. நடந்தால் நல்லது... நடக்காவிட்டால் மிகவும் நல்லது” - விரல்களில் உதட்டை ஒத்தி எடுத்து முத்தம் பறக்கவிட்டார்.

அம்மாவின் பிரசங்கம் அவர்கள் எதிர்பாராதது

பில்கேட்ஸ் சிலிர்த்தபடி, “ஹூ இஸ் ஷி? பயோ மேக்னடிக் சென்ஸர்... லோ வோல்ட் ஷாக் வித் லோ அபின் கன்டென்ட்” என்றார். அவர் இன்னும் காதுக் கருவியை மாட்டவில்லை.

“பூமியில் இருந்து கிளம்பும்போது அம்மா பற்றி எல்லாம் சொல்லவே இல்லையே” - தன் டிரேட்மார்க் ஆவேசத்துடன் சொன்னார் ஏஞ்சலினா.

“இப்பத்தானே வந்திருக்கீங்க?” என்றான் அகிலன்.

அம்மா சொன்னபடியே ஹைட்ரோகாப்டர்கள் வரிசையாக வந்து நின்றன. இப்போதைக்கு அம்மா சொன்னதுபோல செய்துவிடுவோம் என அவரவர் எண் பொறித்த ஹைட்ரோகாப்டர்களில் ஏறினர். சந்தேகக் கண்களோடும் பொய்ப் புன்னகையோடும் ‘பார்க்கலாம்’

என்று வலது கை விரல்களால் காற்றில் டைப் அடித்துவிட்டு மறைந்தனர்.

எந்தப் பரீட்சார்த்தமும் ஏதோ ஒரு பாதிப்பை உண்டாக்கும். 'விஞ்ஞானத்தின் அடிப்படையே விளைவுகளை எதிர்கொள்வதுதான்' என்று ஆல்பர்ட் ஐன்ஸ்டீனை அவருடைய நியூஜெர்சி இல்லத்தில் சந்தித்தபோது சொன்னது மைக்கேலுக்கு நினைவு வந்தது. அவர் மரணம் அடைவதற்கு ஆறு மாதங்களுக்கு முந்தைய சந்திப்பு அது. மைக்கேல் ஆய்வு மாணவராக இருந்தார். தங்கள் பேராசிரியர்களின் தயவால் அந்தச் சந்திப்பு நடந்து.

'விஞ்ஞானத்தின் அடிப்படையே விளைவுகளை எதிர்கொள்வதுதான்' - யோசித்துதான் சொன்னாரா? எதிர்ப்பதுதான் என்று சொல்லியிருந்தால், இன்னும் பொருத்தமாக இருந்திருக்கும். உருவமற்ற மகளை எப்படி எதிர்கொள்வது? தலையை உடைத்து மூளையைக் கழற்றி செரிபரல் திரவத்தில் ஊறவைத்திருக்கிறான் கேப்ரியல். அவனுக்கு அதுதான்

விஞ்ஞான வளர்ச்சி - என்ற தொடர்ச்சியான அதிர்ச்சிகளால் அவரால் சரியாகச் சிந்திக்கவோ, சரியாக அழவோகூட முடியவில்லை.

'மனிதன் என்பவன், அவனுடைய அறிவு மட்டும்தான். அவனுடைய நிறம், உயரம், எடை, வடிவம்... எல்லாம் தற்காலிகம். 50, 60 ஆண்டுகளில் மாறிப்போவது. வழுக்கையோ, நரையோ, சுருக்கமோ, நடுக்கமோ முடிவுரை எழுதிவிடுகிறது. மூளை? அது அறிவாலும் அனுபவத்தாலும் நிரம்பிக்கிடக்கிறது. உடலுக்கு முடிவு வந்துவிட்டது என்பதற்காக மூளையையும் சேர்த்து மண்ணுக்குள் புதைத்துவிடுகிறோம்.

தஸ்தேயவஸ்கி, ரிச்சர்ட் ஃபெயின்மேன், மார்க்ஸ், பீத்தோவான்... யோசித்துப்பார்... எல்லோருடைய மூளைகளையுமே காப்பாற்றியிருக்க முடியும். கடன் தொல்லை, கார் லோன் எந்தத் தொல்லையும் இல்லை. சீட்டாடித் தோற்று விரக்தியில் வீழ்ந்து தஸ்தயேவ்ஸ்கி கதை எழுத வேண்டியது இல்லை. எவ்வளவு வேண்டுமானாலும் எழுதலாம், படிக்கலாம். ரோஸியின் உடம்பு இல்லை என்பதற்காக எதற்காக அழுகிறாய்?' - இதுதான் மனிதத்தன்மை இல்லாமல் கேப்ரியல் பேசியதன் மொத்த சாரம்.

நீண்ட நீண்ட காரிடார்களைக் கடந்து, குழந்தை மார்க்கஸ் அரேலியஸ் வளர்க்கப்படும் இடத்தை வந்தடைந்த கேப்ரியலின் பின்னால், பிஸ்கட் வைத்திருக்கும் எஜமானரைப் பின்தொடரும் நாய்க்குட்டி போல தொடர்ந்துகொண்டிருந்தார் மைக்கேல்.

அந்த இடம் குழந்தைகளுக்கான விளையாட்டுப் பொருள்களால்

நிரம்பியிருந்தது. ஆனால், எல்லாவற்றிலும் நவீனம் அதிகமாக இருந்தது. ஆன்டெனா வைத்த குட்டி ரிமோட் கன்ட்ரோல் ஏரோப்ளேன், உற்றுப் பார்த்தால் இயங்கும் விசிஃபெளக்ஸ் இயந்திர பொம்மைகள், ரோபோக்கள் என அந்த இடம் முழுக்க இறைந்திருந்தது.

ரோபோ பெண் ஒருத்தி, அவனுக்கு குவான்டம் தியரி நடத்திக்கொண்டிருந்தாள். 10 மாதக் குழந்தைக்கு 'ரெயின் ரெயின் கோ அவே...'வே அதிகம். குழந்தை, இருவரையும் பார்த்துச் சிரித்தது. பெற்றவர் சூடு அறியாத குழந்தை. டவுண்லோடு செய்யப்பட்ட ஆர்கானிக் சிஸ்டம்.

ரோபோ பெண்ணிடம் அந்தக் குழந்தையை அருகில் கொண்டுவரச் சொன்னார். கேப்ரியல் குழந்தையை எடை பார்க்கிற பாவனையில் வாங்கி சந்தோஷம் காட்டினார்.

"இந்தக் குழந்தையை எப்படி வளர்க்கப் போகிறேன் பார்" என்று ஒற்றைக் கையில் தூக்கி உயர்த்திக் காண்பித்தார்.

மைக்கேல், அந்தக் குழந்தையைப் பரிதாபமாகப் பார்த்தார். "இவனை மரணமற்றவனாக மாற்றப்போகிறேன். அமரனாக்கப்போகிறேன். கொஞ்சம் யோசித்துப் பார் மைக்கேல், நமக்குத் துணையாக யாராவது ஒருத்தராவது சாவே இல்லாமல் இருந்தால்தான் நல்லது. இதை எல்லாம் யார் கவனிப்பது? பொறுப்பு வேண்டும் இல்லையா? என்ன சொல்கிறாய் மார்க்கஸ்?"

மார்க்கஸ் சிரித்தான்!

29

புவியியல் தட்பவெப்பச் சூழல்களை வைத்து அது ஓர் ஐரோப்பிய நாடாகத்தான் இருக்கும் என்பதைத் தாண்டி வேறு ஒன்றையும் ஊகிக்க முடியவில்லை. சார்லஸ், தன் இமைகளைத் திறக்க விரல்களின் உதவியை நாட வேண்டியிருந்தது. அப்போதுதான் இரண்டு கரங்களும் பின் பக்கமாகக் கட்டப்பட்டிருப்பது தெரிந்தது. வாயில் ஓர் அழுக்குக் கைக்குட்டையை வைத்து அடைத்திருந்தனர். கேட்டமைன் கைக்குட்டையால் மூக்கையும் வாயையும் பொத்தியது மட்டும்தான் அவருக்கு நினைவு இருந்தது.

அவர் ஒரு மோசமான காரில் கடத்தப்படுவதை உணர்ந்தார். சாலையும் மோசமாகத்தான் இருந்தது. மூடப்படாத சூட்கேஸின் மூடிபோல குலுக்கலின்போது அவருடைய கண்கள் தானாகத் திறந்து மூடின. சுற்றுலாப் பயணிகளைக் கவராத ஒரு மலைப் பாதை. காலாவதியாகிப்போன ஒரு புனல் மின்நிலையம் இந்தப் பகுதியில் இருக்கக்கூடும். சார்லஸின் உள்மனக் கணிப்பு அது. வாய் வழியாக மூச்சை இழுத்துவிட வேண்டும் என்று விரும்பினார். 'நான் கத்திக் கூப்பாடு போட மாட்டேன். வாயில் இருந்து துணியை அகற்றுங்கள்' என வேண்டுகோள் வைக்க நினைத்தார். அதை நிறைவேற்றி வைக்கக்கூடியவர்கள் அவருக்கு இரண்டு பக்கமும் இருந்தனர். வலது பக்கம் ஒருவன். இடது பக்கம் ஒருத்தி. முகத்துக்கு மங்கி குல்லா மாட்டியிருந்தார்கள். யார், எங்கே அழைத்துச் செல்கிறார்கள், ஏன் என்பதையெல்லாம் ஒருவாறு அவரால் தீர்மானிக்க முடிந்தது.

'ஆபரேஷன் நோவா' எதிர்ப்பாளர்கள்! கண்காணாத இடத்துக்கு அழைத்துச் செல்கிறார்கள், போட்டுத் தள்ளப்போகிறார்கள் என்ற விடைகள் சிரமம் இல்லாமல் தெரிந்தன. ஆனால், தவறான ஆளைக் கொல்லப்போகிறார்கள். உயிர் பயத்தைவிடக்

கொடியது உடல் வலி. தேவை இல்லாத வதை; தேவை இல்லாத கொலை. அதுதான் அவரை எக்கச்சக்கமாக வருத்தியது.

கரடுமுரடான சாலையும் ஓர் இடத்தில் நின்றுபோயிருக்க வேண்டும்; காரும் நின்றது. அதை ஓட்டி வந்தவன், இறங்கி இடது பக்கக் கதவைத் திறந்தான். அந்தப் பெண் இடுப்பில் செருகியிருந்த துப்பாக்கியை எடுத்து சார்லஸைக் குறிவைத்து, அதைக்கொண்டே இறங்கச் சொல்லி சைகை காட்டினாள்.

கட்டப்பட்ட கைகளோடு இறங்குவதற்குச் சிரமப்பட்டார் சார்லஸ். வலது புறம் இருந்தவன் அவரை ஒரு மூட்டை போல வெளியே தள்ளினான். இந்த நால்வர் தவிர வேறு யாரும் அங்கே இல்லை. கார் கதவைத் திறந்த நொடியில் சில்லென்ற காற்றின் அவசரத் தழுவல்.

உண்மையில் சார்லஸால் காலை எடுத்து வைக்கவும் முடியவில்லை. அந்தப் பெண், துப்பாக்கியால் அவர் முதுகில் குத்தி நகர்த்திக்கொண்டு போனாள். அவருக்கு முன் மலையில் வசிப்பவருக்காகக் கட்டப்பட்டு, பராமரிப்பு இல்லாமல் இருந்தது அந்தத் தேவாலயம். தூசு, ஒட்டடை, சுவர் வெடிப்புகளில் வளர்ந்திருந்த செடிகள்... அனைத்தும், மனிதர்கள் அங்கு வந்து ஆறு மாதங்களாவது ஆகியிருக்கும் என்பதை உறுதி செய்தன.

சிலுவையில் அறையப்பட்ட கிறிஸ்துவுக்கு முன் இருந்த நீள நீளமான இருக்கைகள் தூசுபடிந்து கிடந்தன. சார்லஸ், அங்கே தனியே கிடந்த நாற்காலியில் யாருடைய அனுமதியும் இன்றி அவராகவே அமர்ந்தார். அந்தப் பெண், அவருடைய வாயில் இருந்து கர்ச்சீப்பை காற்று பிடுங்குவதுபோல உருவி எடுத்துவிட்டு, அவரை நாற்காலியோடு கட்டிப்போட்டாள்.

மற்ற இரண்டு பேரில் ஒருவன் அவரை நெருங்கி வந்து, நெருப்புப் பார்வை பார்த்தான். "என்ன நடக்கிறது என்று நீயாகச் சொல்லிவிடு" என்றான்.

அவர், "தண்ணீர்" என்றார் மொத்த சக்தியையும் திரட்டி.

நெருப்புப் பார்வையன், சம்மதம் போல மற்றவனைப் பார்த்துவிட்டு, முதுகுப் பக்கம் செருகி வைத்திருந்த பாட்டிலை எடுத்துக் கொடுத்தான்.

மிச்சம் வைக்காமல் குடித்தார். மூவரின் முறைப்பையும் நிதானமாகப் பார்த்துவிட்டு, "நீங்கள் கேப்ரியலைத்தான் கேட்க வேண்டும்" என்றார்.

"அவன் யார்?"

"விளக்கமாகச் சொல்ல வேண்டும். நீங்கள் கோபம் இல்லாமல்

கேட்டால்தான் விளங்கும்" என்றார் சார்லஸ் நிதானமாக.

"இந்தத் தெனாவட்டு எல்லாம் வேண்டாம். சிதறிவிடுவாய்" - துப்பாக்கியால் நெற்றியில் அவள் அழுத்தினாள்.

உலகத்துக்கு ஏற்பட்டிருக்கும் ஆபத்தில் இருந்து மக்களைக் காப்பாற்ற விஞ்ஞானிகள் எடுத்த முயற்சியில், கேப்ரியல் இடையில் புகுந்து அராஜகம் செய்துகொண்டிருப்பதை அவர்களிடம் சொல்லி நம்பவைப்பதற்குப் பெரும்பாடு படவேண்டியிருந்தது.

"நீங்கள் என்னைக் கடத்தவில்லை. காப்பாற்றினீர்கள்" என்றார். கிழவனை நம்புவதா, கொல்வதா? - ஓர் இளைஞன் யாரிடமோ செல்போனில் பேசிவிட்டு வந்தான்.

"ஒரு பில்லியன் டாலர் கொடுத்தால், அந்தக் கிரகத்துக்கு அனுப்பி வைப்பதாக டி.வி. பேட்டியில் சொன்னீர்களே... அது நீங்களும் கேப்ரியலும் சேர்ந்துபோட்ட திட்டம்தானே?"

"நீங்கள் துப்பாக்கி வைத்திருக்கிறீர்கள். அவன் பாம் வைத்திருந்தான். உயிருக்குப் பயந்து அப்படிச் சொன்னேன். நான் சொன்னால் விஞ்ஞானிகளும் மக்களும் நம்புவார்கள் என்பதால், என்னை அதற்குப் பயன்படுத்திக் கொண்டான். வேண்டும் என்றால் என்னை நீங்கள் கடத்திய இடத்தில் யாரையாவது பார்க்கச் சொல்லுங்கள். என் படுக்கையில் ஒரு பாம் பொருத்தப்பட்டிருக்கும். அவனுக்கு எதிராகத் திரும்பினால் எந்த நேரத்திலும் என்னைக் கொன்றுவிடுவான். நல்லவேளையாக என்னைக் காப்பாற்றினீர்கள். என்னைக் காப்பாற்றிக்கொள்வதில் எனக்கு ஓர் அக்கறையும் இல்லை. இந்த இரண்டு கோள்களையும் காப்பாற்ற வேண்டும். அதாவது, அதில் உள்ள மக்களை. அதற்காகத்தான் உயிரைப் பிடித்துக்கொண்டு இருக்கிறேன்."

எதிர்பாராத ஏமாற்றம் போல இருந்தது இளைஞர்களுக்கு. ஓர் எதிரியைக் கையும் களவுமாகப் பிடித்துவிட்டோம் என்ற சந்தோஷம் கை நழுவியது.

"நான் உங்களுக்கு உதவ முடியும்.

விஞ்ஞானிகள் ஏற்படுத்திய உலக அமைதிக் குழுவினருக்கு, கேப்ரியலின் பேராசையை விளக்க வேண்டும். கேப்ரியலின் கையில் இருந்து விஞ்ஞானத்தைப் பிடுங்க வேண்டும்."

"ராணுவ உதவி தேவைப்படுமா?"

சார்லஸ் சிரித்தார். "கைப்பற்ற வேண்டியவை சில சங்கேதக் குறியீடுகளையும், அழுத்த வேண்டிய சில பட்டன்களையும். என்னை லண்டன் விஞ்ஞானக் கழகத்துக்கு அழைத்துச் செல்ல முடியுமா?"

158 | ஆபரேஷன் நோவா

இளைஞன் யாரிடமோ போனில் பேசிவிட்டு வந்து "சரி" என்றான்.

மீண்டும் காரில் ஏறினார்கள். "ஏமாற்ற நினைத்தால் ஒரு விஞ்ஞானிகூட மிஞ்ச மாட்டீர்கள்" என்றாள் அந்தப் பெண். துப்பாக்கி பிடித்த கையில் கட்டை விரலுக்கு அருகே அவளுக்கு ஒரு மச்சம் இருந்தது.

ஏஞ்சலினா ஜோலி தம்பதியருக்கு ஒதுக்கப்பட்டிருந்த இடத்தை, வீடு என்று சொல்ல முடியாது. உயரமான கண்ணாடிக் குடுவைபோல இருந்தது. எந்த இடத்திலும் படுக்கை அறை, சமையல் அறை என்ற சம்பிரதாயத் தடுப்புகள் இல்லை. விசாலமான ஒரே ஓர் அறை. குளிக்கும் தேவை எல்லாம் இப்போதுதான் கொஞ்ச நாள்களுக்கு முன்பு நடைமுறைப்படுத்தப்பட்டதாக கேப்ரியல் சொன்னார். அந்த வெட்டவெளி அறையிலேயே ஓர் இடத்தில் பாத்-டப் இருந்தது. தனித்தனி தடுப்பு தேவை இல்லைதான் என்று அவர்களாகவே சமாதானம் செய்துகொண்டனர்.ஆனால், அதில் டி.வி. இல்லை; சினிமா இல்லை; ஸ்போர்ட்ஸ் இல்லை. அதுதான் அவர்களுக்குப் பெரிய வெறுமையாக இருந்தது. ஃபேஸ்புக், ட்விட்டர், இன்டர்நெட்... சுத்தம்! குழந்தைகள் ஆறு பேரும், 'எப்பம்மா வீட்டுக்குப் போவோம்?னு' இப்பவே ஆரம்பித்துவிட்டார்கள்.

உலகம் அழிந்துவிடப்போகிறது என்று அவசரப்பட்டு வந்துவிட்டோமோ என்று முதல் நாளே விரக்தி வாட்டியது. ஏதாவது பர்ச்சேஸ்... மார்க்கெட்... மால்... ம்ஹூம்! இங்கே யார் எதை விற்பார்கள், யார் எதை வாங்குவார்கள்?

'உங்களால் என்ன வேலை செய்ய முடியும்' என்று கேப்ரியல் ஒரு நீண்ட பட்டியல் கொடுத்திருந்தார். அதில் டிக் செய்ய வேண்டும். அவரவருக்குப் பிடித்த வேலையைச் செய்யலாம் என்றபோது கவர்ச்சியாக இருந்தது. ஆனால், கேப்ரியல் கொடுத்த வேலைகளின் பட்டியலைப் பார்த்தபோது பிராட் பிட் நொந்துபோனார். பாலி வினைல் கன்ஸ்ட்ரக்ஷன், அக்ரோ, ஹைட்ரோ, ஜினோம், பயோமெக்கானிஸம்... இதில் எதை டிக் செய்வது என்றே தெரியவில்லை.

பூமியில் என்ன சொல்லி அழைத்து வந்தார்களோ... அது எதுவுமே இங்கே இருக்காது எனத் தோன்றியது. இங்கே நிறைய தங்கம் இருக்கும், வைரம் இருக்கும் என்றார்கள். அதை எல்லாம் வைத்து என்ன செய்வது என்பது தெரியவில்லை.

"திரும்பிப் போய்விடலாமா?" என்று கேட்டார் பிராட் பிட். ஏஞ்சலினா ஜோலி பதில் சொல்லவில்லை. அப்படி ஒரு வாசல்

இருப்பதாகவே அவருக்குத் தெரியவில்லை.

"இன்னும் பலர் வரட்டும். வந்தால் ஏதோ ஒரு சட்டத்துக்கு உட்பட்டு வாழ வேண்டியிருக்கும். வாழ்ந்துதான் பார்த்துவிடுவோம்" என்றார். அதைத் தவிர வேறு வழியும் இருக்கவில்லை.

இரண்டு நிலவுகள் இருந்தும் ரசிக்க முடியவில்லை. பால்கனி போல இருந்த பகுதியில் நின்றபடி, இருட்டு போர்த்தியிருந்த அந்தக் கோளைப் பார்த்தார் ஜோலி. அங்கிருந்து கொஞ்ச தூரத்தில் இன்னொரு கண்ணாடி மாளிகை இருந்தது. அது பிரமாண்டமானது. ஆட்கள் இருக்கிறார்களா என்று தெரியவில்லை. அமானுஷ்யமான அமைதி. இங்கே யாரை நம்புவது எனத் தெரியவில்லை.

உலகம் என்பது ஒரு நம்பிக்கை. தினமும் பொழுது விடியும்; காபி குடிப்போம்; மேக்கப் போடுவோம்; படம் ரிலீஸ் ஆகும்; ரசிகர்கள் மொய்ப்பார்கள். அது எதுவுமே இங்கே நடக்காது; நம்பியது எதுவுமே நடக்காது; விரும்பியது எதுவுமே கிடைக்காது; மிச்ச வாழ்க்கையை இப்படியே ஓட்டிவிட முடியுமா? உயிருக்குப் பயந்து ஓடி வந்தோமே... உயிரா முக்கியம்? எப்படி வாழ்ந்து வந்தோமோ அப்படி இனி வாழவே முடியாது என்பதைவிட தொடர்ந்து இருப்பது முக்கியமா?

ஏஞ்சலினாவுக்கு புத்தர், கிறிஸ்து, நபிகள் எல்லாரும் சுருக்கமாக நினைவுக்கு வந்துவிட்டுப் போனார்கள். ஒரு வெறுமை... வெற்றிடம், உள்ளே புகுந்து வாட்டியது. பிராட் பிட் அவள் தோள் மீது கை வைத்து வளைத்துப் பாந்தமாக அணைத்தார். இருவரும் எதுவும் பேசிக்கொள்ளவில்லை.

அவள் பார்த்துக்கொண்டிருந்த பிரமாண்ட கண்ணாடி மாளிகையின் மேல் இருந்து ஓர் உருவம் கயிற்றில் இறங்குவது தெரிந்தது. "கிட்டி... அங்கே பாருங்கள்" என்றார். பிராட் பிட்டின் செல்லப் பெயர் அது.

யாரோ கட்டடத்தின் மீது இருந்து இறங்குகிறார்கள். ஆணா, பெண்ணா... என்பதுகூடத் தெரியவில்லை.

"என்னவோ நடக்குது" என்றார்

ஏஞ்சலினா.

பிராட் பிட், "வாழ்வதற்கான ஏதோ ஒரு சுவாரஸ்யம் காத்திருக்கிறது" என்றார்.

30

குற்றுக் கருவேல மரங்களும், காய்ந்த புற்களும் செறிந்துகிடந்த அந்தச் சமவெளிக் காட்டின் காலை அமைதியை, வலிக்காமல் வருடிக்கொண்டிருந்தது காற்று. சிங்கம், முள்ளம்பன்றி, சிறுத்தை போன்ற முரட்டு விலங்குகள் வேட்டைக்குப் பின்பான ஓய்வில் இருந்தன. புள்ளினங்கள் சிறகடிக்க, இன்னும் ஒரு மணி நேரமாவது ஆகும். மான்கள், படுத்தபடி வாய் அருகே இருந்த வசதியான புற்களை வெறுப்பாகக் கொறித்தன. காட்டின் கடிகாரமே மெதுவாக ஓடியது.

இயற்கையின் ஏழு உலக அதிசயங்களில் ஒன்றாகக் கருதப்படும் செரங்கட்டி வலசைப் பகுதி அது. ஆப்பிரிக்காவின் 15 ஆயிரம் சதுர கிலோமீட்டர் காட்டுவளம். தான்சானியாவில் இருந்து கென்யா வரை பரவிய பச்சைத் திட்டு.

பெண் சிங்கம் ஒன்று, தன் குட்டிகளுக்குப் பால் கொடுத்துக்கொண்டிருந்தது. பக்கத்தில் இன்னும் சில பெண் சிங்கங்கள். சற்று தூரத்தில் பிடறியை அடிக்கொரு தரம் உலுக்கியபடி, சினிமாவில் வரும் தசரத மகாராஜா மாதிரி இருந்தது கணவன் சிங்கம். தங்களின் அனகோண்டா கழுத்துகளால் பிணைந்தபடி இருந்தன சிவிங்கிகள். பைஜாமா போட்ட வரிக்குதிரைகள் தியானம் போல நின்றிருந்தன.

யானைகள், கழுதைப் புலிகள், வரையாடுகள்... என, சுமார் 70 வகையான பாலூட்டிகள் நீருக்காகவும் உணவுக்காகவும் காட்டின் ஒரு முனையில் இருந்து மறுமுனைக்கு மந்தை மந்தையாக இடம்பெயரும் இயற்கையின் விதி. 800 கிலோமீட்டர் உணவுத் தேடல். விலங்குகள், பறவைகள் எல்லாமே இயற்கையாக இருந்தன. அங்கே உயரமான ஓர் இடத்தில் மறைவாக நின்றிருந்த ஜீப்பைத் தவிர!

காட்டில் பயணிப்பதற்கான அந்தப் பிரத்யேக ஜீப்பில் கென்யாவைச் சேர்ந்த அபாஸியுடன் மூன்று கென்யர்கள் இருந்தனர். அந்தக் கண்டத்துக்குச் சம்பந்தமே இல்லாத வெளிறிய நிறத்தில் ஒருவன் மட்டும் இருந்தான்.

"பிரைவேட் ஜூ?" - அபாஸிக்கு ஆச்சரியமாக இருந்தது.

வெள்ளைக்காரனுக்கு விவரிக்கும் நோக்கமே இல்லை. "சிங்கம் பத்து, யானை பத்து, சிவிங்கி பத்து... எனத் தலைக்குப் பத்து வேண்டும். சிட்னி எல்லாவற்றையும் தெளிவாகச் சொல்லியிருப்பாரே. அப்புறம் பறவைகள்... எத்தனை தினுசு இருக்கின்றனவோ அத்தனையும்..."

"அதிலும் பத்து பத்தா..! எப்படி எடுத்துச் செல்வீர்கள்?"

"அதற்குத் தனி வாகனம் இருக்கிறது."

அபாஸிக்கு, வழக்கமாக ஏதோ காண்டாமிருகத் தோலோ, முதலைத் தோலோ கேட்டு ஆர்டர் வரும். சில வேட்டைப் பைத்தியங்கள் சிங்கத்தைச் சுட வேண்டும் என்று வெறியோடு வரும். இரவில் கிழச் சிங்கமாகக் காட்டி சுடுவதற்கு ஆவன செய்வான். அரசாங்கமே வயதான சிங்கங்களைச் சுடுவதற்கு அனுமதித்திருக்கிறது. இப்போது வந்திருப்பவன் எல்லாவற்றிலும் பத்துப் பத்து கேட்கிறான்; அதுவும் உயிரோடு. சுளையாக 100 மில்லியன் டாலர்களை மூன்று சூட்கேஸ்களில் போன வாரமே கொண்டுவந்து இறக்கிவிட்டான். அத்தனையும் சலவை சுத்தமானவை!

'வேறு யாருக்கும் தெரிய வேண்டாம்!' என்று சொல்லியிருந்தான். அபாஸியுடன் வந்த கென்யர்கள் சாயம் போகாத காட்டுவாசிகள். மோப்பம் பிடித்தே அடுத்த ஒரு கிலோமீட்டர் தூரத்தில் வருவது சிங்கமா, நெருப்புக்கோழியா என்று கண்டுபிடித்துவிடுவார்கள்.

"ஆரம்பிக்கலாமா?" என்றான் வெள்ளையன்.

அபாஸி, கட்டை விரலை உயர்த்தினான்.

பேட்டரி சக்தியில் அந்த ஜீப் சத்தம் இல்லாமல் புறப்பட்டது. விலங்குகளுக்கு, சத்தத்தை மீறி வேறு ஏதோ உள்ளுணர்வு எச்சரித்திருக்க வேண்டும். மிரண்டுபோய் தலையை உயர்த்திப் பார்த்தன. வெள்ளையனின் கையில் இருந்த துப்பாக்கியில் இருந்து மயக்க ஊசி குண்டுகள் சீறின. சிங்கங்கள், வரிகுதிரைகள், மான்கள் எல்லாம் நான்கு கால் பாய்ச்சலில் அங்கிருந்து சிதறின.

"முதலில் சிங்கம்" - வெள்ளைக் காரன் ஆணையிட்டான். ஜீப், சிங்கங்களைக் குறிவைத்துப் பாய்ந்தது. ஜீப்பில் இருந்து மயக்க குண்டுகள் தாக்கி விலங்குகள் பல வரிசையாக மண்ணில் சாய்ந்தன.

நடந்த விஷயங்களை, மைக்கேல் ஒன்றுவிடாமல் சொன்னார்.

அகிலன், அதிர்ச்சியில் உறைந்துபோய் இருந்தான். ரோஸி என்பவள் இருக்கிறாள்; ஆனால் இல்லை. அவள் பேசுகிறாள்; சிந்திக்கிறாள்; கேட்கிறாள்; ஆனால், உருவம் இல்லை. நடமாட முடியாது!

கேத்ரின்தான் அங்கு என்ன நடக்கிறது என்பதை ஓரளவுக்கு ஊகித்துச் சொன்னாள். 'செரிபுரோ ஸ்பைனல் ஃப்ளூயட்' என்பது மூளையைச் சுற்றியுள்ள திரவம். சுருக்கமாக சி.எஸ்.எஃப். அந்தத் திரவத்தில் ரோஸியின் மூளையை மிதக்கவிட்டிருக்கிறார்கள். மூளையில் ஆக்ஸான், நியூரான்களுடன் சென்சர் முறையில் இணைப்புக் கொடுத்திருக்கிறார்கள். ராபின் குக் நாவல் போல லட்சம் சூப்பர் கம்ப்யூட்டர்களின் திறனை ஒரு மூளையில் அடைக்கலாம். அதற்கு உடம்பு இல்லாமல் இருந்தால்தான் வசதி. செக்ஸ், அழகு, ஆடை, குடும்பம், அரசியல், சினிமா போன்ற குப்பைகளை அகற்றிவிட்டாலே மூளையில் நிறைய இடம் கிடைக்கும். புதிய புரோகிராம்... புதிய திறமை... புதிய லாஜிக்!

மகள் என்ற பெயரில் ஒரு மூளையைக் காட்டினால், பெற்றவன் மனம் என்ன பாடுபடும்.

மைக்கேல், நிலைகொள்ளாமல் துடித்தார். கேத்ரினும் ஆலீஸூம் அவரைக் கைத்தாங்கலாக வெளியே அழைத்து வந்தனர். க்ரீனிகள் நிறைந்த பகுதியில் அவரைப் புத்துணர்வுக்காக அமரவைத்தனர். அவருக்கு ஆத்திரம் தாளவில்லை. கேப்ரியலைக் கொல்வதா? இந்த சிஸ்டத்தைக் கொல்வதா?

அகிலன், அவரைத் தேற்றும்விதமாக, "கேப்ரியலின் நோக்கம்தான் என்ன?" என்று கேட்டான்.

"இரண்டு உலகங்களையும் அவனுடைய கட்டுப்பாட்டில் வைத்துக்கொள்ள நினைக்கிறான். உலகை விஞ்ஞானபூர்வமாக மாற்றுவதுதான் அவனுடைய நோக்கமாக இருந்தது. இப்போது அதிகாரத்தை ருசிப்பவனாக மாறிவிட்டான். இது ஆபத்தானது!"

இயற்கையோடு இணைந்த விஞ்ஞானம்தான் ஜெயிக்கும். உயிர்ப்பொருளும் வேதிப்பொருளும் கைகோக்க வேண்டும். ரோஸியின் மூளையின் புரோகிராமை மாற்ற முடிந்தால்..?

கேப்ரியல் இல்லாத இந்த நேரத்தில், மத்திய கேந்திரத்தில் நுழைந்து பார்த்தால் என்ன என்பதுதான் அகிலனின் எண்ணம்.

ழீனும் கேத்ரினும், "அது அவ்வளவு எளிதான விஷயம் அல்ல" என்றனர்.

அகிலனுக்கு அதுவே சவாலாக இருந்தது. எல்லாப்

பூட்டுகளுக்கும் ஒரு கள்ளச் சாவி தயாராக இருக்கிறது. எல்லா சாஃப்ட்வேர்களுக்கும் ஒரு பைரேட்டட் வெர்ஷன் இருக்கிறது. சொர்க்கத்துக்குச் சவால்தான் திரிசங்கு சொர்க்கம். அகிலனுக்கு ஆவேசம் பெருகிக்கொண்டிருந்தது. எப்படியாவது ஒரு வழி கண்டுபிடிக்க வேண்டும்.

பரந்து விரிந்திருந்த அந்தத் தோட்டத்தில் காற்றின் சலனம் மட்டும் இருந்தது. எல்லோரும் மௌனமாக இருந்தனர். வினோதினி அங்கிருந்த தக்காளித் தோட்டத்தில் இருந்து ஒரு செடியை வேரோடு பிடுங்கி வந்தாள். செடியில் பூக்கள் காய்க்காமலேயே கருகிப்போவதைக் காட்டினாள்.

"ஏன் இப்படி ஆகுது?"

அகிலன், அதை வாங்கிப் பார்த்துவிட்டு, "வேதியியலின் விபரீதம் இது..." என்றான்.

"புரியவில்லை" என்றாள் ஆலீஸ்.

"சுவர் வெடிப்புகளில் ஆலமரம் வளரும். எத்தனை முறை பிடுங்கிப் போட்டாலும் மறுபடி மறுபடி வளரும். அதற்கு, மண் தேவை இல்லை; எரு தேவை இல்லை. செடியை அழிப்பதற்காகச் சிலர் அமிலத்தை எல்லாம் ஊற்றுவார்கள். அப்போதும் செடி மீண்டும் மீண்டும் துளிர்க்கும். அதே ஆல விதையை நீங்கள் எடுத்து வந்து எரு போட்டு வளர்த்தால் பல சமயங்களில் வளராமல் போய்விடும். இயற்கை உரம் போட்டு விதைப்பதும்கூட ஒரு வகையில் செயற்கைதான்!" - அகிலன் தீவிரமாக எதையோ சொல்ல ஆரம்பித்தான்.

"சுவர் வெடிப்பில் வளர்ந்த ஆல விதையை யார் போட்டார்கள்? ஒரு பறவையின் எச்சத்தில் இருந்து அது வந்திருக்கும். ஆசிட் ஊற்றினாலும் சாகாவரம் அந்த எச்சத்தில்தான் இருக்கிறது."

என்ன சொல்லி முடிக்கப்போகிறான் என்ற ஆர்வத்தில் அவனைப் பார்த்துக்கொண்டிருந்தனர்.

"நமக்கு நம் தாவரங்கள் வேண்டுமானால் நம் உயிரினங்கள் வேண்டும். ஒரு விதையில் இருந்து மீண்டும் மீண்டும் விதைகள் எடுப்பதால், அதன் வீரியம் குறைந்துகொண்டிருக்கிறது. இயற்கை உரங்கள் வேண்டும். விலங்குகள் வேண்டும்!"

புல்தரையில் சாய்ந்திருந்த மைக்கேல் சுதாரித்து எழுந்தார். "ஓ... அதனால்தான் விலங்குகள் ஒரு லோடு ஏற்றி வர வேண்டும் என்றானா?" என்றார்.

"யார்?" என்றான் அகிலன்.

“கேப்ரியல்தான். நோவா செய்கிற எல்லா வேலைகளையும் செய்கிறான். ஆனால், நோக்கம்தான் வேறாக இருக்கிறது!”

மைக்ரோசாஃப்ட் ஆசாமிகள், சினிமா நட்சத்திரங்கள், வனவிலங்குகள்... பாரபட்சம் இல்லாமல் எல்லாவற்றையும் சராசரியாகத்தான் பார்த்தார் கேப்ரியல். எல்லாவற்றையும் திரட்டி வருவதற்குக் கொஞ்சம் காலம் ஆகும். ரோஸியின் மூளை இணைப்புகளைப் பிரிப்பதற்கு இதுதான் சரியான தருணம். அகிலன், மனதுக்குள் தீர்மானித்தான். மைக்கேலின் கையில் கட்டியிருந்த வாட்ச் போன்ற பட்டியை வாங்கித் தன் கையில் கட்டிக்கொண்டான்.

வினோதினி எழுந்தாள். “நானும் வருகிறேன்” என்றாள்.

மைக்ரோசாஃப்ட் தலைமை அலுவலகம். மெலிண்டா கேட்ஸ், ‘என் கணவர் எப்படி இருக்கிறார்?’ என்று நூறு முறையாவது கேட்டிருப்பார். மைக்ரோசாஃப்ட் நிறுவனத்தை அவர்தான் நிர்வகித்து வந்தார். அவருக்கு, கீழை நாட்டுத் தத்துவயியலில் ஈடுபாடு இருந்தது. கழுத்துக்கு மேலே பணம் புரளும் யாருக்கும் ஏற்படும் தொண்டு மனப்பான்மையும் ஆன்மிக ஈடுபாடும் அவருக்கும் ஏற்பட்டிருந்ததில் வியப்பு இல்லை. ஆப்பிள் கம்ப்யூட்டரின் கர்த்தாக்களில் ஒருவரான ஸ்டீவ் ஜாப்ஸ், அப்படித்தான் கொஞ்ச நாள் ஹிப்பியாக மாறி இமயமலை அடிவாரத்தில் சுற்றிக்கொண்டிருந்தார். மிஸஸ் பில்கேட்ஸ் அந்த அளவுக்கு இல்லை. பிலன்த்ரேஃபிஸ்ட் லெவலோடு நிறுத்திக் கொண்டார்.

பில்கேட்ஸ் தந்த பட்டியலோடு மெலிண்டா முன் அமர்ந்திருந்தார் கேப்ரியல்.

அந்த அம்மாவுக்கு, கணவர் இப்போது எப்படி இருக்கிறார் என்பதில் கவனம். ‘பிரமாதமாக இருக்கிறார்; சிறப்பாக இருக்கிறார்’ என்று கேப்ரியல் விதவிதமாகச் சொல்லிப் பார்த்தார்.

“ஒரு போட்டோ எடுத்து வந்திருக்கலாமே!” என்று கேட்டார்.

“புதிய கிரகத்தில் மக்கள் எப்படி இருக்கிறார்கள் என்பதை அங்கிருந்தே நேரடியாக ஒளிபரப்பும் யோசனை இருக்கிறது” என்று ஒரு வரியில் முடித்துவிட்டார்.

மெலிண்டா, பட்டியலை நிதானமாகப் பார்த்தார். பில்கேட்ஸ் கேட்டிருந்த நபர்கள், அவர் கேட்டிருந்த மென்பொருள்கள் எல்லாமும் வேகமாகச் சேகரிக்கப்பட்டன. 100 பெடாபைட் ஹார்டுடிஸ்க்கில் ஏறத்தாழ எல்லா சாஃப்ட்வேர்களும் ஏற்றப்பட்டன.

ஜி 581 ஜி-க்கு செல்லவேண்டிய நபர்கள் வேகமாக அவரவர்

வீட்டுக்குத் தகவல் தெரிவித்துவிட்டு. அலாஸ்காவுக்கு அவசர வேலையாகச் செல்வது மாதிரி கிளம்பி வந்தனர். எத்தனை செட் துணி எடுத்து வைத்துக்கொள்ள வேண்டும் என்பதுதான் பலருக்கும் எழுந்த உடனடி சந்தேகம்.

எல்.டபிள்யூ சேம்பர், மைக்ரோசாஃப்ட் நிறுவனத்தின் மொட்டைமாடிக்கே வரவழைக்கப்பட்டிருந்தது. பில்கேட்ஸ் கேட்ட நபர்கள், கேட்ட பொருள்கள் எல்லாம் நேர்த்தியாக அனுப்பிவைக்கப்பட்டன.

கேப்ரியலுக்கு வந்த வேலை சீக்கிரம் முடிந்துவிட்ட திருப்தி. அடுத்தகட்ட வேலையாக கேப்ரியல் ஹாலிவுட்டுக்குக் கிளம்பினார்.

அவர் கிளம்பிய அதே நொடியில், "மேடம் தவறு நடந்துவிட்டது" என்று மெலிண்டாவை நோக்கி பதறி ஓடிவந்தான் சீஃப் புரோகிராமர் வித்யாதர்.-

31

திருமதி மெலிண்டா பில்கேட்ஸ், தன் டெலஸ்கோப் மூலமாக 581 ஜி-யைப் பார்க்க முயற்சி செய்துகொண்டிருந் தார். நட்சத்திரங்களை அடையாளம் காண்பது, அவருக்கு இன்னமும் எளிதாக இல்லை. அப்போதுதான் வித்யாதர் வந்தான். இந்தியாவில் இருந்து அங்கு பணிக்கு வந்தவன். 30-ன் மத்தியில் இருப்பவன். சிவப்பு, சுறுசுறுப்பு இரண்டும் கலந்த இன்டலெக்சுவல். நிறுவனத்தில் முக்கியமான புரோகிராமர்.

"என்ன வித்யாதர்?"

"ஒரு தவறு நடந்துவிட்டது மேடம்."

மெலிண்டாவின் புருவங்கள் நெருங்கின.

"பில்கேட்ஸ் ஆபத்தில் இருக்கிறார். 'அங்குள்ள மக்களைக் காப்பாற்ற வேண்டும்' என்று தகவல் அனுப்பியிருக்கிறார்."

வித்யாதர் சொல்லப்போகும் விளக்கத்தைக் கேட்கும் அவகாசம்கூட இல்லை. தயக்கமாகப் பதறினார் மெலிண்டா.

ஹாலிவுட்டுக்குப் போன கேபிரியலை அங்கேயே தாமதப்படுத்த வேண்டும். அவருடைய அப்பாயின்ட்மென்ட்களை ஒரு மணி நேரம் தள்ளிவைக்க வேண்டும். தடதடவெனக் காரியத்தில் இறங்கினார். மொத்தம் மூன்றே போன்கள்.

" இப்போது சொல்லுங்கள் வித்யாதர்."

"நமக்கு மிஸ்டர் பில் அனுப்பியிருந்த பட்டியலைக் கவனித்தீர்களா?"

அவன் கையில் இருந்த பட்டியலை வாங்கி, கவனித்தார். வரிசையாகப் பெயர்கள்... மனிதர்களின் பெயரும் மென்-வன் பொருள்களின் பெயரும். உதட்டுச் சுழிப்பில் 'புரியவில்லை' என்றார்.

“எழுத்துப் பிழைகள் இருப்பதைப் பார்த்தீர்களா?”

“பார்த்தேன்.” மீண்டும் பார்த்தார். அவசரத்தில் நடக்கக்கூடிய சாதாரண டைப்போ எரர்கள். உதட்டில் ‘புரியவில்லை’ அப்படியே இருந்தது.

பில்கேட்ஸ் அனுப்பியிருந்த பட்டியலில் இருந்த அந்த ரகசியக் குறிப்பை விளக்க ஆரம்பித்தான்.

விண்டோஸ் என்று டைப் செய்யப்பட்ட இடத்தில் இரண்டு *W*. அடுத்த வரியில் சாஃப்ட்வேர் என்ற இடத்தின் நடுவில் *E*. நான்காவது வரியில் *A* என்ற எழுத்துக்குப் பக்கத்தில் தேவை இல்லாமல் ஓர் இடைவெளி.

வித்யாதர் தவறு நடந்திருக்கும் ஒவ்வோர் எழுத்தையும் கோத்தான்.

‘வீ ஆர் இன் டேன்ஜர். ப்ளீஸ் ஹெல்ப்.’

மெலிண்டாவின் முகம் மேலும் வெளிறியது “ஓ மை காட்!”

எதுவுமே நடக்காத மாதிரி வந்துபோன கேப்ரியலின் முகம் நினைவுக்கு வந்துபோனது. ‘300 கோடி மக்களை, இவனை நம்பி அனுப்பி வைத்திருக்கிறோமே!’ என்ற அச்சம் குபீர் என்று உடல் எங்கும் பரவியது.

ஹாட்லைனில் தகவல் பறந்தது. எவ்வளவு சீக்கிரம் முடியுமோ, அவ்வளவு சீக்கிரம் கேப்ரியலை முடக்க வேண்டும். அமெரிக்க ராணுவத்தின் உதவி வேண்டும். பில்கேட்ஸ் அலுவலகம் பரபரப்பானது. இப்போதுதான் ஹாலிவுட் போய்ச் சேர்ந்திருப்பான். ஹாலிவுட் நட்சத்திரங்களுடன் அப்பாயின்மென்ட். அத்தனை பேரையும் அள்ளிக்கொண்டு போய் பிளாக்மெயில் செய்வானா? எதற்காக செலிபிரிட்டியாகச் சேகரித்துக்கொண்டு போகிறான்? மெலிண்டா, தவித்தாள்.

கேப்ரியல் அங்குதான் இருப்பதாக உறுதிசெய்த போலீஸ், அங்கேயே அவன் இருக்கும் அரங்கத்திலேயே சந்தேகம் வராமல் காபந்து பண்ணிவைக்கும்படி உத்தரவிட்டது.

ஜேம்ஸ் கேமரூன், ஸ்டீஃவன் ஸ்பீல்பெர்க், டாம் க்ரூஸ், வில் ஸ்மித், ஜேஸன் ஸ்டாதம், க்ரிஸ்டன் ஸ்டீவாக்... என மக்களுக்குத் தெரிந்த முகங்கள் அங்கே ஷாம்பெய்ன் ஏந்திக் குழுமி இருந்தனர்.

இன்னோர் உலகத்தை நிர்மாணித்தவர் என்ற பெருமையோடு நடுநாயகமாக கேப்ரியல் அமர்ந்திருந்தார். உண்மையில் இத்தகைய பெருமைகளை அவர் எப்போதோ கடந்துவிட்டிருந்தார். நோபல் பரிசு பெற்றவரை சிந்தாதிரிப்பேட்டை சினி ஆர்ட்ஸ் கௌரவிப்பது

மாதிரி இருந்தது. வேலை நடக்க வேண்டுமே என்பதற்காக உட்கார்ந்திருந்தார். கொஞ்ச நேரம் எல்லோரும் தனித்தனியாகப் புகழ்ந்துவிட்டு, கேள்விகள் கேட்க ஆரம்பித்தனர்.

இதுவரைக்கும் வெளி கிரகத்தை செட் போட்டு எடுத்தவர்களுக்கு, அங்கேயே போய் படம் எடுப்பதில் இனம்புரியாத ஒரு தவிப்பு இருக்கத்தான் செய்தது. படம் எடுப்பதற்குத் தங்களுக்கு என்னென்ன வசதிகள் வேண்டும் என அழகான ஃபைலில் விவரித்திருந்தனர். கேப்ரியலுக்கு அதற்கெல்லாம் நேரம் இல்லை. “ஹாலிவுட்டை அப்படியே அங்கு பேக் செய்துவிடலாம்” என்றார்.

“உலகத்திலேயே அதிகமாக சினிமா எடுப்பவர்கள் இந்தியர்கள்தான். ஆண்டுக்கு சராசரியாக 500 சினிமாக்கள் எடுக்கிறார்கள். அதிலும் குறிப்பாக தமிழர்கள்... ரஜினி, ஷங்கர், ஏ.ஆர்.ரஹ்மான், கே.எஸ்.ரவிகுமார், ரவி கே.சந்திரன்... என்று ஒரு லோடு அடிக்கலாம். மக்களை ஜாலியாக வைத்திருக்க உதவுவார்கள்” அமிர்தராஜ் பிரதர்ஸ் சார்பில் கோரிக்கை வைக்கப்பட்ட நேரத்தில்...

ராணுவம் உள்ளே நுழைந்தது. ராணுவ ஜெனரல் டேவிட் பெர்கின் மிடுக்காகக் கூட்டத்தின் மையத்தை நோக்கி நடந்து, கேப்ரியல் அருகில் நின்றார்.

“எங்களுடன் கொஞ்சம் வர முடியுமா?” என்றார்.

“எனக்கு நேரம் இல்லை” என்றார்.

“நேரத்தைப் பற்றி கவலைப்படாதீர்கள். நாங்கள் தருகிறோம். வரச் சம்மதம்தானே?” என்றார் ஜெனரல்.

கேப்ரியலின் வாசனை நரம்பு, வரம்பு மீறப்படுவதை உணர்ந்தது. “மகிழ்ச்சியாக” என்றார் மகிழ்ச்சி இல்லாமல்.

அவருடைய நான்கு நட்சத்திர தோள்பட்டையின் அந்தஸ்து தெரிந்த பலரும் முகம் வழியாக மரியாதையை வெளிப்படுத்தினர். அத்தனை திரை நட்சத்திரங்களும் ஒபாமாவை மரியாதை நிமித்தமாகச் சந்திக்கச் செல்வதாகத்தான் நினைத்தனர். அதைத் தாண்டி சந்தேகிக்கவில்லை.

கேப்ரியலை மூன்று அடுக்குப் பாதுகாப்பு வாகனத்தில் ஏற்றினர். முன்னும் பின்னும் எட்டு ராணுவ வாகனங்கள்.

அவரைக் குலுங்காமல் பென்டகனுக்கு அழைத்து வந்தனர். “எதற்காக, எங்கே அழைத்துச் செல்கிறீர்கள்?” என்ற இயல்பான கேள்விகளைத்தான் கேப்ரியல் கேட்டார். ராணுவ மௌனம் அவரைக் கடுப்பேற்றியது.

கேப்ரியல், “உங்களுக்கு அரை மணி நேரம் தருகிறேன். அதற்குள்

தமிழ்மகன் | 169

என்னை விட்டுவிட வேண்டும். அதன் பிறகு என் பொறுமையைச் சோதித்தால் என்ன நடக்கும் என்பதை... ஒபாமா வந்தால்தான் சொல்வேன்" என்றார் கோபமாக.

"அவ்வளவு நேரம் தேவைப்படாது" என்றார் ஜெனரல் சிரித்தபடி.

அதற்குள் விசாரணை அறை வந்துவிட்டது.

பழக்கமானவர்களே ஒவ்வொரு முறையும் உள்ளே சென்ற வழியை மறந்துவிடக்கூடும். அத்தனை திருப்பங்களையும் தானியங்கிக் கதவுகளையும் கடக்க வேண்டியிருந்தது. சில நெகோஷியேட்டர்கள் அங்கே காத்திருந்தனர். உளவுத் துறை அதிகாரிகள் இருந்தனர். முக்கியமாக விஞ்ஞானி சார்லஸ் இருந்தார்.

"நீங்கள் சர்வாதிகாரம் செய்வதாகத் தகவல் வந்திருக்கிறது. மக்களை அடிமைகளாக வைத்திருப்பதாகச் சொல்கிறார்கள்" - இது உளவுத் துறை.

சார்லஸை வெடுக்கெனத் திரும்பிப் பார்த்தார். அந்தப் பார்வை 'நீ எல்லாம் ஒரு பிறவியா?' என்றது.

பின் உளவுத் துறையினர் பக்கம் திரும்பி, "ஈராக்கில் சதாம் உசேனிடமும் ஈரானில் கடாஃபியிடமும் பேசிய வசனங்களை என்னிடம் பிரயோகிக்காதீர்கள். நான் வேறு" என்றார் இறுகிய முகத்தோடு.

"பில்கேட்ஸை என்ன செய்தீர்கள்?" - மீண்டும் உளவுத் துறை.

இந்த மாதிரி அற்பக் கேள்விகளுக்கு எல்லாம் பதில் சொல்ல அவர் விரும்பவே இல்லை. நகம் நேர்த்தியாக வெட்டப்பட்டிருக்கிறதா என அவருடைய கைவிரலை ஆராய்ந்தார்.

"ஓ.கே. உங்களிடம் வெட்டிக்கதை பேசிக்கொண்டிருக்க எனக்கு நேரம் இல்லை. இங்கே சிலர் 'நாடுகள்' என்ற பெயரில் ஆண்டுகொண்டு இருப்பதை நான் தடுக்கவில்லை. நாட்டின் அதிபர் என்பது எல்லாம் என்னைப் பொறுத்தவரை வார்டு கவுன்சிலர் அதிகாரம் போலத்தான். உங்கள் ஒபாமா உள்பட. நான் இன்னும் இரண்டு நாட்களுக்குள் 581-ஜிக்குச் செல்லவில்லை என்றால், அந்தக் கிரகமே க்ளோஸ்... வானத்தில் ஒரு நட்சத்திரம் காணாமல்போய்விடும். டைமர் செட் பண்ணிவிட்டுத்தான் வந்திருக்கிறேன். அங்கே உங்கள் பில்கேட்ஸ், ஏஞ்சலினா உள்பட முக்கியமான 300 கோடிப் பேர் இருக்கிறார்கள். முக்கியமான கனிமங்கள் இருக்கின்றன. தங்கம், தோரியம், லித்தியம்... அப்புறம் உங்கள் விருப்பம்" என்றபடி ஜெனரலின் சட்டையில் பொறித்திருந்த பெயரைப் படித்து "மிஸ்டர் பெர்கின்" என்றார்.

முகத்தில் வீராப்பை வைத்தபடி உள்ளுக்குள் உதறலோடு ஒருவரை

ஒருவர் பார்த்துக்கொண்டது பென்டகன் கமிட்டி. இன்னும் 48 மணி நேர அவகாசத்தில் என்னவும் நடக்கலாம்; என்னவும் மாறலாம்.

"உங்களுக்கு என்னதான் வேண்டும்?" தன்னையும் அறியாமல் அவசரப்பட்டார் ஒருவர்.

"எனக்கு என்ன வேண்டும் என்ற பட்டியலை ஏற்கெனவே ஹாலிவுட் ஆசாமிகளிடம் சொல்லிவிட்டேன். அவர்களும் தயாராகத்தான் இருக்கிறார்கள்."

"நாங்கள் முடிவெடுக்கக் கொஞ்சம் நேரம் வேண்டும்" என்றார் நெகோஷியேட்டர்.

"முடிவைத்தான் நான் எடுத்துவிட்டேனே? ஹாலிவுட்டை அங்கே அனுப்பிவைக்கிற வேலையைப் பாருங்கள்" என்றார் கேப்ரியல்.

ஒரு நெகோஷியேட்டர் நிலைமையை உத்தேசித்து, "அதற்கான அவகாசத்தைத்தான் சொல்கிறோம்" என்றார்.

581-ஜி

மைக்கேல் கையில் கட்டியிருந்த கடிகாரம் போன்ற கருவி சாதாரணமானது அல்ல. இந்தக் கிழவனால் என்ன செய்துவிட முடியும் என்ற அலட்சியத்தால் அதை அப்படியே விட்டுவிட்டான். அகிலன் செல்லும் வழி எல்லாம் கேள்வி கேட்காமல் வழிகள் வழிவிட்டன. ஆனால், என்ன செய்வது என்றுதான் தெரியவில்லை. முதலில் மத்திய கேந்திரத்தை முழுசாகச் சுற்றிப் பார்க்கவே ஒரு மாதம் தேவைப்படும்போல இருந்தது. கேப்ரியல் வருவதற்குள் ஏதாவது செய்தாக வேண்டும். இடையில் வந்துவிட்டால், மத்திய கேந்திரத்திலேயே ஒரு சிட்டிகை சாம்பலாக்கி ஊதிவிடுவான் என்று தெரியும்.

சுற்றிய இடத்துக்கே திரும்பத் திரும்ப வந்துகொண்டிருப்பது தெரிந்தது. எல்லா இடங்களும் வெளி ஊதா நிறத்தில் குளிர்ச்சியாக, அமைதியாக இருந்தன. ஒன்றுமே புரியவில்லை. ஒரு ரோபோ எங்கிருந்தோ வேகமாக வந்து எதிரில் நினறது.

சுடுமா? சிறை வைக்குமா?

"உங்களுக்கு ஏதாவது உதவி வேண்டுமா?" என்றது ரோபோ.

"அம்மாவைப் பார்க்க வேண்டும்" என்றான் அகிலன்.

"அவரை அழைத்து வா" என்றது அம்மாவின் குரல்!

32

‘இரண்டு நாட்களில் நான் அங்கு போய்ச் சேரவில்லை என்றால், 581-ஜி அம்பேல்!’ என்று கேப்ரியல் போட்ட அதிர்ச்சி குண்டு, பூமியின் எல்லா நாட்டின் தலைவர்களையும் பேதிக்கு சாப்பிட்டவர்கள் மாதிரி நடுநடுங்கவைத்தது. முக்கியமாக ஃபிரான்ஸ், அமெரிக்கா, ரஷ்யா போன்ற நாடுகளில் நடுநடு இன்னும் அதிகமாக இருந்தது.

கேப்ரியல், உண்மையாகத்தான் சொல்கிறாரா... சும்மானாச்சும் பாவ்லா காட்டுகிறாரா என்பதில் அலட்சியம் காட்ட முடியவில்லை. பூமியின் முக்கியமான பலர் அங்கே இருந்தார்கள். தாராளமாகப் பயப்பட வேண்டியிருந்தது. கேப்ரியலை சிறையிலும் அடைக்க முடியாமல், சிறப்பு விருந்தினராகவும் கௌரவிக்கமுடியாமல் அமெரிக்க அதிபர் ஒபாமாதான் அதிகம் தவித்தார். ஏனென்றால், இருந்திருந்து அங்குதான் கேப்ரியலைச் சுற்றி வளைத்தார்கள். உலக போலீஸாகவே இருந்து பழக்கப்பட்டுவிட்ட அமெரிக்காவுக்கு இது கூடுதல் தலைவலி.

வாஷிங்டன் கிராண்ட் ஹயட் ஹோட்டலில் முதன்மை ஷூட்டில் செம ராயலாகத் தங்க வைக்கப்பட்டிருந்தார் கேப்ரியல். ஆனால், அறையைவிட்டு அவர் வெளியே தப்ப முடியாதவாறு 400 ராணுவ வீரர்கள் அவருக்கே தெரியாமல் காவல் இருந்தனர். அறைக் கதவை நோக்கிக் குறிவைத்தபடி எல்லா நேரமும் துப்பாக்கிகள் தயாராக இருந்தன. இன்னும் 47 மணி நேரம் இருந்தது.

அடுத்த 10 மணி நேரத்தில் உலக நாடுகளின் அத்தனை தலைவர்களும், லண்டனில் அறிவியல் கழக விஞ்ஞானிகளோடு அவசரச் சந்திப்புக்கு தயார் ஆனார்கள்.

விஞ்ஞானி சார்லஸ் சொல்லப்போகிற ஒவ்வொரு யோசனையையும் உலகமே எதிர்பார்த்துக் கொண்டிருந்தது.

விஞ்ஞானிகள் குழு ஒன்று தீவிரமாக இருந்தது. கேப்ரியல் சொன்னது மாதிரி ஏதாவது டைமர் புரோகிராம் செய்யப் பட்டிருக்கிறதா என்பதை ஊர்ஜிதம் செய்யும் தீவிரத் தேடல். வெடிக்கவைக்கும் டிவைஸ் எங்கே இருக்கிறது? அதை இயக்கும் புரோகிராம் எங்கே... என்னவாக இருக்கிறது... விஞ்ஞானிகள் தவித்தனர். தெள்ளத்தெளிவாக எஃபெல் டவரில் குண்டு வைத்திருப்பதாகச் சொன்னாலே, அதைக் கண்டுபிடித்து அழிப்பதற்குள் மூச்சு முட்டிப்போகிறது. இது அண்டவெளி பிரபஞ்சத்தில் டெலஸ்கோப்பில் தெரிகிற ஒரு புள்ளி.

எல்.டபிள்யூ. டிரான்ஸ்மிட்டிங் டிகோட் புராசஸர் என்பது இப்போதுதான் உருவான புதிய துறை. உலகில், இப்படி ஒரு விஞ்ஞானப் பிரிவு தோன்றி ஐந்து மணி நேரம்தான் ஆனது. அதாவது, கேப்ரியலின் அச்சுறுத்தலுக்குப் பின்னால் அவசரத் தேவைக்குப் பிந்தைய அவசரக் கண்டுபிடிப்பு. ஒளி ஆண்டுகளைக் கடந்து மென்பொருள் ஆணைகளைப் பதிவிறக்கம் செய்து பரிசீலிப்பது.

581-ஜியில் தொடர்புகொள்வ தற்கான ஒரே இடம் அங்கு இருந்த மத்திய கேந்திரம் மட்டும்தான். டெஸ்ட்ராய் புரோகிராம் என்பதற்கான ஓர் இழை தெரிந்தாலும் பிடித்துவிடலாம். ஒவ்வோர் அலைவரிசையாக அலசி முடிப்பதற்கு இன்னும் 2,000 நாள்களாவது ஆகும். கேப்ரியல், சொன்ன கெடுவுக்கு 2,000 நிமிடங்கள்தான் இருந்தன. பெடாபைட் புராசஸரில் ஆயிரம் பேர் ஷிஃப்ட் போட்டு வேலை பார்த்தாலும் இன்னும் 47 மணி நேரத்தில் எல்லாம் கண்டுபிடிக்க முடியாது. எந்தத் தைரியத்திலேயோ சார்லஸ் தீவிரமாக இருந்தார். சாவு நிச்சயம். ஆனால், போராடிவிட்டுச் சாக வேண்டும்.

வந்திருந்த தலைவர்களுடன் பேச, அவரால் ஐந்து நிமிடங்கள்தான் ஒதுக்க முடிந்தது.

“இதோ பாருங்கள்... இந்த விநாடியில் இருந்து இன்னும் 37 மணி நேரம் இருக்கிறது. அதில் 35 மணி நேரம் நாங்கள் போராடிப் பார்ப்போம். இங்கிருந்தே அந்த ஆணையை அழிக்க முடியுமா என்று ஓர் அணி போராடுகிறது. இன்னோர் அணி அங்கே நேரடியாகச் சென்று ‘ஏதாவது செய்ய முடியுமா?’ என்று பார்ப்பதற்காக உயிரைப் பணயம் வைத்துப் போயிருக்கிறது. இது இரண்டிலும் நாம் தோற்றுப்போனால், ‘கேப்ரியலுக்கு அடிமை’ என்று பட்டயம் எழுதித் தருவதைத் தவிர வேறு வழி இல்லை. அவ்வளவுதான்... இருக்கிற ஒரு நாளை நிம்மதியாக வாழுங்கள். நாடு பிடிக்கிற ஆசை, பேராசையால் இயற்கையைச் சுரண்டி சீரழிக்கிற ஆசை, கடவுளின் பெயரால் நாசவேலை செய்கிற ஆசை...

எல்லாவற்றையும் மூட்டை கட்டிவிட்டு, ஒரே ஒரு நாள் நிம்மதியாக இருங்கள்" - சார்லஸ், உலகத் தலைவர்களின் பதிலுக்குக்கூடக் காத்திருக்காமல் அரங்கத்தைவிட்டுச் சென்றார்.

அறிவியல் கழகத்தால் 581ஜி-க்கு அனுப்பிவைக்கப்பட்ட அவசர விஞ்ஞானிகள் யாராலும் மத்திய கேந்திரத்தில் நுழைய முடியவில்லை. மொத்தம் 30 பேர் வந்திருந்தனர். பிசிக்ஸ், கெமிஸ்ட்ரி, எலெக்ரானிக்ஸ், எலெக்ட்ரோ மேக்னடிக், சாஃப்ட்வேர் இன்ஜினீயர், அஸ்ட்ரோ பிசிக்ஸ்ட்... என தலைக்கு ஒரு துறையினர் இருந்தனர். அவர்களிடம் இருந்த எந்தக் கருவியும் கேந்திரத்தைத் திறக்கவில்லை. எல்லா சங்கேத மொழிகளும் அங்கே அர்த்தம் இழந்தன. வந்திருந்த அத்தனை வல்லுநர்களும் 'என்ன செய்வது?' என்று கையைப் பிசைந்தனர். இப்போது அவர்களுடைய தேவை கிராக்கர். எளிமையாகச் சொல்வது என்றால், ஒரு டூப்ளிகேட் சாவி. கிராக்கிங் முடிந்த பின்தான் மற்றவர்கள் தங்கள் வேலையைச் செய்ய முடியும். எங்கே அழிவுக்கான புரோகிராம் செய்யப்பட்டிருக்கிறது என்பதைக் கண்டுபிடிக்க வேண்டும். பிறகு, அதை எப்படி நிறுத்துவது என்பதை ஆராய வேண்டும். மூன்றாவது, அதைச் செயல்படாதவாறு அன்ஹிலேட் செய்ய வேண்டும். உடல் உழைப்பும் மூளை உழைப்பும் 100 சதவிகிதம் செயல்பட வேண்டும். முதலில் கிராக். மென்பொருளாளர்கள் சிலர், ஃப்ரீ அக்சஸ் டிவைஸ்களோடு மல்லுக்கட்டிக் கொண்டிருந்தனர். சிலர், கையைப் பின்னால் கட்டி நிற்பதும் முன்னால் கட்டி நிற்பதுமாக இருந்தனர்.

இன்னும் 40 ப்ளஸ் மணி நேரத்தில் அழியப்போகும் கிரகம். மூளையில் கவுன்ட் டவுண் கடிகாரம் அடித்தது. எல்லா பக்கமும் மொழுக்கென்று இருக்கும் ஒரு கட்டடத்தின் உள்ளே போவதை எந்த இடத்தில் ஆரம்பிப்பது? எல்லாப் பரிகாரங்களும் துடைத்துவிட்ட மாதிரி இருந்தது.

பீரங்கியால் தகர்த்துவிட்டு உள்ளே நுழைகிற ஹைதர் காலத்து முரட்டு ஐடியாவைத் தவிர வேறு ஒன்றுமே கைகொடுக்காது என்றுதான் தோன்றியது. அவர்கள் கையில் கட்டியிருந்த பிராக்ஸிகோட் ரூட்டர்கள் எல்லாமே செயல் இழந்துபோயிருந்தன. இப்படி நடக்கும் என்று கேப்ரியல் முன்னரே ஊகித்து இருந்தார். தன்னைத் தவிர வேறு யார் வந்தாலும் உள்ளே நுழையவிடாமல் எல்லா ஆணைகளையும் மாற்றியிருந்தார்.

"ஆணைகளை மாற்ற முடியாதா?" - விஞ்ஞானி ஒருவர் கேட்டார்.

முடியாது என்று தெரிந்தும் கேட்கப்படுகிற சம்பிரதாயமான கேள்வி இது. உள்ளே போய் ரோஸியின் மூளையை நெருங்கினால்தான் எதுவுமே சொல்ல முடியும்.

"உடைத்துக்கொண்டு நுழையலாமா?"

"மொத்த கேந்திரமும் ஒரே இணைப்பில் இருக்கிறது. அது வேறு வகையான பாதிப்புகளை உண்டாக்கும்."

யோசனை சொல்கிறேன் என்ற பேர்வழியில் சிலர் யோசிக்காமல் பேசினர். சிலரால் அதுகூட முடியவில்லை. வந்திருந்த விஞ்ஞானிகளுக்குக் கட்டடத்தைச் சுற்றிச் சுற்றி வருவதால் ஒரு பயனும் இல்லை என்பது வந்த சில நிமிடங்களிலேயே தெரிந்துபோனது. உயிரைப் பிடித்துக்கொண்டு ஊர் போய்ச் சேருவதுதான் உத்தமம் என்று நினைத்தனர்.

அப்போதுதான் அங்கு வந்து சேர்ந்திருந்த பில்கேட்ஸ் அலுவலகப் பணியாளர்கள், இன்னும் ஒரு நாளில் கிரகத்தோடு சேர்ந்து அழியப் போகிறோம் என்ற தகவல் தெரியாமல் இன்டர்நெட் வைஃபி செய்துகொண்டிருந்தனர். சாட்டிலைட் தொடர்புகள் பக்காவாக இருந்ததால் வந்திருந்த டீம் நொடியில் ஜாலங்கள் செய்தனர். சில மணி நேரங்களில் 581 ஜி-யின் சகல கம்ப்யூட்டர்களும் பரமாத்மாவோடு கலந்த ஜீவாத்மாவாக மாறின.

581 ஜி-யில் முதல் இ-மெயில் கணக்கை உருவாக்கிய ஏஞ்சலீனா ஜோலி, "நான் யாருக்கு என் முதல் மெயிலைப் போடுவது?" என்று சிரித்தார்.

"உங்கள் கிட்டிக்கு அனுப்புங்கள்!" பில்கேட்ஸ் இருவரையும் பார்த்துப் புன்னகைத்தார்.

"கிட்டிக்கா?" என்றபடி பக்கத்திலேயே இருக்கும் பிராட் பிட்டைப் பார்த்தாள்.

"பூமியில் இன்று 100 கோடி இ-மெயிலர்கள் இருக்கிறார்கள். ஆனால், முதல் முதல் இரண்டு பேரில் இருந்துதான் ஆரம்பித்தது... எல்லா பெரிய மாற்றங்களும் ஓர் எளிமையான புள்ளியில்தான் தொடங்குகின்றன. நீராவியால் ஒரு சக்கரத்தைச் சுழற்ற முடியும் என்ற கண்டுபிடிப்பு, முதல் உலகப் போரில் அத்தனை லட்சம் பேர் இறப்பதற்குக் காரணமாகும் என்று யாராவது நினைத்திருப்பார்களா?" - பில்கேட்ஸுக்கு அறிவியலையும் வரலாற்றையும் இணைத்துப் பார்த்த பூரிப்பு.

கிரகத்தில் இருந்த பல கோடிப் பேரும் நாம் என்ன மாதிரியான ஆபத்தில் இருக்கிறோம் என்பதே தெரியாமல் கிரகப் பலனுக்காகப் பணியாற்றிக்கொண்டிருந்தனர்.

"ஏதாவது உதவி வேண்டுமா?" என்றபடி நின்றிருந்த ரோபோவை, என்ன மாதிரி உதவி கேட்கலாம் என்று திரும்பிப் பார்த்தான் அகிலன்.

“பூமியோடு தொடர்புகொள்ள வேண்டும்” - வினோதினிதான் மிடுக்காக அடித்துவிட்டாள். ரோபோ இருவரையும் கடந்து முன்னே நடந்தது. தலையை மட்டும் 180 டிகிரிக்குப் பின்பக்கமாகத் திருப்பி, “என் பின்னால் வாருங்கள்” என்றபோது பின்னால் என்பதில் சிறு குழப்பம் ஏற்பட்டதை இருவரும் காட்டிக்கொள்ளாமல் பின் தொடர்ந்தனர்.

அது மேலே செல்கிறதா... கீழே இறங்கிச் செல்கிறதா... என்பதை மூளையின் மேல் கீழ் அடையாளங்களை வைத்து கண்டுபிடிக்க முடியவில்லை. மேலா, கீழா, இடமா, வலமா என்பதைச் சார்புபடுத்திப் பார்க்க முடியாத வழிகள். சில இடங்களில் நடக்க வேண்டியதுகூட இல்லை. வழியே கடந்து சென்றது.

அவர்கள் நின்ற இடம், மைக்கேல் ஏன் அவ்வளவு அதிர்ச்சியாக இருந்தார் என்பது புரிந்தது. ரோஸியின் மிதக்கும் மூளை. குடுவையின் திரவத்தைக் காட்டி ‘செரிபிரல் ஃப்ளூயட்’ என்றாள் வினோதினி.

“உங்களுக்கு என்ன வேண்டும்?” என்றது ஒரு ஆம்ப்ளிஃபைடு குரல். அது ரோஸி!

33

இன்னும் 10 மணி நேரமே பாக்கி இருந்தது. நிலைமையின் தன்மையை ஒவ்வோர் அங்குலமாக சார்லஸுக்கு விவரித்துக்கொண்டிருந்தார் அலெக்ஸ். முடிந்த அளவுக்கு மீடியாவுக்குத் தெரியாமல் கட்டுப்படுத்திவைத்திருந்ததால், கீழ் மட்டங்களில் இன்னமும் ஸ்கூப் தகவல் பரவாமல் இருந்தது.

"க்ராக் செய்வது சாத்தியம் இல்லை. கேப்ரியலிடம் பேசி வழிக்குக் கொண்டுவருவதுதான் சரியாக இருக்கும்" என்ற அலெக்ஸுக்கும் நம்பிக்கை குறைந்துகொண்டு வந்தது.

கேப்ரியலுக்கு, தன்னை சிறை வைத்திருக்கிறார்கள் என்பதுகூடத் தெரியாது. உலகத் தலைவர்கள் எல்லாம் ஒன்றுகூடிப் பேசிவிட்டு வருவார்கள் என்ற எண்ணத்தில்தான் இருந்தார். கேப்ரியல் சுதாரித்துக் கொண்டால், ஆத்திரத்தில் ஏதாவது ஏடாகூடமாகச் செய்துவிடலாம். அதிக நேரத்தை இழுத்துவிடாமல் கச்சிதமாக முடிக்கவேண்டியிருந்தது.

அலெக்ஸ் அடிக்கடி அதை நினைவுப்படுத்திக் கொண்டிருந்தார். அவருடைய முழு முதல் முடிவு, கேப்ரியலிடம் சரணாகதி அடைவதுதான். இங்கிருந்து 581 ஜி-க்குத் தொடர்புகொள்வது கடினம். அங்கிருந்து வேண்டுமானால் பூமியோடு தொடர்புகொள்ளலாம். கேப்ரியல் அப்படித்தான் ஏற்பாடு செய்திருப்பதாக அலெக்ஸ் சொன்னார்.

சார்லஸ் பதில் சொல்லவில்லை. க்ராக்கிங் சாஃப்ட்வேர் தொடர்ந்து ஓடட்டும் என்பதுதான் அதற்கு அர்த்தம். இங்கிருந்து போன விஞ்ஞானிகள் யாராலும் அங்கு மத்திய கேந்திரத்துக்குள் செல்ல முடியவில்லை என்பது உறுதியாகிவிட்டது. மனதளவில் தோல்வியை ஏற்றுக்கொண்டுதான் அவர்கள் முயற்சி செய்கிறார்கள் என்பதும் தெரிந்தது.

581 ஜி-யில் இருக்கும் பில்கேட்ஸின் பொறியாளர்,

பட்டாளத்தை முடுக்கிவிடச் சொன்னார். அலெக்ஸின் உதவியாளர் பிலிப் மட்டும், 'மனிதன் எப்போது முயற்சியைக் கைவிட்டுவிடுகிறானோ, அன்றே இறந்தவன் ஆகிறான்' என்று பழகிப்போன பழமொழிகள் சில சொல்லிக்கொண்டிருந்தார். தொடர்ந்து அசட்டுத்தனமான தத்துவங்களைச் சொல்பவர் போல இருந்ததால், சிலர் அவரைக் கவனிக்காமல் வேலையைப் பார்த்தனர்.

சார்லஸ், "இவர் எப்போதும் இப்படித்தானா?" என்று விசாரித்தார்.

"இப்போது ஏற்பட்ட கிலியின் காரணமாக இப்படித் தத்துவ மழையில் இறங்கிவிட்டார். மற்றபடி திறமைசாலி!" என்றார் அலெக்ஸ்.

'பயப்படுகிறவர்களை இங்கிருந்து அப்புறப்படுத்திவிடுவதுதான் நல்லது' என்று சார்லஸுக்குத் தோன்றியது. தேவை இல்லாமல் பயத்தை வேகமாகப் பரப்பிவிடுவார்கள். அவரைத் தனியே அழைத்து ஓய்வு எடுத்துக்கொள்ளச் சொன்னார் சார்லஸ்.

"ஓய்வா... எனக்கா? ஓய்வு என்பது, இப்போது செய்துகொண் டிருக்கும் வேலையை நிறுத்திவிட்டு வேறு வேலையைச் செய்வது" என்று அதற்கும் விளக்கம் கொடுத்தார்.

அவருடைய சட்டையில் குத்தியிருந்த பெயரைப் படித்துவிட்டு, "மிஸ்டர் பிலிப்... உங்கள் கூற்றுப்படி நீங்கள் வேறு வேலையைச் செய்யலாம்" என்றார்.

பிலிப் அனுமதி பெறும் நோக்கத்தோடு அலெக்ஸைப் பார்த்தார். "நீங்கள் விரும்புகிற வேறு வேலையைச் செய்யலாம். நானேபாட் துறையில் முயற்சி செய்கிறீர்களா?" என்றார் அலெக்ஸ்.

"தாராளமாக" என்றபடி பெருந்தன்மையுடன் தோளைக் குலுக்கிக்கொண்டு நகர்ந்தார். அதில் மரண பயம் தெரிந்தது.

ஒரு நொடியில் ஒரு மணி நேரம் நகர்வது போல் அறிவியல் குழு பதறியது. இன்னும் மூன்று மணி நேர அவகாசம்தான் இருந்தது. எல்லா அலைவரிசைகளிலும் காஸ்மிக் கதிர்களின் அட்டகாசத்தால் இடையூறுகள் இருந்தன. 20 ஒளி ஆண்டுகள் இடைவெளியில் இது தவிர்க்க முடியாததுதான். ஆனாலும், ரொம்பத்தான் ஆட்டம் காட்டியது.

கொஞ்ச நேரத்தில் பிலிப், தன் மணிக்கட்டில் வெட்டிக்கொண்டு தற்கொலைக்கு முயன்றதாகப் பரபரப்பு பரவியது. டாக்டரைத் தேடினர். மனிதர், உயிருக்குப் பயந்துவிட்டார். "பூமிக்கு ஆபத்து என்றதுமே பயந்துபோய்விட்டார். வாழ்வதற்கு 581 ஜி கிடைத்த

ஆறுதலில்தான் உயிரைக் கையில் பிடித்துக்கொண்டிருந்தார். இப்போது அதற்கும் ஆபத்து வந்துவிடவே நம்பிக்கை இழந்து விட்டார்" என்று காரணம் சொன்னார் அலெக்ஸ்.

இந்த இக்கட்டான சூழலில் இப்படி எல்லாமா சிக்கலை வளர்ப்பது? எரிச்சலாகத்தான் இருந்தது சார்லஸுக்கு.

இன்னும் இரண்டு மணி நேரம் இருந்தது. பிலிப்பின் தற்கொலை முயற்சி தெரிந்தால், மற்றவர்களும் சீக்கிரம் சோர்ந்துவிடுவார்கள். "யாருக்கும் தெரிய வேண்டாம்" என்றார் சார்லஸ்.

பிலிப்பைக் கவனிக்க இரண்டு மருத்துவர்களை மட்டும் அனுப்பிவிட்டு, எல்.டபிள்யூ. டிரான்ஸ்மிட்டிங் டிகோட் புராசஸர் பிரிவுக்கு வந்தார்.

இளம் விஞ்ஞானிகள் சிலர்தான், ஆரம்ப உற்சாகத்தோடும் கணினிகளோடும் மல்லுக் கட்டிக்கொண்டிருந்தனர். உச்சா போகவும் அசையாமல் இருந்ததில் சார்லஸுக்கு ஒருவித உந்துதல் ஏற்பட்டு, பாத்ரூம் நோக்கிப் போனார்.

பாரத்தை இறக்கிவைக்கும் தருணத்தில் முதுகில் சீண்டியது ஒரு விரல். அந்தத் சீண்டலிலேயே ஒரு ரகசியம் இருந்தது. மெள்ள திரும்பிப் பார்த்தார். சட்டென நினைவுக்கு வந்தது. பிலிப்புக்கு வைத்தியம் பார்க்க வந்த டாக்டர்.

"பிலிப்பிடம், 'ஏன் தற்கொலை முயற்சியில் இறங்கினாய்?' என்று கேட்டேன்."

டாக்டர், ரெஸ்ட் ரூமில் இருந்த எல்லா பக்கங்களையும் பயத்தோடு பார்த்தார். அதில் என்ன ரகசியம் இருக்க முடியும்?

"கொலை முயற்சி என்கிறார்" என்றவர் தொடர்ந்து, "ஏதோ சதி நடக்கிறது... இங்கேயே கேப்ரியலுக்கு ஆதரவாகச் சிலர் இருக்கிறார்கள். 'நான் தற்கொலை முயற்சியில் இறங்கவில்லை' என்றார் பிலிப்."

"என்னப்பா... என்ன சொல்கிறாய்?"

"நடந்தது தற்கொலை முயற்சி அல்ல; கொலை முயற்சி. காரணம் அலெக்ஸ்." அதற்குள் இன்னும் சிலர் நீர் வெளியேற்றும் நோக்கத்தோடு உள்ளே வர, டாக்டர் பேச்சை அறுத்துக்கொண்டு வெளியேறினார்.

உலகில் கடைசி இரண்டே பேர் இருந்தாலும் இரண்டு விதமாகத்தான் இருப்பார்களோ? சார்லஸ் மேற்கொண்டு தத்துவ விசாரத்தில் இறங்காமல், எல்.டபிள்யூ. அலைவரிசை ஆராய்ச்சி மையத்துக்கு ஓடினார்.

581 ஜி.

பில்கேட்ஸ் உள்ளிட்ட வெகு சிலருக்கு மட்டும் கேப்ரியலின் மிரட்டல் தெரிவிக்கப்பட்டது. 581 ஜி. கோளில் தங்கம், தோரியம் கொட்டிக்கிடக்கின்றன. மனிதர் கோளையே எடைக்குப் போட்டுவிடத் தீர்மானித்துவிட்டார். அவற்றை விற்றால் கொள்ளை லாபம் கிடைக்கும் என்ற பேராசை. ஒன்றும் இல்லாதபோது எல்லாருக்கும் எல்லாமும் பொது என்ற சித்தாந்தம் பேசுகிற மனசு, எல்லாம் இருக்கும்போது இன்னும் இருக்க வேண்டும் என்று ஆசைப்படுவதை நினைத்துப் பார்த்தார்.

கேப்ரியலை வழிக்குக் கொண்டுவருவது... இல்லை என்றால், 581ஜி-க்கு ஆபத்து இருக்கிறதா என்பதைக் கண்டுபிடித்து அழிப்பது. இந்த இரண் டில் ஒன்றைச் செய்ய வேண்டும். இந்த விவகாரம் அவரிடம் சொல்லப்பட்டபோது 1லு மணி அவகாசம்தான் இருந்தது. அவருடைய பெரும் சாஃப்ட்வேர் படை க்ராக்கிங் வேலையில் இறங்க...

யாரும் சந்தேகிக்காத வகையில் அலெக்ஸை மட்டும் தந்திரமாகத் தனியாக அழைத்துபோய் விசாரித்ததில் ஒரு விஷயம் உறுதியானது. பிலிப், மத்திய கேந்திரத்தோடு தொடர்புகொள்வதற்கான 99 சதவிகிதப் பணிகளை முடித்துவிட்டார். அது தெரிந்துதான் அவரைக் கொலை செய்ய முயன்றிருக்கிறார்கள். பிலிப்பை ஒரு வழியாகத் தேற்றி, உள்ளே கொண்டுவந்து உட்கார வைத்ததில்... மத்திய கேந்திரத்தின் சர்வர் ரூம் அடையாளம் காணப்பட்டது. அதாவது, ரோஸியின் மிதக்கும் மூளை. என்ன நடந்திருக்கும் என்பதை சார்லஸால் வேகமாகக் கிரகிக்க முடிந்தது. நானோபாட் டெக்னாலஜியைவிட சிம்பிள். எல்லா லாஜிக்கும் தெரிந்த சுறுசுறுப்பான பெண்ணின் மூளை.

“என்ன பிலிப்?”

“நம்மால் மத்திய கேந்திரத்தைத் தொடர்புகொள்ள முடியவில்லை. அங்கிருந்துதான் யாராவது தொடர்புகொள்ள வேண்டும் என்று எதிர்பார்த்தோம். அதுபோலவே அங்கிருந்த யாரோ தொடர்புகொள்ள முயற்சிப்பது தெரிந்தது. ஓர் ஆணும் பெண்ணும் இருந்தார்கள். கடும் போராட்டத்துக்குப் பிறகு நம்மைத் தொடர்புகொண்டார்கள். இதை அலெக்ஸ் கொஞ்சமும் எதிர்பார்க்கவில்லை. எனவே, அலைவரிசையை மாற்றி அவர்களின் இணைப்பைத் துண்டித்துவிட்டார். என் மணிக்கட்டையும் துண்டித்து, தற்கொலை நாடகம் ஆடிவிட்டார்...”

“அவர்களோடு தொடர்புகொள்ளுங்கள். சீக்கிரம்... பயப்பட வேண்டாம். இங்கிருந்த கறுப்பு ஆடுகளை அகற்றிவிட்டோம்” - சார்லஸ் துரிதப்படுத்தினார்.

"நான் அகிலன்.. 581ஜி-யில் ஆபத்தில் இருக்கிறோம்" - அகிலன் குரல் கேட்டது.

"இன்னும் ஒரு மணி நேரத்தில் 581 அழியும் விதமாக டைமர் செய்திருக்கிறான் கேப்ரியல். அந்தக் கோளைக் காப்பாற்றுவது இப்போது உங்கள் கையில்தான் இருக்கிறது."

"அழிவு சாஃப்ட்வேர் எங்கே இருக்கிறது என்பதைக் கண்டுபிடிக்க முடிந்ததா?"

பிலிப் தலைமையிலான குழு சற்றே தயங்கியது. பிலிப் யோசனையோடு சார்லஸைப் பார்த்தார்.

சார்லஸ் உறுதியாகச் சொன்னார்.

"டெஸ்ட்ராய் புரோகிராம் ரோஸியின் மூளையில்தான் இருக்கிறது. அதைத் தேடிக் கண்டுபிடித்து ஃபார்மட் செய்வது சாத்தியம் இல்லை. தயங்காதீர்கள்... ரோஸியின் மூளைக்குச் செல்லும் எல்லா இணைப்புகளையும் துண்டியுங்கள். ரோஸியைக் கொல்ல வேண்டும்!"

அதிர்ச்சியோடு வினோதினியைப் பார்த்தான் அகிலன். அவனுக்கு, மகளின் மீது உயிரையே வைத்திருக்கும் டாக்டர் மைக்கேலின் முகம் நினைவில் வெட்டியது.

"ரோஸியைக் கொல்வதற்கு விட மாட்டேன்" - அகிலனின் கையைப் பிடித்துத் தடுத்தாள் வினோதினி.

"சொன்னால் கேள். ரோஸியை அழிக்கவில்லை என்றால், நீங்கள் எல்லோருமே அழிந்துவிடுவீர்கள்."

அவள் அமைதியாக இருந்தாள். இன்னும் அரை மணி நேரம்தான் மிச்சம் இருந்தது!

பிரமாண்ட ரோஸ் வுட் டேபிள், சார்லஸை மார்புக்குக் கீழே மறைத்திருந்தது. இரண்டு நாள்கள் ஓயாமல் உழைத்ததில் சோர்ந்து போயிருந்தார்.

"டோபா வெடிப்பை உத்தேசித்துதான் டென்வரில் அப்படி ஒரு பாதாள நகரத்தை உருவாக்கினீர்களா?" - தன் முன் அமர்ந்திருந்த அமெரிக்க ராணுவத் தளபதியிடம் சார்லஸ் கேட்டார்.

53 சதுர மைல்... பரப்பில் 90-களில் பூமிக்குள் உருவாக்கப்பட்ட ஒரு முன்னெச்சரிக்கை நகரம். அதற்கு ஆன செலவில் இன்னொரு பனாமா கால்வாய் வெட்டியிருக்கலாம் என்று அந்த நேரத்தில் யூக அலசல்கள் வெளியாகியிருந்தன.

"அது சீக்ரெட்" என்றார் தளபதி.

அமெரிக்காவின் சீக்ரெட்களுக்கு ஓர் அளவே இல்லை. ஒபாமாவுக்குத் தெரிந்த ரகசியம் இவருக்குத் தெரியாது; இவருக்குத் தெரிந்த ரகசியம், காண்டலீஸா ரைஸுக்குத் தெரியாது. அங்கே தலைமைப் பதவியை வகிப்பது எவ்வளவு ரகசியங்களைச் சுமக்கிறார்கள் என்ற அளவைப் பொறுத்தது.

"இப்போதைக்கு டோபா ஆபத்து இல்லை. அதைச் சொல்வதற்காகத்தான் கேட்டேன். டெக்டானிக் பிளேட்டில் ஒரு நானோ அட்ஜஸ்ட்மென்ட் நடந்திருக்கிறது. பசிபிக் பகுதி ரிங் ஆஃப் பயரில் வேறு இடத்தில் சிறிய பாதிப்பை ஏற்படுத்தி அடங்கிவிட்டது. ஜப்பான் கடல் பரப்பில் வழக்கமான சுனாமிகளில் ஒன்றாக அது வெளிப்பட்டது. இப்போதைக்கு இன்னும் 3.75 லட்சம் வருடங்களுக்கு டோபா வெடிப்பு இல்லை!" - சார்லஸ் விளக்கினார்.

"இதற்கு முன்பும் அப்படித்தான் சொல்லியிருந்தீர்கள். ஆனால், திடீர் என்று 10 வருடங்களில் வெடித்துவிடும் என்று பயமுறுத்தினீர்கள்."

தளபதியின் வாக்கியத்தில் மெல்லியக் குத்தல் இருந்தது. சார்லஸ், அவரை ஆழ்ந்து பார்த்துவிட்டு, "இயற்கையின் கால்குலேஷன்கள் சிக்கலானவை. மழை, புயலைக்கூட நம்மால் சரியாகக் கணிக்க முடிவது இல்லை. பூமியின் ஆயிரம் கிலோமீட்டர் ஆழங்களில் கொதிக்கும் மேக்மாவைக் கணிப்பது இன்னும் சிரமம். இப்போதைக்கு வெடிக்காது என்பது விஞ்ஞானிகளின் கால்குலேஷன். ஐஸ்லாந்து மலைகளில் பனிக்கட்டிகளுக்கு நடுவே வெந்நீர் ஊற்றுகள் வருகின்றன. உலகம் எங்கும் மக்கள் வந்து சந்தோஷமாக அதில் குளிக்கிறார்கள். பூமிக்குள் கொதிக்கும் மேக்மாவின் விபரீதம்தான் அந்த வெந்நீர் என்று யாராவது அஞ்சுகிறார்களா? எல்லா அச்சத்திலும் ஒரு கேளிக்கை இருக்கிறது; எல்லா ஆபத்திலும் ஒரு சவால் இருக்கிறது. எல்லாமே 'யின் யாங் கான்செப்ட்' போலத்தான். எல்லாத் தீமையிலும் ஒரு நன்மை இருக்கிறது. ஓ.கே. நீங்கள் கிளம்பலாம்!"

"581 ஜி?" என்று தயங்கினார் தளபதி.

"அங்கே டிஸாஸ்டர் புரோகிராம் அழிக்கப்பட்டது. அந்த இரண்டு தமிழர்களுக்குத்தான் நன்றி சொல்ல வேண்டும்."

"நன்றியா... அந்தப் பாசக்காரர்களால் கடைசி நேரத்தில் எவ்வளவு சிக்கல்?"

"ஆரம்பத்தில் நாங்களும் அப்படித்தான் பதறிப்போனோம். ரோஸியின் மூளை இணைப்புகளைக் கோழி அறுப்பதுபோல அறுத்திருந்தால் வெடி விபத்தை மட்டும்தான் தவிர்த்திருக்க

முடியும். 581 ஜி, மூச்சுத்திணறிப் போயிருக்கும்."

"அப்படியா?"

"உதாரணத்துக்கு மத்திய கேந்திரம் அந்த விநாடியே ஸ்தம்பித்திருக்கும். மற்ற கேபின்களின் தொடர்பு அறுந்திருக்கும். வினோதினி, பொறுமையாக ஆணைகளை கோட் கன்வெர்ட் செய்து பார்த்தாள். அது, ஹெக்ஸா டெசிமல் நியூமரிக்கல் கோட். அந்த நேரத்தில் அதை கன்வெர்ட் செய்து பார்த்ததுதான் அவளுடைய புத்திசாலித்தனம். மிராக்கிள். கடைசி விநாடி அவகாசத்தில் அந்த டிஸாஸ்டர் ஆணைகளை அழித்தாள். பார்த்துக்கொண்டிருந்த எங்கள் எல்லோர் உயிர்களும் கண்களுக்கு வந்துவிட்டன."

ராணுவத் தளபதிக்கு அப்போதுதான் புல்லரித்தது.

34

சார்லஸ் தொடர்ந்தார்... "உலக வரலாற்றில் அவளுக்கு ஓர் இடம் உண்டு. அப்புறம் அந்தப் பையன்..."

"அகிலன்?"

"ம்ம்ம்.. அவளுடைய முயற்சிகளுக்கு எல்லை வரை ஆதரவாக இருந்தான். அப்படி ஒரு காதல். காதல்தான் காப்பாற்றியிருக்கிறது."

"லிபர்ட்டி சிலைக்குப் பககத்தில் அவர்களுக்கும் சிலை ஏற்பாடு செய்துவிடலாம்" - தளபதி நிஜமாகவே சொன்னார்.

சார்லஸ் அங்கீகரித்துச் சிரித்தார்.

48 மணி நேர அவகாசத்தில் 47.30-வது நிமிடம் வரை பொறுமையாகத்தான் இருந்தார் கேப்ரியல். எப்படியும் நம் காலடியில் வந்து விழுவார்கள். அதுவரை எல்லா தலைவர்களும் எப்படி வேண்டு மானாலும் குழம்பிச் சாகட்டும் என்றுதான் 'டெக்ஸ்டர் லெபாரட்ரி', 'பாப்பாயின்ஸ்' என்று அனிமேஷன் படங்கள் பார்த்துக்கொண்டிருந்தார். இன்னும் அரை மணி நேரம் இருக்கும்போதுதான் தன் டைமர் கண்டிஷன் எப்படி இருக்கிறது என்ற யோசனையே வந்தது. ஒரு கெடு விதித்தால் இவ்வளவு அலட்சியமாகவா இருப்பார்கள்? கடைசி நிமிடம் வரை பூமியின் தலைவர்கள் தன் காலில் வந்து விழாத ஆத்திரம் அவருக்கு. 581 ஜி-யை அழிக்கலாமா அல்லது டைமரை இன்னும் ஒரு மணி நேரத்துக்கு மாற்றி வைக்கலாமா?

அவர் தன் மேல் கோட்டில் இடதுபுறத்தை விலக்கி, ஒரு பட்டனைத் தொட்டார். அவர் முன் விரிந்தது ஆப்டிக்கல் திரை. சில எண்கள், சில எழுத்துகளை அழுத்திவிட்டுக் காத்திருந்தார்.

'மன்னிக்கவும்... உங்களுக்கு இந்த அனுமதி

இல்லை' என்று பதில் வந்தது. ஒரு நிமிடம் ஆடிப்போனார். தவறான இலக்கத்தை அழுத்திவிட்டோமா என்று நினைத்தார். அடுத்த முயற்சியில் எல்லாம் விளங்கிவிட்டது. யாரோ எல்லா புரோகிராம்களையும் மாற்றியிருந்தனர். அறையின் உள்ளே ஒரே நேரத்தில் பல பேர் வேகமாக நுழைவதை அனுமானிக்க முடிந்தது. மெத்தென்ற காலடிச் சத்தம் கேட்டது. கேப்ரியல் சுதாரித்தார்.

கிராண்ட் ஹயட் ஹோட்டலில் இருந்த கேப்ரியலை இனி கைதுசெய்து உள்ளே தள்ளலாம் என முற்ற முடிவுக்கு அமெரிக்கா வந்தபோது, அவர் கொடுத்திருந்த கெடுவுக்கு சில நிமிடங்கள்தான் பாக்கி இருந்தன. ஆபரேஷன் நாகசாகி போன்ற தீவிரத்துடன் ராணுவ வீரர்கள் ஹோட்டலை முற்றுகை இட்டனர். பிரிகேடியர் தலைமையில் ஒரு பட்டாலியன். கேமரா பொருத்தப் பட்ட வீரர்கள் துப்பாக்கிகளுடன் எட்டுத் திக்கும் இறங்கினர். சதாம் உசேன், பின்லேடன் போன்றவர்களை முற்றுகையிட்ட அனுபவம் அதில் இருந்தது. ஒரு பிரிவினர் ஹோட்டல் கதவுகளைச் சரக்கெனத் திறந்து கதவுக்கு இரண்டு புறமாக நகர்ந்து ரவுண்டு கட்டினர்.

ஒரு பெரிய ஹால்... அதற்கடுத்து இன்னொரு பெரிய ஹால். இரண்டு இடங்களிலும் அவர் இல்லை. கார்ட்டூன் நெட்ஒர்க்கில் 'டாம் அண்ட் ஜெர்ரி' கார்ட்டூன் ஓடிக்கொண்டிருந்தது. காவலர்கள், அத்துமீறும் வெறியோடு படுக்கை அறைக் கதவைத் திறந்து முன்னேறினர். மூச். படுக்கையில் போர்வை மட்டும் யாரோ எழுந்துபோனதை உணர்த்தியது.

பாத்ரூம்? சிறிய நீச்சல்குளம் இணைக்கப்பட்ட அதை, 'குளியல் அறை' என்ற வார்த்தையால் சுருக்குவது அவமானம். அது நிசப்தமாகவும் திறந்தும் இருந்தது. அங்கேயும் இல்லை. ஏமாற்றமும் சந்தேகமும் பிணைந்து, கட்டிலுக்கு அடியில் கதவு மறைவில் எல்லாம் தேடிப் பார்த்தனர். கேப்ரியல் எங்குமே இல்லை. மூடிய கதவு, மூடிய ஜன்னல் எல்லாவற்றையும் மீறி அவர் காணாமல்போயிருந்தார்.

பொதுவாக நல்லவர்கள் தாங்கள் வாழ்வதற்கு அதிகபட்சமாக ஒரே ஒரு வழியைத்தான் வைத்திருக்கிறார்கள். கெட்டவர்களுக்கு ஆயிரம் வழிகள். கேப்ரியலுக்கு இப்படி எதுவும் நடக்கும் என்றும் தெரிந்திருந்தது. தன் எல்.டபுள்யூ பட்டனை அழுத்தி, கெப்ளர் 78-ல் இறங்கினார். வாழ உகந்த இடம் என்று நாசா கண்டுபிடித்த இன்னொரு கிரகம்.

'கேடுகெட்ட இந்த மனிதர்களை தமக்கு அடிமை ஆக்குவது அல்லது, அழித்துவிடுவது' என்ற ஆப்ஷன்கள் அவரிடம் இருந்தன. கெப்ளர் 78-ல் இன்னொரு பூமியைப் படைக்க முடியும் என்று

நம்பிக்கை பிறந்தது. 96 சதவிகித பூமியின் அம்சங்கள் அதில் இருந்தன. 'சூப்பர்!' என மனதுக்குள் சொல்லிக்கொண்டார். 'நமக்கு என்று ஒரு கோடிப் பேர் இருந்தால் போதும்' என்று கணக்குப் போட்டார். 581-ஜியை உருவாக்கிய அனுபவத்தில் அவருக்கு அதைவிட சீக்கிரமே இந்தக் கிரகத்தைப் பண்படுத்திவிட முடியும் என்று தோன்றியது. எல்லாம் அவர் எதிர்பார்த்தபடிதான் இருந்தன. அவர் எதிர் பார்க்காதது அங்கு இருந்த நைட்ரஜன் அளவு. அவரைப் போலவே அங்கே டெர்பிகளும் வந்து கணக்குப் போட்டுக்கொண்டிருந்தன. தன்னந்தனியாக வெட்டவெளியில் ஒரு மனிதன் நிற்பதை அவை கவனித்தன. கேப்ரியலை நோக்கி வேகமாக பறந்து வந்து சூழ்ந்து நின்றன. அவர் அவசரமாக எல். டபுள்யூ பட்டனைத் தேட, அதற்குள் டெர்பி ஒன்று அவர் மீது விசுக்கென்று தன் உடல் கருவி துப்பாக்கியால் சுட்டது.

கேப்ரியல் இருந்த இடத்தில் கொஞ்சூண்டு சாம்பல் மட்டும் இருந்தது!

அகிலனும் வினோதினியும் செய்த அற்புதம். ஆலீஸ், கேத்ரின், அகி, ஹென்ரிச், லூக்சூன், சினுவா எல்லோரும் தனித்தனியாகக் கட்டிப்பிடித்துப் பாராட்டி முடித்தனர். தன் மகளின் நினைவுகளைப் பத்திரமாக மைக்ரோ சிப்பில் மீட்டுத் தந்ததற்காக நன்றிப் பெருக்கில் நீராடிக்கொண்டிருந்தார் டாக்டர் மைக்கேல். உருவம்தான் இல்லையே தவிர, ரோஸி பேசினாள், பாடினாள், பாசம் காட்டினாள்.

பூமி, 581- ஜி இரண்டுக்குமே ஆபத்துகள் நீங்கின. புதிய கோளுக்கு வந்தவர்கள், பூமியில் இருப்பவர்கள் எல்லோருக்கும் விஞ்ஞானக் கழகம் ஒரு வாய்ப்பை ஏற்படுத்தியிருந்தது. யாருக்கு எங்கு வாழ விருப்பம் என்பதற்கான ஒரு இமெயில் சோதனை. இக்கரைக்கு அக்கரை பச்சை மனோபாவத்தில் இங்கும் அங்கும் சில தடுமாற்றங்கள் இருந்தன. ஆனால், இமெயில் கேள்வி பாரத்தைப் பூர்த்திசெய்யும்போது வெகு சிலர் மட்டுமே கிரக மாற்றத்துக்குத் தேர்வு செய்யப்பட்டனர்.

பில்கேட்ஸ், "எனக்கு ஒன்றும் இல்லை. கொஞ்ச நாள் இங்கே இருந்து நெட்ஒர்க் முன்னேற்றங்களைக் கவனமாக முடித்துவிட்டுப் போகிறேன்" என்றார். அவருடைய டீமில் இருந்த பலருக்கும் 581-ஜி என்ற அந்தப் பெயரைத் தவிர, அந்தக் கோளில் எல்லாமே பிடித்திருந்தது. ஏஞ்சலீனா ஜோலி, பிராட்பிட் ஆகியோர் இன்னும் சில நடிகர்கள், சினிமா ஆள்கள் வந்த பிறகு புது லொகேஷனில் காளான் மரங்களும் க்ரீனியுமாக அசத்தலான ஒரு சினிமாவை எடுத்துவிட்டுப் போகலாம் என்று முடிவெடுத்தனர்.

அகிலன், வினோதினியுடன் மீனும் தமிழகம் செல்வதற்கு விரும்பினார்.

"குழந்தை மார்க்கஸ்?" என்றான் அகிலன்!

- ஆபரேஷன் ஆன் தி வே...

மார்க்கஸ்?" என்றார் கார்ட்டர்.

"கேப்ரியல் செய்த ஆராய்ச்சியில் சுயநலம் என்ற ஒன்றை மட்டும் நீக்கினால், வேறு எதையுமே குறை சொல்ல முடியாது. மார்க்கஸை உருவாக்கி, வளர்த்து, அறிஞனாக்கும் முயற்சியில் அவருடைய ஈடுபாட்டைக் குறை சொல்லவே முடியாது. அவன் இந்தக் கோளுக்காகவே தயாரிக்கப்பட்டவன். அவனை எப்படி பூமிக்கு அனுப்ப முடியும்?" என்றார்.

அகிலனும் வினோதினியும் எவ்வளவோ மன்றாடிப் பார்த்தும் அவர் மனம் இரங்கவில்லை. இருவரும் மார்க்கஸைப் பார்த்தனர்.

இரண்டு வயது குழந்தையைப் பார்த்து 'தயாரிக்கப்பட்டவன்' என்பது என்ன சொல் பிரயோகம்? எல்லா விஞ்ஞானிகளுமே ஒருவிதத்தில் அன்பு, மனசு, சிந்தனை எல்லாவற்றையும் ஒரு பொருளாகத்தான் பார்க்கிறார்கள். கிலோ என்ன விலை என்கிறார்கள்.

"இந்தக் குழந்தையை எங்களிடம் கொடுத்துவிடுங்கள். நீங்கள் இன்னொரு குழந்தையைச் செய்துகொள்ளுங்கள்!" என்றாள்.

"அதற்கு இன்னும் மூன்று வருடங்கள் காத்திருக்க வேண்டுமே? நீங்கள் இன்னொரு குழந்தை செய்துகொள்வதுதான் நல்லது. கிட்டத்தட்ட இனி ரோஸியின் வேலைகளை இவன் செய்ய வேண்டியிருக்கும்" - கார்ட்டர் பிடிவாதமாகச் சொன்னார்.

கோளை வழி நடத்த, சக்திவாய்ந்த புரோகிராம் இருந்தது. மத்திய கேந்திரத்தின் ரோபோக்கள் இருந்தன. இப்போதைக்கு சார்லஸோடு தொடர்பில் இருந்து கோளைக் கண்காணிக்க, கார்ட்டர் தலைமையில் ஒரு குழு அமைக்கப்பட்டிருந்தது.

"கார்ட்டர், குழந்தை என்பது பாப்கார்ன் பொட்டலம் அல்ல; வேறு வாங்கிக்கொள்வதற்கு" - வினோதினியின் கண்ணில் நீர் கன்னத்தைக் கடந்து அவள் மார்பில் விழுந்தது.

நானோபாட்டில் ஒரு வைரஸுக்குள் செய்திகளை அடுக்குவது பற்றிய விளையாட்டில் இருந்த மார்க்கஸ், வினோதினியைப் பார்த்தான். அவளின் கண்கள் சிவந்திருந்தன. மூக்கு நுனியும் சிவந்திருந்தது. தன் பொருட்டு இன்னொருவர் கலங்குவது அவனுக்குப் புதுமையாக இருந்தது.

தமிழ்மகன் | 187

எதற்காக?

அவன் யோசிக்கும்போதே, அதற்குப் பெயர் 'பாசம்' என்று இன்டர்லிங்க் அகராதியில் விளக்கம் வந்தது. அதற்குத் தொடர்பான வார்த்தைகளாக அன்பு, மனசு, கருணை, உள்ளம், இரக்கம் போன்ற வார்த்தைகள் தோன்றி மறைந்தன. விநாடியில் அத்தனை வார்த்தைகளையும் துழாவிப் பார்த்தான். மார்க்கஸுக்கு இதுவரைக்கும் இதற்கான விளக்கம் தேவைப்பட்டு இருக்கவில்லை.

அகிலன், அத்துமீறி மார்க்கஸைத் தூக்கினான். ஒரு ரோபோ, அகிலனைக் கட்டுப்படுத்தித் தடுத்தது.

"நீங்கள் பூமிக்குக் கிளம்பலாம். மார்க்கஸ் விஷயத்தில் என்னால் உதவ முடியாது. குளோபல் சட்டவிதியும் இடம் தராது" - கார்ட்டர் கண்டிப்புடன் சொன்னார்.

35

ஒரே மனதில் இரண்டு உலகங்கள் இருக்கும்போது, இரண்டு உலகங்களில் எத்தனை உலகங்கள் இருக்கக்கூடும்?

உலக அரசுகள் அனைத்தும், நாத்திகம், அறிவியல், புதுமை, எதிர்காலம், முன்னேற்றம், சமத்துவம், கண்டுபிடிப்பு, பழசு எல்லாவற்றையும் தூக்கி எறி என்கிற ரகத்தினர் ஒரு ரகம் - அவர்கள் 581 ஜி-க்கு.

கடவுள், பண்பாடு, இதிகாசம், புராணம், மதம், நம்பிக்கை, விதி, அந்தக் காலத்திலேயே எல்லாம் சொல்லிவிட்டார்கள் என்கிறவர்கள் இன்னொரு ரகம் - அவர்கள் பூமிக்கு.

இரண்டு கோள்களிலும் தாவல் அதிகமாக இருந்தது. பூமியில் ஆபத்து இல்லை என்பது உறுதியானதும், அங்கிருந்து ஒரு கோடியே 67 லட்சம் பேர் விண்ணப்பித்திருந்தனர். தோண்டும் இடம் எல்லாம் தங்கம் என்ற ஆர்வத்தில், இங்கிருந்து இரண்டு கோடி பேர் விண்ணப்பித்திருந்தனர். 'லிங்கா' படத்துக்குப் பிறகு ரஜினி, 'சர்ஃபரோஷ்-2' படத்துக்குப் பிறகு அமீர்கான், 'ட்ராகன் பிளேடு' படத்துக்குப் பிறகு ஜாக்கிசான் என செலிபிரிட்டிகள் பலர் புதிய கோளுக்குப் படை எடுக்கத் தயாராகினர்.

மைக்ரோசாஃப்ட் ஆசாமிகள் 581 ஜி என்ற பெயரை மாற்றி இந்தக் கோளுக்கு 'நோவா' என்றே பெயரிட்டால் என்ன என்று கோரிக்கை வைத்தனர். பொது ஓட்டெடுப்பில் ஓ.கே. ஆகிவிட்டதை மதுவுடன் கொண்டாடினர்.

'மனிதப் பண்பாடு முற்றிலுமாக ஒழிந்துவிட்டால் திருக்குறள் என்ற ஒரு நூலை வைத்து அதை மீட்டுவிடலாம்' என்று கால்டுவெல் என்கிற அறிஞர் சொன்னார்.

ழீன் அதைச் சுட்டிக்காட்டினாள்.

திருக்குறளுக்கு வயது 2,000. தமிழின் வயதும் 2,000. எப்படி ஒரு மொழி பிறந்ததும், உடனே ஒருவர் எழுத்தாணி கொண்டு ஓலையில் மக்களுக்கான இலக்கணத்தை எழுத ஆரம்பித்துவிட்டாரா? தமிழின் வயதைக் கணக்கிடுவதில் வெளிப்படையாகத் தெரியும் மோசடி.

"உலகத்திலேயே ஒரே ஒரு மொழிக்குத்தான் செம்மொழி அந்தஸ்து கொடுக்கப்பட வேண்டுமென்றால், அது தமிழுக்குத்தான் கொடுக்கப்பட வேண்டும். ஆனால், இந்தியாவில் பத்தோடு பதினொன்றாகத்தான் அந்த அந்தஸ்தைக் கொடுத்தனர். 5,000 ஆண்டு, 8,000 ஆண்டு தமிழ்த் தடயங்கள் கிடைத்தால், அதை உடனடியாக மியூசியத்தில் காட்சிப் பொருளாக்கிப் புதைக்கிறார்கள். ஆராய்வது இல்லை. இது சதியா, சாதித்துக் குவித்த அசதியா?" - மீன் சொல்வதை யோசிக்க வேண்டியிருந்தது.

சொல்லப்போனால் இன்னொரு கோளைக் கண்டுபிடித்து அங்கு சென்று வாழ்வதைவிடவும் தமிழின் வேரைத் தேடிக் கண்டுபிடிப்பது முக்கியமானதாக இருந்தது.

"திருக்குறள் ஒன்று சொல்லவா?

'கூத்தாட்டு அவைக்குழாத்து அற்றே பெருஞ் செல்வம்

போக்கும் அதுவிளிந் தற்று'

நாடகம் பார்ப்பதற்கு வருபவர்கள் ஒன்று இரண்டாகத்தான் வந்து சேருவார்கள். நாடகம் விட்டுப் போகும்போது கூட்டமாகப் போய்விடுவார்கள்... செல்வமும் அப்படித்தான்!

இந்த உலகில் எந்த மொழியிலும் இப்படி உவமை சொன்னது இல்லை" என்று தீர்மானமாகச் சொன்னாள்.

2045 வருஷத்துக்கு முன் ஒருவர் தமிழில் இப்படி எழுதிவைத்திருக்கிறார். அதற்கு முன் நிறைய எழுதப்பட்டு இருக்க வேண்டும்.

அந்தத் தமிழின் முதல் நூல்கள் கடல்கொண்ட தென்னாட்டில் இருக்கின்றன. தென்னிந்தியக் கடலைச் சுற்றி உள்ள 100 கிலோமீட்டர் கடலை ஆராய்ந்தால் போதும், உலகத்தின் வரலாறே மாறிவிடும். என்னுடைய முதல் பயணம் தமிழகத்தின் தென்முனை" - மீன் தெளிவாக இருந்தாள்.

வினோதினிக்கும் அகிலனுக்கும் ஓர் இலக்கோடு வாழ்வதில் இருக்கும் மகிழ்ச்சி புரிந்தது. மீனின் ஆராய்ச்சிக்கு உதவுவதேகூட நல்ல நோக்கம்தான்.

முதல் குழுவினர் பூமிக்குப் புறப்பட்டனர். எல்.டபிள்யூ சேம்பரில் ஆயிரம் பேர் வரிசையாகப் படுக்கவைக்கப்பட்டிருந்தனர்.

வேர்க்கடலைக்குப் போர்த்தப்பட்டிருக்கும் மூடி போன்ற அந்தச் சாதனம் அவர்கள் முதன்முதலாக இங்கே வந்து இறங்கியபோது பார்த்தது. பலருக்கு தீபாவளிக்கு சொந்த ஊருக்குப் போகிற மகிழ்ச்சி.

இன்னும் சில விநாடிகளில் நோவாவை விட்டுப் பிரியப்போகிறோம் என்ற வருத்தம் ஒரு பக்கம். மனிதனுக்குத்தான் இப்படி எல்லாம் ஒரே நேரத்தில் இரண்டுவிதமான மனப்போராட்டம் சாத்தியம். மனிதம் என்பதே இரண்டு நிலைதான். டைலமா. நிறைவின் முடிவில் ஒரு புள்ளி ஏக்கம்... மூடநம்பிக்கையின் முடிவில் கொஞ்சம் நாத்திகம். பாசத்துக்கு நடுவே ரகசியத் துளியாக துரோகம்.

எல்லாமே பொதுவாக மனிதனிடம் இருந்தது. இந்த முரண்பாடுதான் உலகை இயக்குகிறது.

எல்லோரும் ஒருவழியாக பூமிக்குத் தயாரானபோது, ரோபோ ஒன்று கடைசி நிமிடத்தில் மார்க்கஸைக் கொண்டுவந்து வினோதினியிடம் ஒப்படைத்தது. வினோதினி அவனை வாரி அணைத்துக்கொண்டாள்.

ரோபோவின் அணைப்புக்கும் வினோதினியின் அணைப்புக்கும் வித்தியாசம் இருப்பதை மார்க்கஸ் உணர்ந்தான். இத்தனைக்கும் தன் 23 குரோமசோம்களுக்கு சொந்தக்காரி கேத்ரின். அகிலனுக்கு பாதி உரிமை இருந்தது. அகிலனின் காதலியான வினோதினி உரிமை கொண்டாடுவது ஆச்சர்யமாக இருந்தது. மார்க்கஸ் வசதியாக வினோதினியின் மடியில் சாய்ந்துகொண்டு, “அம்மா” என்றான்.

எல்.டபிள்யூ சேம்பர், க்ப்க் என்ற சத்தத்துடன் அந்த இடத்தில் இருந்து மறைந்தது.

ஆதிச்சநல்லூர், குமரிமுனை, பூம்புகார் என்று ஜீனுக்கு சுற்றிப் பார்க்கவேண்டிய வேலை நிறைய இருந்தது. ஜீன் எக்மோரில் நெல்லை எக்ஸ்பிரஸில் புறப்படக் காத்திருந்தாள். வழி அனுப்புவதற்காக அகிலன் குடும்பத்தினரோடு ரயில் நிலையம் வந்திருந்தான்.

தரவுகள் திரட்டிக்கொண்டு, சர்வதேச அறிவியல் கழகத்தின் துணையோடு கடலுக்குள் களம் இறங்குவதாக ஜீன் திட்டமிட்டிருந்தாள். பல ஆயிரம் ஆண்டுகளாகவே ஏதோ ஒரு புள்ளியில் தமிழுக்குத் துரோகம் நடந்திருப்பதை அவள் ஊகித்தாள். இதை ஆராயப்போனால் அவளையும் அந்தத் துரோகம் துரத்துமா என்பது தெரியவில்லை.

கால்டுவெல், எல்லீஸ், ட்ரூமன்... இப்போது இருக்கும் ஜார்ஜ் ஹார்ட் என்று வெளிநாட்டவர் தமிழுக்கு ஆற்றிய தொண்டோடு

தம் பங்காகக் களத்தில் நின்றாள் மீன். ரயில் புறப்பட்டது.

அகிலனும் வினோதினியும் வீடு திரும்பினர்.

"திடீர் என்று எங்களுடன் வந்துவிட்டாயே... நான் எதிர்பார்க்கவே இல்லை. கார்ட்டர் எப்படி சம்மதித்தார்?" - மார்க்கஸைக் கேட்டாள்.

"அவர் சம்மதிக்கவில்லை."

"ம்?" என்றாள்.

"ரிப்ளிகா ஸ்டாம்பிங் என்று ஒரு குளோனிங் புரோகிராம் உருவாக்கினேன். அதை வைத்து இன்னொரு மார்க்கஸ் செய்து அங்கே வைத்துவிட்டு வந்துவிட்டேன்."

திகைத்துப்போய் அவனைப் பார்த்தாள்.

"அறிவியலுக்கு அவன்... அன்புக்கு நான்!"

சென்னை எவ்வளவோ மாறிப்போய் இருந்தது. பசுமையாக இருந்தது. 'அரசியல்வாதிகளுக்கு வைக்கும் வினைல் போர்டு தொகையை, தெரு நாய்களைப் பராமரிக்கும் நலச் சங்கங்களுக்குச் செலவிடுமாறு' அரசியல்வாதிகளே சொல்லியிருப்பதாக அகிலனின் அப்பா சொன்னார். மேலும், "யாரும் யார் காலிலும் ஆதாயத்துக்காக விழுவது இல்லை" என்றார். அப்படியானால் அது மகத்தான மாற்றம்தான்.

அகிலன் சொன்ன அனுபவங்கள் எல்லாம், அவனுடைய பெற்றோருக்கு 40 சதவிகிதம்தான் புரிந்தது. அதற்கே அகிலனும் வினோதினியும் பல முறை விளக்க வேண்டியிருந்தது.

உலகமே நோவா பற்றி பரபரத்துக்கிடந்தது.

அகிலனிடம் நோவா அனுபவத்தை எழுதும்படி கேட்டிருந்தது ஆனந்தவிகடன். அகிலன் என்ற பெயரில் தமிழில் வேறு ஒரு எழுத்தாளர் இருந்ததால், வேறு பெயரில் எழுதினால் நன்றாக இருக்கும் என்று பேசியிருந்தனர்.

மீன் தந்த தமிழ் ஆர்வம் அவனை உற்சாகப்படுத்தியது. 'தமிழ்மகன்' என்ற பெயரில் எழுதலாமா என்று யோசித்தான்!